வடகொரியா

பலக் கோட்பாட்டின் எதார்த்தம்

பேராசிரியர் கே.ரீ.கணேசலிங்கம்

டிஸ்கவரி பப்ளிகேஷன்ஸ்

எண்: 9, பிளாட் எண்: 1080A, ரோஹிணி பிளாட்ஸ்
முனுசாமி சாலை, கே.கே.நகர் மேற்கு,
சென்னை - 600 078. பேச: 99404 46650

வெளியீட்டு எண்: 0451

024837_2/200

வடகொரியா (கட்டுரை)
ஆசிரியர்: பேரா.கே.ரீ.கணேசலிங்கம்©

Vadakorea (**Essays**)

Author: Proff K.R.Ganeshalingam©

Print in India

1st Edition : Aril - 2025

ISBN: 978-93-49113-07-7

Pages - 192

Rs.230

Publisher • Sales Rights

Discovery Publications
No. 9, Plot,1080A, Rohini Flats,
Munusamy Salai,
K.K.Nagar West, Chennai - 78.
Tamilnadu, India.
Mobile: +91 99404 46650

Discovery Book Palace (P) Ltd
No. 1055-B, Munusamy Salai,
K.K.Nagar West,
Chennai-600 078.
Mobile: +91 87545 07070

discoverybookpalace@gmail.com / www.discoverybookpalace.com

இந்த நூலில் பிரசுரமாகியுள்ள எந்த ஒரு பகுதியையும் எழுத்துபூர்வமான முன்அனுமதி பெறாமல் எடுத்தாள்வதோ, மறுபிரசுரம் செய்வதோ, மொழியாக்கம் செய்வதோ, ஊடகங்களில் மறுபதிப்புச் செய்வதோ, காப்புரிமைச் சட்டப்படி தடை செய்யப்பட்டுள்ளது. இந்த நூலிலிருந்து சில பகுதிகளை மேற்கோள்காட்டி நூல்அறிமுகம் செய்யலாம்.

உங்கள் மொபைல் போனிலிருந்து ஸ்கேன் செய்து 'டிஸ்கவரி புக் பேலஸ்' மொபைல் ஆப்பை டவுன்லோடு செய்து, புத்தகங்களை வாங்குங்கள்.

முன்னுரை

இந்நூலுக்கான வடிவத்தை வரைவதில் முன்னோடிகளாக தினக்குரல், தினகரன் மற்றும் தமிழர் தளம் போன்றவற்றுக்கு முக்கிய பங்கிருந்தது போல் சமூக விஞ்ஞான ஆய்வு மையத்திற்கும் உரியது. சமூகவிஞ்ஞான ஆய்வு மையம் இந்நூலுக்கான ஆரம்ப வடிவத்தை சிறு பிரதியாக வெளியிட்டு நூல் வடிவத்திற்கான திறவுகோலை அமைத்துத்தந்திருந்தது. மிக நீண்ட காலமாக தேடிய தகவல்களை ஒன்று சேர்க்கவும் அது தொடர்பான தெளிவை ஏற்படுத்தவும் பல தடவைகள் முயன்று கைவிடப்பட்ட நிலையிலிருந்து ஒரு புத்தக வடிவம் வெளிவருவதனைக் கண்டு கொள்ளும் போது மேலும் பல நூல்களை படைக்க வேண்டும் என்ற அவா ஏற்படுகிறது. இந் நூலுக்கான ஆக்கங்களை அனைத்து ஊடகங்களுக்கூடாக முன்வைக்கும் போது வடகொரியா பற்றி தெளிவான எதிர்வு கூறல்கள் முன்மொழியப்பட்டன. அதற்கு அமைவாகவே வடகொரியா, அமெரிக்கா, தென்கொரிய, ஜப்பானிய நகர்வுகள் அமைந்திருந்தன. சமகாலத்தில் கூட வடகொரியாவின் போக்கு சரிவர மதிப்பீட்டுக்கு உட்பட்டதாவே அமைந்துள்ளது.

உலகளாவிய அரசியலில் வட கொரியா எனும் இந்நூலானது தெளிவான இலக்குடனும் திட்டமிடலுடன் நகரும் தேசம் பற்றியதும், அத்தேசத்தின் தலைமைத்துவத்தின் உபாயங்கள் பற்றியதுமாக மட்டும் அமையவில்லை. ஒட்டு மொத்தமான வட கொரிய மக்களது பண்பாடும் மரபுகளும் சமூகத் தன்மைகளும் ஒன்று சேர்ந்த இயங்கியல் நூலாக வடிவமைக்கப்பட்டுள்ளது. வட கொரியா என்பது வெறும் நாட்டுக்கான அடையாளம் கிடையாது. அதனையும் கடந்து தேசமாகவும் சமூகமாகவும் அனைத்து எதிர்ப்புகளையும் கடந்து செயல்படுகின்ற தேசியம் என்ற எண்ணத்தை ஏற்படுத்த இந்நூல் விழைகிறது. மிகச்சிறிய நாடு, மிகச் சிறிய மக்கள் கூட்டம் அதிக நெருக்கடிகளை எல்லாம் கடந்து நிலைத்திருக்க முடியும் என்ற படிப்பினையைத் தந்துள்ளது.

அத்தகைய சிந்தனையை ஒவ்வொருவருக்கும் புரிய வைக்க இந்நூல் முயலுகிறது.

உலகத்தில் எத்தனையோ நாடுகள் வட கொரியா போன்று காணப்படினும் அவற்றால் உலகத்தை வடகொரியா போன்று வெல்ல முடியவில்லை என்பது அவதானிக்கக் கூடிய பதிவாகவே உள்ளது. அதற்கு வடகொரியாவின் தலைமைத்துவம் பிரதான காரணம் என்ற மதிப்பீடும் ஒன்றாகும். வடகொரியாவுக்குக் கிடைத்துள்ள புவிசார் அரசியல் சூழலை மிகத் திறம்பட நிகழ்த்தும் தலைமைத்துவமே அதன் நிலைத்திருப்புக்குக் காரணம் என்று குறிப்பிட முடியும். அமெரிக்காவைக் கூட வடகொரியாவின் எல்லைக்குள் நகர வைத்த வெற்றி கொண்ட அரசியல் வலிமையானது வடகொரிய தலைமைத்துவத்திற்கு உரியது என்பதை நிராகரித்து விட முடியாது. கிம்ஜோங்-உன் என்பது ஒரு ஆட்சியாளனின் பெயர் மட்டுமல்ல. ஓர் அரசியல் பரம்பரையின் நீட்சிக்கான பெயரும் கூட. வடகொரியரின் சுய கௌரவத்தின் அடையாளம் என்பதாகவே அந்நாட்டு மக்கள் கருதுகின்றனர். அதனை உலக நாட்டு மக்களும் ஏற்றுக்கொள்ள முனைகின்றனர். கிம் ஒரு சர்வாதிகாரியாக விளங்கினாலும் எதேச்சதிகாரியாக இல்லாதுள்ளமை கவனத்திற் குரியதாகும். அவர் தனது தேசத்தைக் கட்டியெழுப்புவதிலும் பாதுகாப்பதிலும் உறுதியான தலைமைத்துவமாக விளங்குவதனை அவதானிக்க் கூடியதாக உள்ளது. அத்தகைய சர்வாதிகாரம் அந்நாட்டு மக்களையும் அவர்களது பலவீனங்களையும் செளிப்புக்கும் விருத்திக்குமானதாக மாற்றுமானால் அந்நாட்டு மக்கள் மட்டுமல்ல உலக மக்களே அத் தலைமையை ஏற்றுக் கொள்வார்கள். உலகில் அவ்வாறான தலைமைகள் அதிகமாக உள்ள பிராந்தியமாக கிழக்காசியா காணப்படுகிறது.

சிங்கப்பூர், மலேசியா, இந்தோனேசியா போன்ற நாடுகளின் தலைமைகள் 30,40 வருடங்கள் ஆட்சியில் அமர்ந்தார்கள். ஒரே அரசியல் கட்சியின் ஆட்சியின் கீழ் அந் நாடுகள் பல தசாப்தங்கள் இயங்கினாலும் அத்தலைமைகள் அந்த நாடுகளை சுபீட்சமான நிலைக்குக் கொண்டு சென்றிருக்கின்றன. அதனால் அந்த மக்கள் இன்றும் அவ்வகைத் தலைமைகளை முன்னுதாரணமாகக் கொள்கின்றனர். சிங்கப்பூரின் சிற்பி என்று அழைக்கப்படும் லீக்-குவான்-யூ (1923-2015) உலக வரலாற்றில் என்றுமே மறக்க

முடியாத தலைவராகவே விளங்குகிறார். அவரை யாரும் சர்வாதிகாரி என்று அழைப்பதில்லை. ஆனால் அவரது ஆட்சிக்காலம் ஏறக்குறைய 38 வருடங்கள். இது கிழக்காசியத் தலைவர்களதும் அந்த மக்களதும் அரசியல் பண்பாடாகவே விளங்குகிறது. அந்நாட்டுத் தலைவர்களும் மக்களும் அரசியல் கட்சிகளும் கருதும் செய்முறை பொருளாதார ரீதியிலான செழிப்பே தேசங்களுக்கு அவசியம் என்பதாகும். அரசியல் ரீதியாக வேறுபட்ட மத மற்றும் சமூக முரண்பாடுகளைக் கொண்டிருந்தாலும் அவர்களிடம் அத்தகைய வேறுபாட்டைக் காட்டிலும் பொருளாதார சுபீட்சமே மேலானது என்ற எண்ணப்பாங்கு வளர்ந்துள்ளது. அது மட்டுமன்றி அவர்களது முரண்பாடுகள் ஏனைய ஆசிய நாடுகள் போன்றவையல்ல. அனைத்து மக்களையும் அவர்களது வாழ்வியல் உரிமைகளைப் பாதுகாக்கும் குறைந்த பட்ச வழிமுறைகளைப் பின்பற்றுகின்ற அரசுகளும் ஆட்சி முறைகளும் காணப்படுகிறன. அத்துடன் மேற்கு முதலாளித்துவ நாடுகள் கிழக்காசிய நாடுகள் சோஸலிஸ படர்ச்சிக்குள் சென்றுவிடாது தடுப்பதற்கு பனிப்போர்க் காலத்தில் பாரிய நிதி மற்றும் விஞ்ஞானத் தொழில்நுட்ப அறிவுப் பரிமாற்றத்தில் அந்த நாடுகளுக்கு உதவி வந்தன. இதனால் இந்நாடுகளது அரசியல் உறுதிப்பாடும் சமூக ஒருமைப்பாடும் பொருளாதாரத்தினாலும் தொழில் நுட்ப அறிவினாலும் பாதுகாக்கப்பட்டது. அது அவற்றின் நிலைத்திருப்புக்குக் காரணமாகியது. ஆசியாவிலேயே தொழிநுட்ப அறிவை அடிப்படையாகக் கொண்டு எழுச்சி பெற்ற பிராந்தியமாக கிழக்காசியா முதன்மையானதாக விளங்கியது குறிப்பிடத்தக்கதாகும்.

வடகொரியா சோஸலிஸ நாடாகவோ அல்லது சர்வாதிகார நாடாகவோ இருந்தாலும் அதன் ஆரம்பப் பாடசாலைகள் முதல் கல்லூரிகள் வரை தொழில்நுட்பப்பாடமே பிரதான கற்கை நெறியாக இன்றுவரை விளங்குகிறது. அவ்வாறே அதன் சமூகக் கட்டமைப்பு, பண்பாட்டுத் தளம் என்பன எழுச்சிமிக்க சிந்தனையாலும் எண்ணங்களாலும் உருவாக்கப்பட்டன என்பது கவனிக்க வேண்டிய விடயமாகும்.

இத்தகைய ஒரு நாட்டையும் அதன் மக்கள் சமூகத்தையும் அரசியல் தலைமைத்துவத்தையும் ஈழத்தமிழர் நன்கு கற்றுக் கொள்ளவேண்டும் என்பதற்காகவே இந்நூல் உருவாக்கப்பட்டுள்ளது.

இந் நூல் அறிவு உலகத்தில் காணப்படும் புதிய தரிசனங்களைக் கொண்டுவரும் முயற்சியில் ஈழத்தமிழரை இணைக்க அவாப்படுகிறது. இந்நூலைப் படைப்பதில் உதவிய எனது குடும்பத்திற்கும் மற்றும் நண்பர்களுக்கும் அரசறிவியல் துறை விரிவுரையாளர்களுக்கும் மாணவர்களுக்கும், குறிப்பாக உதவி நூலகர் செல்வி லக்ஷனா பாலகுமாருக்கும் மற்றும் திருமதி புளோரிடா நிக்லஸ்க்கும் இந்நூலுக்கான கணணியமைப்பினையும் நூல் வடிவமைப்பினையும் மேற்கொண்ட அன்புக்குரிய மாணவன் ஐ.வி.மகாசேனனுக்கும் ஊடகப் பரப்பில் என்னை ஊக்குவிக்கும் தோழமைகளுக்கும் நன்றிகள்.

பேராசிரியர் **கே.ரீ.கணேசலிங்கம்**
அரசறிவியல் துறை,
யாழ்ப்பாணப் பல்கலைக்கழகம்.
01.03.2025

பொருளடக்கம்

1. வடகொரியா: ஓர் அறிமுகம் — 9
2. யதார்த்தவாதக் கோட்பாடு — 24
3. வடகொரிய அரசியல் பொருளாதாரம் — 59
4. கொரியக் குடாவும் இராணுவச் சமநிலையும் — 76
5. வடகொரியாவின் அணுவாயுதம் — 104
6. வடகொரியா அமெரிக்க முரண்பாடும் புவிசார் அரசியலும் — 117
7. கொரியக் குடாவும் அமைதிப் பேச்சுக்களும் — 132
8. இலங்கையும் வடகொரியாவும் — 189

வடகொரியா: ஓர் அறிமுகம்

புவியியல்

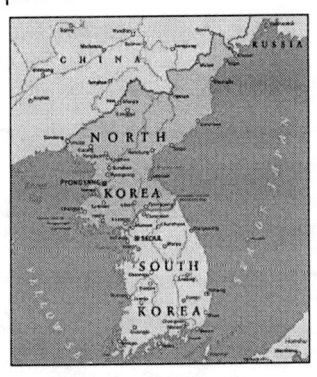

வடகொரியாவின் அமைவிடமானது கிழக்கு ஆசியாவின் கொரியத் தீபகற்பத்தின் வடபகுதியில் அமைந்துள்ள நாடாகும். இது கிழக்கே ஜப்பான் கடலையும் மஞ்சள் கடலையும் எல்லையாகக் கொண்டிருப்பதுடன், சீனா மற்றும் ரஷ்சியாவுடன் தரை ரீதியிலான எல்லைத்தொடர்பைக் கொண்டதாகவும், தென்பகுதியில் தென்கொரியாவை எல்லையாகவும் கொண்டுள்ளது. கொரியத் தீபகற்பத்தில் 55% நிலப்பரப்பை உள்ளடக்கிய வடகொரியா விவசாய நிலமாகவும் ஏனைய பகுதிகள் மலை மற்றும் பள்ளத்தாக்கினையும் அதிகமாகக் கொண்ட நிலப்பகுதியாகவும் காணப்படுகிறது. அதே போன்றே கடல்பகுதியிலிருந்து 3500 அடி உயரத்தைக் கொண்ட வடகிழக்குப் பிரதேசம் வடகொரியாவின் உயர்வான மலைப்பகுதியாக அடையாளப்படுத்தப்படுகிறது. அதன் தலைநகரமாக, மேற்குக் கடல் கரையோரத்தை அண்டிய தொழில்துறை நகரமாகவும் போக்குவரத்தின் மையமாகவும் அமைந்துள்ள பியோங்யாங் *(Pyongyang)* காணப்படுகிறது.

வடகொரியாவின் காலநிலையானது பொதுவாகவே குளிர் பொருந்தியதாகவும் டிசம்பர் முதல் மார்ச் வரையில் கடும் குளிர் காலப்பகுதி என்றும், அதே நேரத்தில் அதன் தென்பகுதி 20 டிகிரி செல்சியஸ் ($20^{\circ}c$) கொண்ட வெப்பநிலை நிலவுவதுடன் ஜூன் முதல் செப்டெம்பர் வலை வெப்பம் கூடிய பிரதேசமாக

விளங்குகிறது. இதற்குக் காரணம் கடல் நீரோட்டம் கரையோரத் தாழ் நிலப்பகுதி எல்லையில் உள்ள மலைத்தொடர் என்பன கிழக்கு கடற்கரைப்பகுதி குளிராகவும் மேற்கு கடற்கரைப்பகுதி சராசரி வெப்பநிலையைக் கொண்டதாகவும் விளங்குகிறது. ஆண்டு தோறும் 1000 மில்லிலீற்றர் மலைப்பொழிவைக் கொண்டுள்ள வடகொரியா ஜூன் முதல் செப்டெம்பர் வரையில் வருடாந்த மழைப்பொலிவு காலமாக கருதப்படுகிறது. பசுபிக் பெருங்கடலிலிருந்து வரும் ஈதப்பதமானது பருவமழையை விட அதிகமான வெள்ளப்பெருக்கையும் சூறாவளியையும் வடகொரியா அதிகம் சந்திக்க காரணமாகிறது.

வடகொரிய மக்கள் ஒரே இனக்குழுமத்தை அதிகம் பிரதிபலிப் பவர்களாகக் காணப்படுகின்றார்கள். அவ்வப்போது சீனர்கள் மற்றும் ஜப்பானியர்களின் ஊடுருவல் இருந்த போதும் கொரியர்களே ஆரம்ப இனக்குழுமமாகக் காணப்படுகின்றார்கள். அவ்வாறே கொரிய மொழி பூர்வீக மொழியாக இருப்பதுடன் இப்பிராந்திய நாடுகளின் மொழிக்குடும்பமாக கொரிய மொழி காணப்படுவது குறிப்பிடத்தக்கதாகும். இப்பிரதேச மக்களின் வாழ்க்கை முறையும் கென்பூசியமும் மற்றும் பௌத்த மதமும் ஆழமான பதிவுகளை ஏற்படுத்திய போதும் றோமன் கத்தோலிக்கப் புரட்டஸ்தாந்து மிசனறிகளின் செல்வாக்கும் நகரங்களை அண்டிய பிரதேசங்களில் கிறிஸ்தவ மதத்தின் பரம்பலும் காணப்படுகிறது. ஆனால் இரண்டாம் உலக மகாயுத்தத்தின் பின்னர் இவற்றின் செல்வாக்கு மலிந்த நிலையிலேயே காணப்படுகிறது. அதேநேரம் பௌத்த மதத்தையும் கென்பூசியத்தையும் ஒன்றிணைத்த சான்டோகியோ முக்கியமான பிரிப்பை அங்கு காண முடிகிறது. ஆனால் இவை அனைத்தும் சோசலிச வடகொரிய ஆட்சி முறையின் கீழ் பலவீனமானதாகவே காணப்படுகின்றன.

வளங்களின் மட்டுப்பாட்டைக் கொண்ட வடகொரியா கனிம வளங்களை மட்டுமே அதிக முதலீடாகக் கொண்ட பிரதேசமாக விளங்குகின்றது. இவற்றில் இரும்புத்தாது, நிலக்கரி, தங்கம் மற்றும் ஈயம் என்பன முக்கிய கனிமங்களாக அடையாளப்படுத்தப் பட்டுள்ளன. அதிக அளவு இரும்புத்தாதே வடகொரிய ஏற்றுமதியில் முக்கிய இடம்பிடிக்கும் பொருளாக உள்ளது. அதனைவிட நீர் மின்சக்தி மின்சார உற்பத்திக்கான வாய்ப்புகள் முக்கியமான தொழிற்துறைக்கு உரித்துடைய வளங்களாக காணப்படுகின்றன.

வரலாறு

கிழக்கு ஆசியப் பிராந்தியத்தில் கொரியத் தீபகற்பத்தில் அமைந்துள்ள வடகொரியா தனித்துவமான குடியரசு நாடாக விளங்குகிறது. கொரிய மொழிக் குடும்பத்தினைக் கொண்ட கொரிய மக்கள் தென் மத்திய சைபீரியாவிலிருந்து படிப்படியாகக் குடியேறிய ஆதிவாசிகளைக்கொண்டவர்களாக இருக்க முடியுமென அகழ்வாய்வுகளிலும் மொழி ஆராய்ச்சிகளிலும் உறுதிப்படுத்தப்படுகிறது. ஏறக்குறைய 5000 ஆண்டுகளுக்கு முன்பிருந்து சீனாவின் வடபகுதியிலிருந்து சீனர்கள் கொரியாவுக்குள் பிரவேசித்து குடிப்பரம்பலை ஏற்படுத்தியதாக வரலாறு கூறுகிறது. அக்காலப்பகுதியிலிருந்தே கொரியாவுக்கென வரலாறு வரையப்படுகிறது. பல்வேறுபட்ட சாம்ராச்சியங்களின் பிடிக்குள் அகப்பட்டும் நெருக்கடிகளைச் சந்தித்தும் எழுச்சியையும், வீழ்ச்சியையும் எதிர்கொண்ட கொரிய தேசம் கி.மு.2333 இலேயே தன்கூன் *(Tangun)* முடியாட்சியின் கீழ் அரசஅமைப்பினைமுதல் முதலில் உருவாக்கியது. அகழ்வாய்வுகளின் தகவல்படி மஞ்சூரியர்களும், சேர்பியர்களும் கி.மு. மூன்றவாது மிலேனிய காலப்பகுதியில் இப்பிரதேசத்தைக் கைப்பற்றி ஆட்சி செலுத்தியதாக கூறப்படுகின்றது. அப்போது மூன்று பிராந்திய முடியாட்சிகளை ஏற்படுத்தியதாகவும் அவை முறையே *Koguryo*, *Shilla* மற்றும் *Paekche* என்பனவாகும். இம்மூன்று இராச்சியங்களிலும் *Shilla* முடியரசானது பொருளாதாரத்திலும், கலாசாரத்திலும் முதன்மை பெற்ற இராச்சியமாக அமைந்ததுடன், பௌத்த மதத்தினைப் பின்பற்றிய இராச்சியமாகவும் விளங்கியது. இதன் தலைநகரமாக *Kyongju* காணப்பட்டது. இதன் பலத்தினை மேலும் விஸ்தரிக்கும் நோக்கோடு ஏனைய முடியாட்சி பிராந்தியங்கள் மீது செல்வாக்கு செலுத்த ஆரம்பித்தது. இதன்பயனாக கி.பி.668-1000 ஆம் ஆண்டுகளுக்கு இடையில் மூன்று இராச்சியங்களையும் ஒன்றினைத்து ஒரே அரசாக *Silla* இராச்சியம் உருவாகியது. *Silla* பேரரசின் வெற்றிக்கான முடியாட்சியாளராக ஜின்ஹியுங் *(Jinheung*

540-576) விளங்கினார். இறுதி சுயாதின கொரிய அரச வம்சமாக சோசன் (Chosun) அல்லது ஜி (Yi) (1392-1910) என்பதே காணப்பட்டது. இக்காலப்பகுதியிலேயே இப்பிராந்தியம் முழுவதற்குமான அதிகாரத்தை இழக்க ஆரம்பித்தது. அக்காலப்பகுதியிலேயே சீனர்களும், மொங்கோலியர்களும் பின்னர் ஜப்பானியர்களும் இப்பிராந்தியத்தைக் கைப்பற்றி தமது ஆதிக்கத்திற்குள் கொண்டுவந்தனர். இக்காலப்பகுதியில் கென்பூசியத்தினைக் கைவிட்டு பௌத்த மதத்தின் பிடிக்குள் இப்பிராந்தியம் அகப்பட்டது. பௌத்த மதத்தின் மெய்யியலுக்குள்ளால் ஜப்பானிய ஆதிக்கம் வளர்ச்சியடைந்தது. கொரியா முழுவதும் பௌத்த மதத் தத்துவம் பரவலடைந்தது.

1910 இல் ஜப்பானிய நேரடி காலனித்துவ நாடாக மாறிய கொரியத் தொழில் துறையிலும் கைத்தொழிலிலும் இரட்டிப்பு வளர்ச்சியை எட்டியது வடக்குப் பகுதி. தென் பகுதி விவசாயம், வர்த்தகம் ஆகியவற்றில் தீவிர வளர்ச்சியை அடைந்தது. அதே நேரம் 1876 இல் மேற்குலக நாடுகளுடன் கொரியா வர்த்தகத்தில் அதிக ஈடுபாடு கொண்டு வெற்றிகரமான வர்த்தக உறவையும், அதற்கான கட்டுமானத்தினை உள்நாட்டிலும் ஏற்படுத்தியிருந்தது. இது ஜப்பானுக்கு வாய்ப்பான சூழலை உருவாக்கிக் கொடுத்தது. ஜப்பானியக் காலனித்துவக் கொள்கையின் கீழ் 75 சதவீத விவசாய உற்பத்தியாளர்களாகிய கொரியர்கள் விவசாயத்துறைசார்ந்து தொழில் துறையைப் பேணியதுடன் நிலக்கரி அடங்கிய இயற்கைப் பொருட்களின் ஏற்றுமதியினை முதல்தர கைத்தொழில் துறையாக உருவாக்கினர். புகையிரதப் போக்குவரத்திற்காகக் கட்டுமானத்தை ஜப்பான் தனது சொந்தத் தொழில்நுட்பத்தினைக் கொண்டு கட்டி வளர்த்தது. இவ்வாறு நிர்வாகம், வர்த்தகம், தொழில்துறை என்பனவற்றை ஜப்பான் திறம்பட கட்டி வளர்த்தாலும் அதன் குடியேற்றவாதக் கொள்கைகளால் அடிமையாக்கப்பட்ட கொரியர்கள் 1919 இல் ஜப்பானுக்கு எதிரான ஆயுதப்புரட்சியில் ஈடுபட்டனர். முதலாம் உலக யுத்த சூழலும் ஜப்பானின் மீதான நடவடிக்கை கொரியர்களுக்கு சாதகமானதாக அமைந்தது. இதன் பயனாக சீனாவின் ஒத்துழைப்புடன் கொரிய அரசாங்கம் அமைக்கப்பட்டது. 1924 இல் கொரியன் கம்யூனிஸ்ட் கட்சி மறைமுகமான ஆயுதப் போராட்டத்தினை ஊக்குவித்து

தாக்குதல்களைச் செய்யுமளவிற்கு வளர்ச்சியடைகின்றது. 1937 களில் சமதளத்தில் பொருளாதாரத்திலும் கனிமவள கைத்தொழிலிலும் அதிக கவனம் செலுத்தியதுடன் வேலைவாய்ப்பினை நோக்கிய நகர்வுகள் வேகமான தொழில்துறை வளர்ச்சிக்குக் காரணமாக அமைந்திருந்தன. இதனால் பொருளாதாரத்தில் வேகமான வளர்ச்சியை அக்காலப்பகுதியில் கொரியர்கள் அடைந்தார்கள்.

1942 இல் அமெரிக்கா, பிரிட்டன், சீனா, ஆகிய நாடுகளின் தலைவர்கள் கொரியாவின் சுதந்திரத்திற்கான முன்மொழிவுகளைப் பிரகடனப்படுத்தினார்கள். 10-ஆகஸ்ட் 1945 இல் சோவியத் ஒன்றியத்தின் படைகள் கொரிய மக்கள் விடுதலைக்கு ஆதரவாக செயல்பட்டன. 08செப்ரெம்பர் 1945 இல் அமெரிக்கப்படைகள் தென்கொரியாவுக்கு ஆதரவாக தரை இறக்கப்பட்டன. இரண்டு வல்லரசு இராணுவங்களாலும் சில வாரங்களுக்குள் கொரியப்பகுதி முழுவதும் ஆக்கிரமிப்பிற்கு உள்ளாக்கப்பட்டது. ஐப்பானிய இராணுவம் இரு வல்லரசுகளின் படைகளிடமும் சரணடைந்தது. இரு வல்லரசு நாடுகளின் படைகளும் 38 அட்சரக் கோட்டில் சந்தித்தன. இதனையே வட, தென் கொரியாக்களின் எல்லையாக வரையப்பட்டதுடன் இரு வல்லரசுகளின் ஆதரவுடன் வட, தென் கொரியாக்களில் சுதேச அரசுகள் உருவாக்கப்பட்டன. இரு வல்லரசுகளும் வடதென் கொரியாவை அடிப்படையாகக் கொண்டு அமைக்கப்பட்ட புரிந்துணர்வு 1946 மே-இல் தோல்வியடைந்தது. விரைவாக மோதலுக்கான தயார்படுத்தலும் தாக்குதலுக்கான உத்திகளும் முன்னரங்குகளில் சண்டையில் ஈடுபட்டன. 1948 க்குப் பின்பு வட, தென் கொரியாவுக்கான தனித்தனிப் படைகளும் ஆட்சிகளும் உருவாகின. 1950 இல் இருகொரிய ஆட்சிகளும் உருவாகின. 1950 இல் இரு கொரியர்களுக்கும் இடையில் பாரிய யுத்தம் ஆரம்பமானது. இது 1953 வரை நீடித்தது.

வடகொரியா சோவியத் ஆதரவுடன் கிம் இல் சுங் (*Kim – il – Sung* / 1912-1994) தலைமையிலான அரசு அமைக்கப்பட்டது. சோவியத்தின் சோஸலிஸக் கொள்கைக்கு அமைவாக கில்ம் வடகொரியாவை

மீளமைப்பதில் கவனம் செலுத்தினார். குறிப்பாக நிலத்தினை முதன்மையாகக் கொண்ட அதிகார வர்த்தகத்தின் கட்டுமானத்தை உடைத்து புதிய வகைக்குள் வடகொரிய சமூகக்கட்டமைப்பை வரைந்தார். கைத்தொழிலை தேசியமயமாக்கினார். கில்ன் ஆட்சியின் கீழ் சொத்துக்கள் அரசுடைமையாக்கப்பட்டதுடன் சமூகங்கள் பொதுவுடைமைக்கு ஏற்ப சொத்துக்களின் பகிர்வும் உற்பத்தியின் பங்கெடுப்பும் வளர்ந்தன.

சோவியத் ஒன்றிய படைகளின் பிரவேசத்திற்குப் பின்பு கில்ம் அரசாங்கம், ஜனநாயக மக்கள் கொரியக் குடியரசு *(People's Democratic Republic of Korea)* எனப் பிரகடனப்படுத்தியது. இவ்அரசாங்கம் 1946 பெப்ரவரியில் வடகொரியாவுக்கான மக்கள் மன்றத்தினை உருவாக்கியது. அதன் மூலம் 1947 பெப்ரவரியில் அதிஉச்ச மக்கள் அவையை *(Korea for Supreme People's Assembly)* அமைப்பதற்கான தேர்தலை நடாத்தியது. இது ஏறக்குறைய சோவியத் ஒன்றியத்தின் கம்யூனிஸக் கட்சியின் பிரகாரம் அமைக்கப்பட்ட கட்டமைப்புக்களாகவே அமைந்தன. வட கொரியா ஒரு சோசலிஸக் கட்டமைப்புக்கான திட்டமிடலை வரைந்து கொண்டது. 1948 டிசம்பரில் சோவித் ஒன்றியத் துருப்புக்கள் கொரியாவிலிருந்து விலக்கிக் கொள்ளப்பட்டன.

கொரிய யுத்தத்திற்கான முதன்மைக்காரணமாக அதன் புவிசார் அரசியல் பரிமாணம் காணப்பட்டதெனக் கூறமுடியும். குறிப்பாக, சோவியத் ரஷ்யாவையும், சீனாவையும் ஒரு பக்க எல்லையாகக் கொண்டிருந்த கொரியா அந்த நாடுகளின் நலன்களுக்குக் கட்டுப்படும் என்ற நிலையைத் தடுப்பதற்காக அமெரிக்கா, ஜப்பான் போன்ற முதலாளித்துவ அரசியலின் கொரியா மீதான பிரவேசம் அமைந்தது. இரண்டாம் உலக யுத்தம் முடிவடைந்த தறுவாயின் இந்த யுத்தம் பனிப்போருக்கான வடிவத்தினைக் கட்டியம் கூறியது எனலாம். வல்லரசுகள் நேரடி மோதலைத் தவிர்த்துக் கொண்டு தாம் சார்ந்த நாடுகள் மூலம் யுத்தத்தினை நிகழ்த்தும் போராக பனிப் போர்க்காலம் அமைந்தது. அதுவே வட-தென்கொரிய யுத்தத்தில் காணப்பட்ட பனிப்போர் வடிவமாகும். 1945 ஆம் ஆண்டு இரண்டாம் உலகப்போரின் இறுதியில் கொரியா தொடர்ந்து ஜப்பானியக் கட்டுப்பாட்டில் இருந்தது. ஜப்பானை சரணடைய வைக்க சோவியத் ஒன்றிய இராணுவம் கொரியாவை மீட்பதாக

இருந்தது. ஆனால் கொரியாவை சோவியத்தின் மேலாதிக்கத்துக்குள் விட மேற்கு நாடுகள் விரும்பவில்லை. அமெரிக்கப் படைகள் தெற்குப் பக்கத்தில் இருந்து மேலாகவும், சோவியத் படைகள் வடக்குப் பக்கத்தில் இருந்து கீழாகவும் ஜப்பானை எதிர்த்துப் போராடி சரணடைய வைத்தன. கொரியா 38 *Parallel* கோட்டில் வடகொரியா சோவியத் ஒன்றியம் சார்பாகவும் தென்கொரியா அமெரிக்கா சார்பாகவும் பிளவுபட்டது. 1948 கொரியாவின் இறையாண்மையை உறுதி செய்ய முடியாத அப்போதைய உலக வல்லரசுகளான சோவியத் ஒன்றியமும் அமெரிக்காவும் கொரியாவைப் பிளவுபடுத்தி வடகொரியா, தென்கொரியா எனப் பிரித்தன. இந்தப் பிரிப்பில் கொரிய மக்களின் அபிலாசைகள் கேட்கப்படவில்லை.

1950 இல் வடகொரியாவின் நிறுவகத் தலைவரான கில்ம் 'நம் தந்தையர்' தேசத்தை இணைப்போம் எனும் போர் முழக்கத்துடன் வடகொரியப் படைகளைத் தென்கொரியாவுக்கு அனுப்பி மூன்று நாட்களுக்குள் தென்கொரியாவின் தலைநகரான சியோல் உட்பட பெரும்பாலான பகுதிகளைக் கைப்பற்றினார். இதற்கு எதிராக அமெரிக்கா ஐ.நா. சபை மூலம் தென்கொரியாவை மீட்கும் சண்டையில் ஈடுபட்டது. அதாவது, 1950 இல் வடகொரியா தென்கொரியாவை முற்றிலும் எதிர்பாராத ஒரு தருணத்தில் தாக்கியது. செப்ரெம்பரில் அமெரிக்காவின் தலையீட்டுடன் வடகொரியா படைகள் பின்வாங்கின. எனினும் சீனாவின் தொண்டர் படைகளின் தலையீட்டுடன் டிசம்பர் மாதமளவில் அமெரிக்கப் படைகள் போர் நிறுத்தத்தை ஏற்படுத்திக் கொண்டன. ஆனால் இன்றுவரை கொரிய யுத்தத்திற்கான சமாதான உடன்படிக்கை முழுமை பெறவில்லை. 1953 ஆம் ஆண்டு மூன்றாண்டுகள் இடம்பெற்ற கொரிய யுத்ததத்திற்கான போர் நிறுத்த ஒப்பந்தம் கையெழுத்தானது. அதன்பின்பு வடகொரியாவுக்கு ஆதரவாக 1949 இல் புரட்சி செய்த மாவோவின் சீனப் படைகளும் யுத்தத்தில் இறங்கின.

இந்த யுத்தத்தை முடிவுக்குக் கொண்டுவரும் விதத்தில் 1953 யூலையில் ஐக்கிய நாடுகள் சபை சமாதான உடன்படிக்கை ஒன்றினை வட, தென் கொரியாக்களுக்கிடையில் மேற்கொண்டது. அதன் பிரகாரம் 4000 மீற்றர் எல்லைப்பகுதி இராணுவ சூனியப்

பகுதியாக (DeMilitarized Butter Zone 'DMZ') பிரகடனப்படுத்தியது. இதனை முழுமையாக ஏற்றுக் கொள்ளாத வடகொரியா இரு கொரியாக்களையும் ஒன்றிணைக்க வேண்டும் என்ற கோரிக்கையை முன்வைத்தது. 1972இல் வட, தென் கொரியாக்களை ஒன்றிணைக்கும் கூட்டுக்குழுவொன்று அமைக்கப்பட்டது. சமாதான பூர்வமான ஐக்கியம் என்ற தொனிப்பொருளில் அத்தகைய முயற்சி ஒன்று மேற்கொள்ளப்பட்டது. ஆனால் 1983இல் பர்மாவின்(மியான்மர்) தலைநகரான ரங்கூனில் தென்கொரியாவின் நான்கு அமைச்சர்கள் குண்டுவெடிப்பில் கொல்லப்பட்டதும், அதனை வடகொரிய இரு இராணுவ பணியாளர் நடாத்தியதும் தெரியவந்தது. அத்துடன் வடகொரிய அரசு DMZ பகுதியில் நிறுத்தப்பட்டிருந்த ஐ.நா. வரைந்த எல்லைக்கோட்டை அண்டிய பகுதியில் தமது இராணுவத்தினைப் பலப்படுத்தியது.

குறிப்பாக, தென்கொரியாவை மீட்கத் தயாரான ஐ.நா.வின் பன்னாட்டுப்படை பதில் தாக்குதலை வடகொரியப் படைகள் மீது நிகழ்த்தியது. ஏறக்குறைய மூன்று இலட்சம் பன்னாட்டுப் படைகளில் 2.6 இலட்சம் படைகள் அமெரிக்க இராணுவமாக இருந்தது. இத்தகைய பன்னாட்டுப் படையை அமைப்பதற்கான தீர்மானத்தை ஐ.நா. சபையில் முன்வைக்கும் போது சோவியத் யூனியன் ஐ.நா. சபையைப் புறக்கணித்திருந்தது. அதனால் எதிர்ப்பின்றி தீர்மானம் நிறைவேறியது. இதனால் பன்னாட்டுப் படைகளின் தாக்குதலானது அமெரிக்கத் தாக்குதலாகவே அமைந்திருந்தது. இதன் பிரகாரம் வடகொரியப் படைகளை விரட்டிய பன்னாட்டுப் படை சீனாவின் எல்லையோரத்தில் அமைந்துள்ள யாலு ஆற்றைக் கடக்க முயன்றது. அப்போது சீனச் செம்படை பன்னாட்டுப்படைகளைத் தாக்க ஆரம்பித்தது. இப்போர் மேலும் இரண்டு வருடம் நீடித்தது. ஐ.நா.வின் பன்னாட்டுப்படை பின்வாங்க நேர்ந்தது. இத்தாக்குதலில் ஏறக்குறைய 20லட்சம் பன்னாட்டுப்படைகள் கொல்லப்பட்டனர்.

அமெரிக்கா நிகழ்த்திய போரில் தென்கொரியாவை விட வடகொரியாவே அதிகமான அழிவுகளைச் சந்தித்தது. முழு சனத்தொகையில் 20சதவீதத்தினை வடகொரியா இழந்தது. ஏறக்குறைய 6இலட்சம் தொன்

குண்டுகளையும் 3 இலட்சத்திற்கு மேற்பட்ட தொன் இரசாயனக்குண்டுகளை அமெரிக்கா வடகொரியா மீது பாவித்ததாகப் புள்ளி விவரங்கள் தெரிவிக்கின்றன. அப்போது அமெரிக்காவின் கொரியாவுக்கான படைத் தளபதி டக்ளஸ் மெக் ஆர்தர் *(Dougles Mac Arthur)* கொரிய யுத்தத்தினை அணுவாயுதத்தைப் பிரயோகித்து கட்டுபாட்டுக்குள் கொண்டுவர அமெரிக்க ஆட்சியிடம் அனுமதி கேட்பதாகத் தெரியவருகிறது. இவ்வாறு பாரிய அழிவுகளையும் இழப்புகளையும் கொரிய யுத்தம் ஏற்படுத்தியது.

1960களுக்குப் பின்னர் இரு கொரியாக்களுக்கும் இடையில் தொடர்ச்சியான பதற்றமும் சிறிய அளவிலான ஆயுத மோதல்களும் நீடித்தன. அப்போதைய ஆட்சியாளராக இருந்த கிம் தெற்கின் விடுதலை தேசிய ரீதியில் அடிப்படையானது என்ற எண்ணத்தை முன்வைத்து வடகொரிய இராணுவத்தைப் பலப்படுத்தும் முயற்சியில் ஈடுபட்டார். இதனால் வடகொரியாவுக்கும் சீனாவுக்கும் சோவியத் யூனியனுக்கும் இடையிலான இராணுவ ஒத்துழைப்பு வலுவடைய ஆரம்பித்தது. அதேநேரத்தில் தென்கொரியா மீதான தாக்குதலையும் வடகொரிய இராணுவம் நீடித்த உத்தியாகப் பிரயோகப்படுத்தியது. குறிப்பாக அக்காலப்பகுதியில் தென்கொரிய ஜனாதிபதி வார்க் சூங் - ஹீ *(Park Chun-Hee)* படுகொலை தோல்வியடைந்ததும் அமெரிக்க உளவுக் கப்பலான பியூப் லோ வடகொரியக் கப்பல் படையால் கைப்பற்றப்பட்டதும் மிகப்பிரதான அரசியல் நிகழ்வாக நோக்கப்பட்டது. பின்னர் அமெரிக்காவின் வேண்டுதலுக்கமைய இரு நாட்டினதும் பேச்சுவார்த்தைக்கூடாக 1968 டிசம்பரில் பீப்லோ கப்பல் விடுவிக்கப்பட்டது. இதே போன்றே 1969இல் வடகொரியா போர் விமானம் பயணிகள் விமானம் ஒன்றைச் சுட்டு வீழ்த்தியதனால் கொரியத் தீபகம் பதற்றமான சூழலை ஏற்படுத்தியிருந்தது. இதே சந்தர்ப்பத்தில் சோவியத் யூனியனும் அமெரிக்க வியட்னாம் நகர்வுகளில் அதிக கவனம் செலுத்தியதன் விளைவாக வடகொரிய மீதான அழுத்தங்கள் படிப்படியாகத் தணிந்து போயின. இதே காலப்பகுதியில் சீனாவின் கலாசாரப்புரட்சி வடகொரியாவுக்கும்

சோவியத் ஒன்றியத்துக்குமிடையில் நெருக்கமான உறவை ஏற்படுத்தியது. 1982ஆம் ஆண்டு வடகொரியாவுக்கும் தென்கொரியாவுக்கும் இடையில் முதன்முதலான உச்சிமகாநாடு ஒன்று நடைபெற்றது. அது முழுமையான வெற்றிகரமானதாக அமையவில்லை. ஆனாலும் இருநாடுகளுக்குமான உறவையும் புரிந்துணர்வையும் ஏற்படுத்தும் விதத்தில் அவ்வப்போது பேச்சுக்களும் படைநகர்வுக்கான எச்சரிக்கையும் நிகழ்ந்து கொண்டே இருக்கின்றன. குறிப்பாக, 1975ஆம் ஆண்டு வடகொரிய தலைவர் கிம் இல் சாங் தென்கொரியா மீது பாரிய யுத்தமொன்றை மேற்கொள்ளும் வகையில் செயற்பட்டதுடன் அரசியல் மற்றும் இராணுவரீதியான ஆதரவைத் திரட்ட சீனாவுக்கு விஜயமொன்றை மேற்கொண்டார். ஆனால் சீனாவின் உள்நாட்டுக் கலாசாரப் புரட்சியும் அதன் நெருக்கடியும் வடகொரியாவுக்கான ஒத்துழைப்பை முழுமையாக வழங்க மறுத்ததுடன் தென்கொரியா மீதான போரை வெளிப்படையாக நிராகரித்தது. இக்காலப்பகுதியில் சீனா-அமெரிக்க உறவு வெளிப்படையாக விரிவடைந்து செல்ல ஆரம்பித்தது. மேலும் இக்காலப்பகுதியில் 1975இல் அணிசேரா இயக்கத்தில் சேருவதற்கான முன்யோசனையையும் வெளிப்படுத்தி இருந்தது.

1985இல் வடகொரியா அணுவாயுதப் பரவல் தடை உடன்படிக்கையில்(*Nuclear Non – Proliferation Treaty – NPT*) ஒப்பமிட்டது. ஆனால் சர்வதேச அணு ஆற்றல் நிறுவனத்தின் ஆய்வுகளை வடகொரியாவுக்குள் மேற்கொள்ள 1992ஆம் ஆண்டு தான் இணங்கியது. அதுவரை பல காரணங்களைத் தெரிவித்து அதற்கான அனுமதியை நிராகரித்து வந்தது. அதே நேரம் 1990இல் வடகொரியா கடுமையான பொருளாதாரப் பஞ்சத்திற்கு உள்ளானது. இயற்கை அழிவு ஒருபுறம், அதற்கான போதிய மீளமைப்புக்கள் கிடைக்காமை, அத்துடன் பொருளாதார வாய்ப்புக்களுக்கான காலநிலையும் பொய்த்துப் போக அனைத்தும் சேர்ந்து பாரிய உணவு நெருக்கடியை எதிர்கொள்ள வேண்டிய நிலைக்குள் தள்ளப்பட்டது. டைம் பத்திரிகையின் செய்தியாளர் டொனால்ட் மெக்கின்டயர், உணவுப் பட்டினியால் மாண்டவர்களின் எண்ணிக்கை 20இலட்சம் வரை இருக்கும் என்கிறார்.

அத்தகைய நெருக்கடியின் மத்தியில் அந்த நாட்டின் தலைவரான கிம் இல் சுங் 1994இல் இருதய நோயினால் மரணம் அடைந்தார். அந்த நாட்டு மக்களின் வாழ்வில் இரண்டாவது துயராக அமைந்தது. தொடர்ந்து வடகொரியாவின் ஆட்சித் தலைவராக கிம் ஜோங் இல் (Kim Jong il 1941-2011) தெரிவு செய்யப்பட்டார். இவர் 1974ஆம் ஆண்டிலேயே கிம் இல் சுங்கினால் தனது அரசியல் வாரிசாக நியமிக்கப்பட்டிருந்தார். 1991ஆம் ஆண்டில் வடகொரியாவின் தலைமைத் தளபதியாகவும் நியமிக்கப்பட்டிருந்தார். தந்தையின் மரணத்தைத் தொடர்ந்து வடகொரியாவின் உச்சத் தலைவரானார்.

பொருளாதாரச் சுமையால் பாதிக்கப்பட்டிருந்த வடகொரிய மக்களுக்கு 1995 முதல் ஐக்கிய நாடுகள் அமைப்பின் உலக உணவுச் செயல் திட்டம் (World Food Programme – WFP) கீழ் ஐ.நா.சபை உணவுத் திட்டத்தை வழங்க முன்வந்தது. அதன் பிரகாரம் உலக உணவுத் திட்டத்தின் கீழ் வடகொரியா உட்படுத்தப்பட்டது.

1999ஆம் ஆண்டுக்குப் பின் அமெரிக்க ஜனாதிபதியான பில் கிளின்டன் நிர்வாகம் சுமூகமான உறவை வடகொரியாவுடன் ஏற்படுத்தும் முயற்சியில் ஈடுபட்டது. இதன் வாயிலாக இரு அரசுகளுக்கு மிடையில் இணக்கமான சூழலை உருவாக்க ஆரம்பித்தது. அதன் மூலம் இரு நாடுகளுக்கும் இடையில் நிலவிய முரண்பாட்டை நீக்கும் விதத்தில் பொருளாதாரத் தடைகள் சிலவற்றை விலக்கிக் கொள்ள முன்வந்தது. இதனால் வடகொரியாவின் ஏற்றுமதி மற்றும் வர்த்தக நடைமுறைக்கும் இறக்குமதிக்குமான வாய்ப்புக்கள் அதிகரித்தன. ஆனால் அதற்கான வாய்ப்பு அதிக காலம் நீடிக்கவில்லை. அமெரிக்க நிர்வாகத்தில் குடியரசுக் கட்சியின் நிர்வாகம் ஆட்சிக்கு வருகை தந்ததும் வடகொரியாவுடனான அனைத்து உறவுகளிலும் நெருக்கடி ஏற்பட்டது.

 2002ஆம் ஆண்டு வடகொரியாவுடனான அனைத்து நேரடிப் பேச்சுவார்த்தைகளும் உடனடியாக நிறுத்தப்பட்டன. அமெரிக்க ஜனாதிபதி ஜார்ஜ் டபிள்யூ. புஷ் (George W. Bush) ஆட்சிக்கு வந்ததும் வடகொரியா மீதான குற்றச்சாட்டுக்கள் அதிகரித்தன. வடகொரியாவை தீமையின் அச்சில் சுழலும் நாடு என புஷ் சாடினார். இதனால் இரு நாடுகளுக்குமான உறவு விரிசலை நோக்கி நகர்ந்தது. மேலும் பொருளாதாரத் தடைகளும் அச்சுறுத்தல்களும் அதிகரித்தன. இதனால் 2002ஆம் ஆண்டு வடகொரியா தனது நாட்டிலிருந்து சர்வதேச அணு ஆற்றல் நிறுவனத்தின் ஆய்வாளர்களையும் கண்காணிப்பாளர்களையும் வெளியேற்றியது. இதன் பின்பு அணு ஆயுதப்பரவல் தடை உடன்பாட்டிலிருந்து வடகொரியா சுயாதீனமாக 2003ஆம் ஆண்டு வெளியேறியது. ஏறக்குறைய வடகொரியா அணுவாயுதங்களைத் தயாரிப்பதற்குத் தடையாகவிருந்த அனைத்து உடன்பாடுகளிலிருந்தும் வெளியேறியது. இதனால் வடகொரியா படிப்படியாக ஆயுதங்களை உற்பத்தி செய்யவும், ஏவுகணைகளை பரிசோதனைக்கு உட்படுத்தும் நடவடிக்கையிலும் ஈடுபட ஆரம்பித்தது. இதன் பிரகாரம் 2003ஆம் ஆண்டு தென்கொரியாவிற்கும் ஜப்பானுக்கும் இடைப்பட்ட கடற்பரப்பில் இரண்டு ஏவுகணைகளைச் செலுத்திப் பரிசோதித்தது. இதனை அடுத்து ஏற்பட்ட கொரிய குடாவின் கொதிநிலை அரசியலைக் கட்டுப்பாட்டுக்குக் கொண்டுவரும் விதத்தில் சீனா சில நகர்வுகளை மேற்கொண்டது.

2003ஆம் ஆண்டு ஆகஸ்டில் சீனாவின் முன்முயற்சியினால் ஆறு நாடுகள் ஒன்று சேர்ந்து முதல் சுற்றுப்பேச்சுவார்த்தையை சீனாவின் தலைநகரான பெய்ஜிங்கில் ஆரம்பித்தன. குறிப்பாக, வடகொரியாவின் ஏவுகணைப் பரிசோதனைகளை நிறுத்தவும், அணுவாயுதம் தொடர்பிலான வடகொரியாவின் நடவடிக்கையைக் கையாளவும் சீனா பேச்சுவார்த்தையை ஆரம்பித்தது. 2004ஆம் ஆண்டு பெப்ரவரியில் இரண்டாம் சுற்றுப் பேச்சுவார்த்தையும், ஜூனில் மூன்றாம் சுற்றுப் பேச்சுவார்த்தையும் இடம்பெற்றன. 2005ஆம் ஆண்டு ஜூலையில் நான்காம் சுற்றுப் பேச்சுவார்த்தையும், செப்ரெம்பரில் ஐந்தாம் சுற்றுப் பேச்சுவார்த்தையும் இடம்பெற்றன.

ஐந்தாம் சுற்றுப் பேச்சுவார்த்தையின் போது அணு ஆயுத உற்பத்தியை கைவிட வடகொரியா ஒப்புக் கொண்டது. ஆனால் அடுத்த சில தினங்களிலேயே பில் கிளின்டன் நிர்வாகத்திடம் வாக்களித்த மென்னீர் உலைகள் நிறுவப்பட வேண்டும் என்பதை ஒரு நிபந்தனையாக வடகொரியா முன்வைத்தது. 2005ஆம் ஆண்டு நவம்பரில் வடகொரியாவின் சில வெளிநாட்டு வங்கிக் கணக்குகளை அமெரிக்கா முடக்கிய போது பேச்சுவார்த்தைகள் முறிந்தன.

2006ஆம் ஆண்டு வடகொரியா அணுகுண்டுப் பரிசோதனையை வெற்றிகரமாக நடத்தியது. மீண்டும் 2007 மற்றும் 2009 ஆகிய ஆண்டுகளில் வடகொரியா அணுகுண்டுச் சோதனையை தொடர்ந்து நடத்தியது. 2009 ஜூனில் வடகொரியாவின் ஏவுகணைச் சோதனைகள் அனைத்துக்கும் ஐக்கிய நாடுகள் சபை தடைவிதித்திருந்தது. 20 ஆகஸ்ட் 2009ஆம் ஆண்டில் இரு கொரியாக்களுக்கும் இடையிலான உறவு முறுகலை நெகிழவைக்கும் சமிக்ஞையாக தென்கொரியாவுக்கான எல்லையில் போக்குவரத்துக்கான கட்டுப்பாடுகளைத் தளர்த்துவதாக வடகொரியா கூறியது. ஆனால் அது நீடிக்கவில்லை. 23 நவம்பர் 2010ஆம் ஆண்டு தென்கொரியாவின் எல்லைப் பகுதியில் அமைந்துள்ள தீவு ஒன்றை நோக்கி வடகொரியா எறிகணை வீச்சுத் தாக்குதலை மேற்கொண்டதை அடுத்து, பதிலடியாக தென்கொரியா வடகொரிய எல்லைப் பகுதியை நோக்கி எறிகணைத் தாக்குதல்களை மேற்கொண்டது.

19, டிசம்பர், 2011ஆம் ஆண்டு வடகொரியாவின் உயர் தலைவர் கிம் ஜோங்-இல் தனது 69வது வயதில் காலமானார். 30 டிசம்பர் 2011 ஆண்டு வடகொரியாவின் உயர் தலைவராக கிம் ஜோங் உன் தெரிவானார். 2012 ஆண்டு பெப்ரவரி 29 அன்று சீனாவின் பெய்ஜிங்கில் நடைபெற்ற ஐக்கிய அமெரிக்காவுடனான பேச்சுவார்த்தைகளின் போது, 'வடகொரியா இனி அணுகுண்டு சோதனைகள் நடத்தப் போவதில்லை என்றும், யுரேனியச் செறிவாக்கத்தை நிறுத்திக் கொள்ளப் போவதாகவும்' அறிவித்தது. இவ்உடன்பாடு 'Leap Day Deal' என குறிக்கப்பட்டது. இருதரப்பு

நம்பிக்கையின் வெளிப்பாடு குறுகிய காலமாகவே இருந்தது. வடகொரியா ஏப்ரல்-13, 2012 அன்று குவாங்மியோங்சாங்3 எனும் ஏவுகணை பொருந்திய செயற்கைக்கோள் ஏவுதலை நடத்தியது. ஏவுதல் தோல்வியடைந்தது. ஆனால் லீப் டே ஒப்பந்தம் நீண்ட ஆயுளைக் கொண்டிருந்தது என்ற நம்பிக்கையைத் தகர்ப்பதில் அது வெற்றி பெற்றது. அதேவேளை டிசம்பர், 12, 2012 அன்று குவாங்மியோங்சாங்-3 எனும் ஏவுகணை பொருந்திய செயற்கைக்கோளை வெற்றிகரமாக ஏவியது. லீப் டே உரையாடல்கள் தோல்வியடைந்ததை அடுத்து யுரேனியச் செறிவாக்கம் வடகொரியா தொடர்ந்தது.

2013ஆம் ஆண்டு மார்ச்சில் வடகொரியா மீண்டும் அதன் அணுவாயுத பரிசோதனை நிலையமாகிய யோங்பியோனில் உள்ள முதன்மை வசதிகளை இயக்கப் போவதாக அறிவித்திருந்தது. ஜூன்-11, 2013ஆம் ஆண்டு கொரியத் தீபகற்பம் பேச்சுவார்த்தைக்குக் தயார் என இரு கொரியாக்களும் அறிவித்தன. ஜூன்-17, 2013ஆம் ஆண்டு அமெரிக்காவுடன் பேச்சு நடத்த வடகொரியா விருப்பம் தெரிவித்தது. அக்டோபர்-20, 2016ஆம் ஆண்டு வடகொரியாவின் ஏவுகணைப் பரிசோதனை மீண்டும் தோல்வியில் முடிந்தது. தோல்வியில் முடிந்த ஏவுகணை நடுத்தர தொலைதூரத் தாக்குதல் திறன்கொண்ட முசுடான்ரக ஏவுகணை என்பது குறிப்பிடத்தக்கதாகும். 2017ஆம் ஆண்டு வடகொரியா தனது ஆறாவது அணுவாயுதப் பரிசோதனையை செப்டம்பர், 03இல் வெற்றிகரமாக நடத்தியது. ஜனவரி-17, 2018ஆம் ஆண்டு வடகொரியா மற்றும் தென் கொரியா ஒரே கொடியின் கீழ் குளிர்கால ஒலிம்பிக்கை எதிர்கொண்டனர் ஜூன்-12, 2018ஆம் ஆண்டு வடகொரியா-அமெரிக்கத் தலைவர்களின் சிங்கப்பூர் உச்சிமகாநாடு நடைபெற்றது.

எனவே, இப்பகுதி வடகொரியாவை அறிமுகப்படுத்தும் விதத்தில் உருவாக்கப்பட்ட போதும் அதன் அரசியல் காலவரிசைக்கு அமைவாக ஒழுங்குபடுத்தப்பட்டுள்ளது. வடகொரியாவின் அரசியல் வரலாற்றை அதன் திருப்பங்களுடன் தேடுதல் என்பது தனித்துவமான அடையாளமாகும். அத்தகைய அடையாளத்தை சோசலிஸ அரசியல் தத்துவமாக இனங்காணுதல் என்பதே வடகொரியாவின் அரசியல் வரலாறாகவுள்ளது. அதன் சோசலிஸ சித்தாந்தமே அரசியல் சமூக இயங்கியலுக்கான வேராக உள்ளது.

அத்தகைய அரசியல் தத்துவத்தின் (*Political Philosophy*) ஊடாகவே வடகொரியாவின் இருப்பும் செயல்பாடும் வடிவமைக்கப்பட்டுள்ளன. வடகொரியாவின் அரசியல் நிறுவனத்தின் இருப்பையும் தலைமையின் ஆளுமையையும் கட்டமைக்கின்ற சமூகமே நிலையான இருப்புக்கு வழிவகுத்துள்ளது. கடந்த எழுபது ஆண்டுகால அரசியல் இருப்பானது சோசலிஸத்தின் சர்வாதிகார அணுகுமுறைக்குள்ளாக நகர்ந்துள்ளது. வடகொரியாவின் நிலைத்திருப்பு அத்தகைய அணுகுமுறைக்குள்ளாக வளர்ச்சியடைந்துள்ளது. அவை ஒவ்வொன்றுக்கும் பின்னால் புவிசார் அரசியல், பூகோள அரசியல், அணுவாயுத அரசியல் இருப்பது போல் அதன் அரசியல் சித்தாந்தமாகிய சோஸலிஸ சர்வாதிகாரம் அமைந்துள்ளது. சோஸலிஸம் சர்வாதிகாரமாக அமைந்தமைக்குக் காரணம் முதலாளித்துவ தேசங்கள் ஜனநாயகத்தின் பெயரால் சர்வாதிகாரத்தைப் பிரயோகித்ததன் விளைவேயாகும். இதனை உலகளாவிய தளத்தில் அவதானிக்க முடியும். ஐரோப்பா முதல் ஆசிய, ஆபிரிக்க, இலத்தீன்-அமெரிக்கக் கண்டத்து நாடுகளில் முதலாளித்துவம் தாராளவாதம், நவதாராளவாதம், ஜனநாயகத்தின் பெயரால் சோஸலிஸத்தை சிதைத்துள்ளன. அதனாலேயே வடகொரியா சோஸலிஸத்தை சர்வாதிகார அணுகுமுறைக்கூடாக இயங்குவது பொருத்தப்பாடெனக் கருதியது. மேற்கு ஏகாதிபத்தியத்தை எதிர்கொள்ள வடகொரியா சர்வாதிகார சோஸலிஸத்தை கையில் எடுத்துக்கொண்டது. அத்தகைய சோஸலிஸ சர்வாதிகாரமே வடகொரியாவின் இருப்பினை உறுதிப்படுத்திக் கொண்டது.

யதார்த்தவாதக் கோட்பாடு

இருபதாம் நூற்றாண்டில் அதிகம் முதன்மைப்படுத்தப்பட்ட கோட்பாடாக யதார்த்தவாதக் கோட்பாடு காணப்படுகிறது. சர்வதேச அரசியல் கோட்பாடுகளில் முதன்மையானதும் அதிகாரத்தை மையப்படுத்தியதும் அதிகாரப்போட்டிக்கான எண்ணங்களை உருவாக்குவதும் எனும் அடிப்படைகளில் தனித்துவமிக்கதாக யதார்த்தவாதக் கோட்பாடு அமைகின்றது. இதனை இருப்புவாதக்கோட்பாடு என்றும் அழைக்கின்றனர். இரண்டாம் உலக யுத்தத்திற்குப் பின்னர் அதிக முக்கியத்துவம் பெறும் கோட்பாடான யதார்த்தவாதம், ஆரம்பத்தில் தூசிடைஸ் (Thucydides 460 BC - 400 BC) என்பவரது சிந்தனையால் முதன்மைப்படுத்தப் படுகிறது.

தூசிடைஸ்

கி.மு. 431 முதல் 404 வரை எதேனியரின் ஆக்கிரமிப்புக்கு எதிராக ஸ்பாற்றன் லீக் (Spartan League) நடாத்திய போர் பெலோபொனேசியன் போர் என அழைக்கப்படுகிறது. இத்தகைய போரை மையப்படுத்தி தூசிடைஸ் எழுதிய 'போலெப்பனேசியன் போருக்கான வரலாறு' (History of Peloponnesian War) என்ற நூலில் யதார்த்தவாதத்தின் கோட்பாடு அடிப்படைகளையும், அவற்றின் துலாம்பரமான யதார்த்த எண்ணங்களை கிரேக்க அரசியல் மரபுகளுக்கூடாகவும், போருக்கூடாகவும் வெளிப்படுத்தியிருந்தார். அதிகாரத்திற்கான சமவலுவுடைய எதன்ஸ் (Athenian) நகர அரசுக்கும்

மெலியன் (*Malian*) அரசுக்கும் இடையிலான உரையாடல்களை அதிகார தளத்தில் வைத்து யதார்த்தவாதத்தின் பலத்தையும் பலவீனத்தையும் தூசிடைஸ் வெளிப்படுத்துகின்றார். அவரது யதார்த்தவாதத்திற்கான விவாதம் அனைத்தும் கிரேக்க நகர அரசுகளது அதிகார உறவுக்கான நடத்தையினை அடிப்படையாக கொண்டு நியாயப்படுத்தப்படுகிறது. அதன்பின் அதிகாரத்திற்கான வளர்ச்சி ஸ்பாட்டா உடனான போருக்கான உருவாக்கமாகவே அவரது வாதம் அமைகிறது.

கௌடில்யர்

இந்தியாவின் புராதன அரசியல் சிந்தனையாளரான கௌடில்யரின் (*Kautilya* 375 BC - 283 BC) அர்த்த சாஸ்திரத்தை முன்னிறுத்தும் யதார்த்தவாதிகளின் விவாதங்களும் அரசுகளின் இருப்பையும் அதற்கான போராட்டங்களையும் முதன்மைப் படுத்துவதோடு, அதிகார சமநிலைக்கான கொள்கை உருவாக்கத்தின் நியமங்களை கௌடில்யர் தனது அர்த்த சாஸ்திரம் என்ற நூலினூடாக நியாயப்படுத்துகிறாரெனவும் சுட்டிக்காட்டுகின்றார்கள். கௌடில்யருடைய வாதங்கள் அனைத்தும் அதிகாரத்திற்கான இலக்கினை வளர்ச்சியடைய செய்வதற்கான விரிவாக்கங்களையும் அதன் மீதான அவாக்களையும் விளைவுகளூடாக கண்டறியமுடியுமென்று யதார்த்தவாதிகள் விபரிக்கின்றனர். அதுமட்டுமன்றி பேரரசுவாதத்தை வலியுறுத்தும் கௌடில்யர் எதிரியை எதிர்கொள்ளவும் பலமான ஆட்சியை நிறுவவும் படைப்பலமே முதன்மையானது எனவும், பயிற்சி பெற்ற படையைக் கொண்டிருப்பதே அரசின் இயல்பு எனவும் குறிப்பிடுகின்றார். கி.மு. 4ஆம் நூற்றாண்டில் எழுந்த இந்திய சிந்தனையாக விளங்கும் அர்த்த சாஸ்திரம் பலக்கோட்பாட்டை முதல் முதல் அடையாளப்படுத்தியதுடன், கீழைத்தேச அரசியல் சிந்தனையே யதார்த்தவாதக் கோட்பாட்டின் முன்னோடியாக விளங்குகிறது.

நவீன வரலாற்றில் யதார்த்தவாதம் நிக்கலோ மாக்கியவல்லியின் (*Nicolo Machiavelli* - 1469-1527) சிந்தனையோடு உலகளாவிய ரீதியில்

வலிமை பெறுகிறது. 15ஆம், 16ஆம் நூற்றாண்டுகளில் இத்தாலியின் இருப்பை முதன்மைப்படுத்திய மாக்கியவல்லியின் சிந்தனைகள் மனிதனுடைய இயல்புகளில் ஆழமான சுய உணர்வுகள் பலமான ஆட்சியாளரது பாதுகாப்புக்கும் அதிகாரத்துக்குமான பிரதான அங்கீகாரமாக யதார்த்தவாதத்தை முதன்மைப்படுத்துகின்றன. அவரது வாதங்கள் அனைத்தும் அரசுகளின் சுய இருப்பினை உறுதிப்படுத்திக் கொள்வதற்கான தனிமனிதனான ஆட்சியாளனின் தனித்துவமான ஆளுமைகளும் மனோநிலைமைகளும் நியாயப்பாடுகளுக்கூடாக கட்டியெழுப்பப்படுகின்றன என்ற சிந்தனையை முன்வைக்க முயலுகின்றன. அதாவது, வன்முறைசார்ந்த கொலைக்கள அரசியல் எண்ணத்தை *Realpolitik* என்பதனூடாக வெளிப்படுத்துகிறார். தர்ம நியாயத்தைக் கடந்து அரசியல் இலக்கினை அடைவதற்கான கருத்து நிலையாகக் காணப்படுகிறது. இவற்றின் பரந்த வடிவமாகவே யதார்த்தவாதம் என்ற கோட்பாடு உருவானது. யதார்த்தவாதம் என்பது பலத்தை முதன்மையாகவும் மூலமாகவும் கொண்டு உருவாக்கப்பட்ட கோட்பாடாகவுள்ளது. இது அரசின் இராணுவப்பலத்தை முதலீடாகக் கொண்டு உள்நாட்டு, வெளிநாட்டு மற்றும் பூகோளச் சூழலையும் ஏனைய யதார்த்தங்களையும் பயன்படுத்திக் கொண்டு இலக்கை அடைவதைக் குறிக்கோளாகக் கொண்டது.

17ஆம் நூற்றாண்டுகளில் தோமஸ் கொப்ஸ் (*Thomas Hobbes 1588 - 1679*) அரசின் இயல்புகள் பற்றிய வாதங்களை தனிமனிதனுடைய சமூகம் சார்ந்த இணக்கப்பபாட்டை முன்வைத்த வாதங்கள் அனைத்துமே யதார்த்தவாதத்தின் பிரதிபலிப்புக்களே என அளவீடு செய்து கொண்டனர். குறிப்பாக கூட்டுத்தன்மை, வறுமை, செழுமை மற்றும் அரசு சார்ந்திருக்கக்கூடிய இயற்கையின் விதிகளாக அவற்றை கொப்ஸ் உள்ளடக்கியிருந்தார்.

கெனத் வோல்ஸ்

19ஆம் நூற்றாண்டில் டார்வினின் உயிரியல் கோட்பாட்டின் அடிப்படையில் யதார்த்தவாதக் கோட்பாடு மேலும் புதுவடிவம் பெற்றதாக விவாதிக்கப் படுகிறது. உயிரியல் யதார்த்தம், மனித இயல்பு, அதிகாரம், அகங்காரம் என்பனவற்றை உள்ளடக்கிய அரசின்

நலனை அடைவதற்கான பலாத்கார வழியே யதார்த்தவாதக் கோட்பாடு வலுவடைய காரணமாகியது. உள்நாட்டு, வெளிநாட்டு, சர்வதேச அரசியல் என்பனவற்றால் யதார்த்தவாதக் கோட்பாடு வெற்றிபெறவில்லை எனக் கருதிய கெனத் வோல்ஸ் (*Kenneth Waltz* 1924-2013) 1979இல் *Theory of International Politics* எனும் நூலில் நவயதார்த்தவாதம் (*NeoRealism*) பற்றிய அடிப்படைக் கருத்துக்களை முன்வைத்தார். சர்வதேச அரசியலை எழுமாற்றாக பார்க்காது சமூக மற்றும் இராணுவக் கட்டமைப்பு யதார்த்தமூடாகப் பார்க்க வேண்டும் என வாதிட்டார். இதனால் இவரது யதார்த்தவாதம் என்பது கட்டமைப்பு யதார்த்தவாதம் (*Structural Realism*) என அழைக்கப்பட்டது. இவரது கோட்பாட்டுச் சிந்தனை இரு தசாப்தங்களுக்குப் பின்பே முதன்மை பெறத் தொடங்கியது. அதிலும் பனிப்போர் முடிவின் பின்னான அனுபவமே இவரது கோட்பாட்டிற்கு முக்கியத்துவம் அதிகரிக்கக் காரணமாக அமைந்ததுடன் விவாதத்திற்கான விடயமாகவும் மாறத் தொடங்கியது. பனிப்போருக்குப் பிந்திய போர்களும் அதற்கான முனைப்புகளும் கட்டமைப்பு யதார்த்தவாதத்தினை நோக்கி யதார்த்தவாதிகளின் கவனத்தைத் திருப்பின.

யதார்த்தவாதத்தின் பிந்தைய ஆய்வுகளை முன்னெடுக்கும் போது துசிடைசியினுடைய விவாதங்கள் அனைத்தும் நவீன யதார்த்தவாதத்திலிருந்து தனித்துவமானவையெனக் குறிப்பிடுகின்றனர். இத்தகைய விவாதம் சமகாலத்தோடு ஒப்பீடு செய்யப்படுகின்ற போது அனைத்து யதார்த்தவாதிகளும், 'பிரதானமாக யதார்த்தவாதம் என்பது ஒருபோதும் காலத்தை அடிப்படையாகக் கொண்டிருப்பதைவிட சமகாலத்தில் நிகழும் சூழமைவுகளைப் பிரதிபலிப்புக்களாகச் செயற்படும் திறன் கொண்டவையென' குறிப்பிட முயலுகின்றனர். ஏறத்தாழ கிரேக்க காலத்திலிருந்து 21ஆம் நூற்றாண்டு வரை யதார்த்தவாதம் என்ற சொல்லின் பிரயோகம் சமகாலச் சூழ்நிலைகளை மையப்படுத்திப் புரிந்து கொள்ளப்படுகிறது.

சர்வதேச அரசியலில் யதார்த்தவாதம், சூழலைச் சார்ந்துப் புரிந்து கொள்ள வைக்கவும் அதனுடன் இணைந்து வலுப்பெறுகின்ற இராணுவத்தின் பலத்தினூடாகக் கட்டமைக்கப்படுவதாகவும் விளங்கிக் கொள்ள முடியும். இன்னொரு வகையில் கூறுவதாயின்

யதார்த்தவாதக் கோட்பாடு இராணுவப் பலக்கோட்பாடு என்றும், சூழமைவு சார்ந்த கோட்பாடு என்றும் சர்வதேச அரசியலில் விபரிக்கப்படுகின்றது. அதாவது குறித்த சூழமைவு சார்ந்து இராணுவ பலம், பொருளாதார பலம் மற்றும் சூழல் சார்ந்த புவிசார் அரசியல், சர்வதேச அரசியல் மற்றும் பிராந்திய அரசியல் நிலவரங்களை உள்ளடக்கி ஒரு யதார்த்தத்தைப் புரிந்து கொண்டு, இலக்கினை அடைவதனை விளங்கிக்கொள்ள முடியும். இங்கு இராணுவ பலக்கோட்பாடு உலகளாவிய அரசுகளின் அதிகாரத்தைப் போட்டித்தன்மைக்கூடாக கைப்பற்றவும், அவற்றை பேணவும், பராமரிக்கவும் பிரயோகப்படுத்தப்படுகின்ற போது சர்வதேச அரசியலில் பிரதான இலக்காகிய அதிகாரத்தை மையப்படுத்த முயலுகின்றது. அதன் அடிப்படையிலேயே மாக்கியவல்லியின் சிந்தனையும் இத்தாலியை மட்டுமன்றி பின்வந்த ஐக்கிய இராச்சியத்தின் உலக ஆதிக்கத்துக்கும் காரணமாக அமைந்ததுடன், நவீன சர்வதேச அரசியல் கோட்பாட்டின் தந்தையென வர்ணிக்கப்பட்ட ஹான்ஸ் மோகன்தோவின் யதார்த்தவாதம் பற்றிய உரையாடலையும் ஐக்கிய அமெரிக்காவின் எழுச்சியையும் பனிப்போர்க்கால சர்வதேச அரசியலையும் யதார்த்தவாதத்தினூடாக மதிப்பீடு செய்ய உதவி வருகிறது.

சுன் சூ

மேற்குலக சிந்தனையால் கவனிக்கப்படாத ஆனால் கீழைத்தேசத்தில் சீனாவை மையப்படுத்தி எழுச்சி பெற்ற சுன் சூவின் (*Sun Tzu* கி.மு.544-496) போர்க்கலை என்ற (*The Art of War*) நூல் சீனாவில் மட்டுமல்ல வியட்நாம், கியூபா மற்றும் மேற்கு நாடுகளாலும் கவனிக்கப்படும் சிந்தனையாக அமைந்துள்ளது. இராணுவவாதத்தையும் போர் உத்திகளையும் முதன்மையாகக் கொண்ட போர்க்கலை சீனா, வடகொரியா போன்ற நாடுகளது யதார்த்தவாத அடிப்படைகளாக காணப்படுகின்றன. வடகொரியா சுன் சூவின் உத்திகளையும் உபாயங்களையும் முன்னிறுத்தி இராணுவ பலத்தை உத்தரவாதப்படுத்துகின்றதை அவதானிக்க முடிகிறது. உலகளாவிய தளத்தில் இராணுவ பலத்தில் நின்று கொண்டு செயல்படும்

அரசுகளில் வடகொரியாவும் ஒன்றென்பதை விட வடகொரியாவே முதன்மையானதாக உள்ளதென்பது குறிப்பிடத்தக்கதாகும். ஏறக்குறைய பலக்கோட்பாட்டின் அடிப்படையிலேயே வடகொரியாவின் அரசியல் பொருளாதாரம் சமூக பண்பாட்டுத் தளம் கட்டப்பட்டுள்ளது. சுன் சூ, 'அமைதிக் காலத்தில் போருக்குத் தயாராகு; போர்க்காலத்தில் அமைதிக்குத் தயாராகு' எனக் குறிப்பிடுவது போலவே, 'பகைவனின் எதிர்ப்பை சண்டையிடாமலே முறியடிப்பது போர்களில் சிறந்தது' என்கிறார். இத்தகைய உத்திகளைக் கொண்டதாகவே வடகொரியத் தலைமைகளின் நகர்வுகள் காணப்படுகின்றன.

எட்வர்ட் ஹாலெட் ஹார்

20ஆம் நூற்றாண்டின் சர்வதேச அரசியல் முழுவதும் யதார்த்தவாதத்தின் சிந்தனைகளையே உள்ளடக்கி இருந்தது. இதற்கான கோட்பாட்டு விளக்கத்தை ஹான்ஸ்மோகன்தோ *(Hans Morgenthau 1904-1980)* வழங்குகின்றார். ஹான்ஸ் மோகன்தோ தனது, 'தேசங்களுக்கிடையிலான அரசியல்' *(Politics Among the Nations)* என்ற நூலில், 'அதிகாரம் அதன் நலன் என்பன உலகத்தை ஒருங்கமைக்கும் விதிமுறை என்பதை முதன்மைப்படுத்தி இருந்தது' எனக் குறிப்பிடுகின்றார். இத்தகைய எண்ணங்களை உள்ளடக்கி இருக்கும் அரசுகள் மோதிக்கொள்வதும் அவற்றின் வெற்றிகளை உறுதிப்படுத்திக் கொள்வதும், அதன் அடிப்படையில் தேசிய நலன்களைப் பாதுகாத்துக் கொள்வதும் அரசுகளிடையே இடம்பெறும் போராட்டம் என்பதைக் குறிப்பிட்டுக் கொள்ளலாம். தேசிய அரசுகளின் நிலம் மீதான பலமும் *(Land Power)*, சமுத்திரங்கள் மீதான பலமும் *(Sea Power)*, அண்டைவெளி நோக்கிய அதிகார பலமும் *(Space Power)* இராணுவ பலக்கோட்பாட்டினூடாக நடைமுறைப்படுத்தப் படுகின்றதென யதார்த்தவாதிகள் விபரிக்கின்றனர். இத்தகைய யதார்த்தவாதம் பல நூற்றாண்டுகளாய் சர்வதேச அரசியலில் செல்வாக்கு செலுத்தியது.

கெனத் வோல்ஸ்

இரண்டாம் உலக யுத்ததத்தின் பின்னரே யதார்த்தவாத உரையாடல் கோட்பாடாய் முக்கியத்துவம் பெற ஆரம்பித்தது எனலாம். இது நவீன யதார்த்தவாதம் எனவும் அழைக்கப்படுகிறது.

நவீன யதார்த்தவாதத்தின் தந்தையாக ஹான்ஸ் மோகன்தோ முதன்மைப்படுத்தப்பட்டாலும் எட்வர்ட் ஹாலெட் ஹார் *(Edward Hallett Carr 1892-1982)* மற்றும் கெனத் வோல்ஸ் *(Kenneth waltz)* போன்றவர்கள் முக்கியமானவர்களாக கருதப்படுகிறார்கள். யதார்த்தவாத சிந்தனை தோற்றம்பெறுவதற்கு பெலோபொனேசியன் போர் எந்த அளவு முக்கியமானதோ அதே அளவுக்கு இராஜதந்திரமும் முக்கியமானதாக விளங்குகிறது. 1939இல் 'இருபதாண்டுகள் நெருக்கடி' *(Twenty years Crisis)* என்ற நூல் ஒன்றினை கார் வெளியிட்டார். அந்நூலில் அதிகாரத்தைத் தீர்மானிக்கும் காரணிகளில் அரசியல் இராஜதந்திரமும் போரும் மிக முக்கிய பங்காற்றுகிறதென குறிப்பிடுகிறார். அதேபோன்று இராஜதந்திர செய்முறை, இரகசியம் காத்தல், ஒற்றுமை பேணல், சதிகளையும் எதிர்சதிகளையும் கொண்டிருத்தல் என்பன சர்வதேச அரசியலின் மையவாதங்கள் என்ற கருத்தையும் விபரித்திருந்தார். இவ்வாறு பல யதார்த்தவாத சிந்தனைகள் எழுச்சியடைந்த போதும் நிக்கலோ மாக்கியவல்லியின் கோட்பாடுகளும், ஹான்ஸ் மோகன்தோ மற்றும் கெனத் வோல்ஸ் போன்றவர்களுடைய கோட்பாடுகளும் முதன்மைப் படுத்தப்படுகின்றன.

யதார்த்தவாதத்தை வரையறுத்தல்

யதார்த்தவாதம் என்ற சொல்லின் ஆங்கிலப் பதம் *Realism* என்பதாகும். இதனை அரசறிவியலில் மட்டுமன்றி தத்துவவியலில் இலட்சியவாதிகளும் பெயரளவுவாதிகளும் விஞ்ஞானபூர்வமான யதார்த்தவாதம்*(Scientific Realism)* எனப் பிரயோகப்படுத்துகின்றனர். சர்வதேச அரசியலில் அரசியல் யதார்த்தவாதம் *(Political Realism)* என்பது தேசிய நலன், அதிகார அரசியல், மற்றும் இராணுவ வாதத்தைக் குறிப்பதாக உள்ளது. இதனை அரசியல் யதார்த்தவாதிகள் தத்துவவியலாளர்களின் யதார்த்தவாதத்திலிருந்த வேறுபடுத்திக் காட்டவும் புரிந்து கொள்ளவும் அதிக பிரயத்தனங்களை செய்கிறார்கள். இத்தகைய அரசியல் யதார்த்தவாதத்தை *'Realpolitik'*, *'Power Politics'* என்ற மரபுசார்ந்த சர்வதேச அரசியல் கோட்பாடுகளில் தொடர்ச்சியாக முதன்மைப்படுத்தி உள்ளனர். இது பெருமளவுக்கு

மரபு சார்ந்த யதார்த்தத்தின் அடிப்படைகளாகவே சர்வதேச அரசியல் புரிந்து கொள்ளப்படுவதாக யதார்த்தவாதக் கோட்பாடு காணப்படுகிறது. அதுமட்டுமன்றி வெளிநாட்டுக் கொள்கை சார்ந்த கோட்பாடுகள் யதார்த்தவாத கோட்பாட்டின் இன்னொரு விரிவாக உலக அரசியலில் கொள்ளப்படும் போக்கு சர்வதேச அரசியலின் வலுவானதும் முக்கியமானதுமான அணுகுமுறையாக விளங்குகின்றது என்பதை யதார்த்தவாதத்துக்கு எதிரானவர்களும் யதார்த்தவாதிகளும் தவிர்க்க முடியாது ஏற்றுக்கொள்கின்றனர். அதனடிப்படையில் யதார்த்தவாதம் என்பது அரசியல் சூழ்நிலை தன்மைகளும் இயற்கையின் சுய அடையாளங்களும் சர்வதேச உறவுகளின் நிலவுகின்ற போர்களின் வேர்களையும் பகுத்து ஆராய்வது யதார்த்தவாதத்தின் உள்ளடக்கம் எனக் கூற முடியும். இதனால் யதார்த்தவாதம் இராணுவவாதம் என்றும், பலக்கோட்பாட்டுவாதம் என்றும் குறிப்பிடப்படுகிறது.

றொபேர்ட் கில்பின்

யதார்த்தவாதம் என்றால் என்ன என்பது பற்றி பல்வேறு வரைவிலக்கணங்கள் முன் வைத்தாலும் அதுசார்ந்து அங்கீகாரமிக்கதும் முதன்மையானதுமாக அமெரிக்க அரசறிவியலாளர் றொபேர்ட் கில்பின் (Robert Gilpin 1930-2018) என்பவரது வரையறை விளங்குகிறது. மனிதன் சுயநலன்பாற்பட்டு செயல்படுவதனாலும் உலக அரசாங்கங்கள் இல்லாததனாலும் விதிக்கப்படும் அரசியல் மீதான தடைகளே யதார்த்தவாதமாகும். அவை அதிகாரம் மற்றும் பாதுகாப்பின் அனைத்து அரசியல் வாழ்கையிலும் முதன்மையான தேவைகளைக் கொண்டவையாகும். இதனையே கில்பின் யதார்த்தவாதத்தின் வரையறையாக அடையாளப் படுத்துகின்றார். இதன்போது யதார்த்தவாதத்தின் மைய எல்லையானது சம சூழலையும் அரசுகளுடைய மையவாதங்களையும் தொடர்ச்சியான அடையாளமாகக் காட்ட முயலுவதைக் காணலாம். ஆனால் சர்வதேச அரசியல் கோட்பாடுகளின் யதார்த்தவாதம் சமசூழலைக் கடந்தும் நிலைத்திருப்பதற்கான தனித்துவத்தை அரசுகளின் மையவாதத்தை முன்னிறுத்துவதன் மூலம் அடையாளம்காண முயலுகிறது. இத்தகைய அரசுகளையும்

அரசுகளின் முரண்பட்ட குழுக்களையும் அடையாளப்படுத்துகின்ற போது அரசின் மையவாதம் ஒற்றைத் தன்மை பொருந்தியதாக சர்வதேச அரசியல் கோட்பாட்டில் விபரிக்கப்படுவதாக கில்பின் வாதங்களை மறுதலிக்கும் கெனத் வோல்ஸ் குறிப்பிடுகின்ற விடயங்கள் கவனிக்கத்தக்கவை.

யதார்த்தவாதத்தின் மையப்பரப்பானது அராஜகத்தையும் தன்முனைப்புவாதத்தையும், அரசியல் அதிகாரத்திற்கான அவாவை அடைவதற்கான கருவிகளாகக் கொண்டன என்பதை யதார்த்தவாதக் கோட்பாட்டு அடிப்படையில் அங்கீகரிக்கின்றது. இதனை 20ஆம் நூற்றாண்டின் யதார்த்தவாதிகளான ஜோர்ஜ் கெனன், ஹான்ஸ் மோகன்தோ, றிம்கோல் நியபூர், கெனத் வோல்ஸ் ஆகிய அமெரிக்கர்களும் ஈ.எச்.ஹார் என்கின்ற பிரித்தானியரும் அங்கீகாரமளித்து முதன்மைப்படுத்துகின்றனர். அவ்வாறே மேற்கத்தேய அரசியல் சிந்தனையாளரான மாக்கியவல்லியும் தோமஸ் கொப்ஸிம், துசிடைசியும் யதார்த்தவாத விவாதங்களில் அதிகார அரசியலை முன்னிறுத்தி புரிதலை உத்தரவாதப் படுத்தியுள்ளார்கள்.

யதார்த்தவாதத்தின் இயல்புகள்

யதார்த்தவாதத்தின் இயல்புகளை யதார்த்தவாதிகளின் வாதங்களிலிருந்து அடையாளங்காண இப்பகுதி முயலுகிறது. மாக்கியவல்லியும் தோமஸ் கொப்சும் மனிதர்களைப் பற்றி விவாதிக்கின்ற போது சுயநலனும் அதிகாரத்தக்கான பேராசையும் ஏனையவர் மீதான ஆதிக்கம் செலுத்தும் மனோநிலையும் மனித இயல்பின் பிரதான அம்சமாகும் எனக்குறிப்பிடுகின்றனர். அந்தவகையிலே இருவரது விவாதங்களும் யதார்த்தவாத எண்ணங்களுக்குள் தனித்துவமான இயல்பாக அடையாளம் காணப்படுகிறது. தோமஸ் கொப்ஸின் சமூக ஒப்பந்தக் கோட்பாட்டில் இயற்கை நிலையை மனிதன் எத்தகைய தன்மையை கொண்டிருந்தனவோ அதுவே யதார்த்தவாதம் என நவீன யதார்த்தவாதிகள் கருதுகின்றனர்.

சர்வதேச அரசியலில் தேசிய நலனை அடைந்து கொள்வதற்கான அதிகாரப் போராட்டம் யதார்த்தமானது என்றும், அதனடிப்படைப் பண்பாக தேசிய அரசுகள் ஒவ்வொன்றிலும் சுயபாதுகாப்பு

அவசியமானதென்றும் யதார்த்தவாதிகள் ஏற்றுக்கொள்கின்றனர். எந்த தேசிய அரசும் சுயபாதுகாப்பினை இழந்து விடக்கூடாதெனவும், தேசிய நலனைப் பாதுகாப்பதற்கும், எதிரியை வெற்றிகொள்வதும், எதிரியை வெற்றி கொள்வதற்குப் பாதுகாப்பு தயார் நிலையில் இருத்தல் வேண்டும் எனவும் குறிப்பிடுவதனூடாக தேசிய அரசுகளின் இராணுவவாதத்தை யதார்த்தவாதிகள் நியாயப்படுத்தகின்றனர். அவ்வாறே யதார்த்தவாதத்தின் இயல்புகளில் சமாதானத்தின் மூலம் வலுச்சமநிலையை நிலைநாட்டுதல், கூட்டுப்பாதுகாப்பு மூலம் அதிகாரத்தை நிலைநாட்டுதல், இராஜதந்திரத்தின் மூலம் எதிரிகளைத் தோற்கடித்தல், கூட்டுப்பாதுகாப்பு மூலம் அதிகாரத்தை முகாமை செய்தல் போன்ற பொறிமுறைகளூடாக தேசிய அரசுகளுக்கிடையிலான அதிகாரக் கட்டமைப்பை உருவாக்க வேண்டுமென யதார்த்தவாதிகள் விவாதிக்கின்றனர். நட்பு நாடுகளுடனான கூட்டுறவைப் பலப்படுத்துவதன் மூலம் சுயபாதுகாப்புத் திறனை அதிகரித்துக் கொள்ளுதல் வேண்டும். அதேவேளை ஒரு தேசிய அரசு சுயபாதுகாப்பிற்காக நட்பு அரசுகளில் முழுமையாகத் தங்கியிருக்கக் கூடாதெனவும் யதார்த்தவாதம் வலியுறுத்துகிறது. அதன் அடிப்படையில் யதார்த்தவாதம் நடைமுறை அரசியலை அடிப்படையாகக்கொண்டு இயங்குகின்றது. அவ்வாறு இயங்குகின்ற போது அதிகாரப் போராட்டம் இயல்பான தேசிய அரசுகளின் சுயஅடையாளம் என்றும் அத்தகைய அதிகாரத்தை அடைவதற்கான இராஜதந்திரத்தை பிரதான அணுகுமுறையாக யதார்த்தவாதிகள் வலியுறுத்துகின்றனர். இராஜதந்திரத்தின் மூலம் சர்வதேச உறவுகளை நிலைநிறுத்திக் கொள்ளலாம் என யதார்த்தவாதிகள் கருதுகின்றனர். எனவே இங்கு இராஜதந்திரம் யதார்த்தவாதத்திலிருந்து பிரிக்க முடியாத கருத்தியலாகவும் தேசிய நலனின் மையப்புள்ளியாகவும் அதிகாரத்தை அடைவதற்கான இலக்காகவும் கருதப்படுகின்றது.

யதார்த்தவாதமானது, நடைமுறைச்சாத்தியமான கோட்பாடு என்பதனால் சர்வதேச அரசியலின் பிரச்சினைகளையும் அதற்கான தீர்வுகளையும் முன்மொழியும் கற்கை நெறியாகக் கொள்ளப்படுகின்றது. அறிவியல்ரீதியில் தேசிய நலனிலும், தேசிய ஐக்கியத்திலும் உறுதியான ஒன்றாக இக்கோட்பாடு தேசிய

அரசுகளை வழிநடத்த உதவுகின்றது. இது வெளிப்படையாக அதிகார அவாவை ஏற்படுத்தும் விதத்தில் தேசிய அரசுகளைத் தூண்டுவது என்றும் முரண்பாடுகளையும் மோதல்களையும் ஊக்குவிக்கின்றது என்றும், அதனால் ஒரு வன்முறை உலகம் உருவாக வழிவகுக்கின்றது எனவும் இக்கோட்பாடு மீது விமர்சனம் காணப்படுகிறது. ஆனால் மேற்குறித்த அனைத்துமே அரசுகளின் இயல்பான பண்புகள் என்றும், அதனையே இக்கோட்பாடு விவாதிக்கின்றது என்றும் மதிப்பீடுகள் உண்டு. அதுமட்டுமன்றி இலட்சியமான அரசுகளுக்கிடையே போரைத் தடுப்பதற்கான வழிமுறையையும் இராணுவ பலக்கோட்பாட்டின் மூலம் அதிகார சமநிலை பேணப்படுகின்றதெனவும் இக்கோட்பாடு விவாதிப்பதாக யதார்த்தவாதிகள் அதன் முக்கியத்துவத்தை நியாயப்படுத்துகின்றனர். இதனை அதிகம் உறுதிப்படுத்தும் கட்டமைப்பு யதார்த்தவாதிகள் அல்லது நவயதார்த்தவாதிகள் இருதுருவ இராணுவக் கட்டமைப்பை போரற்ற சூழலுக்குள் நகர்த்துவதில் அதிக பங்குவகித்ததென்ற வாதத்தை ஆதாரமாகக் கொள்கின்றனர். இவர்கள் இராணுவ பலத்தையே யதார்த்தவாதமாகக் கருதும் பொது நிலையிலிருந்து மாறுபடவில்லை என்பது கவனிக்கத்தக்கதாகும். மேலும் யதார்த்தவாதம் தேசிய நலனை முதன்மைப்படுத்துவதால் சர்வதேச நலன் பாதிக்கப்படுவதாகவும் இதனால் தேசங்களின் சர்வதிகாரம் நிலைநிறுத்த உதவுகின்றது என்றும் இக்கோட்பாடு மீதான குறைபாடுகளை விவாதிக்கின்றனர். எதுவாயினும், தேசங்களின் தேசிய இருப்புக்களையும் சர்வதேச மட்டத்திலான உறவுகளைப் பேணுவதில் யதார்த்தவாதம் தனித்துவமான பண்பினை வகிக்கின்றது.

யதார்த்தவாதத்தின் எண்ணப்பாங்கு பகுத்தறிவு மற்றும் அரச மத்தியவாதத்தை அடிப்படை வளங்களாகக் கொண்டு அது தோற்றம் பெற்ற காலப்பகுதியிலிருந்த அடையாளப் படுத்தப்படுகிறது. ஆனால் சர்வதேச உறவுகளில் மேலெழும் எந்தக் கோட்பாடும் பகுத்தறிவின்மையைக் கருத்திற்கொண்டு உருவாக்கமோ அல்லது செயலாக்கமோ காணப்படவில்லை எனக்கூறலாம். ஏறக்குறைய சர்வதேச கோட்பாடுகள் அனைத்தும் பகுத்தறிவை அடிப்படையாய்க் கொண்டே கட்டிவளர்க்கப் பட்டுள்ளன. அவ்வாறே சர்வதேசக் உறவுகளின் எந்தவொரு

கோட்பாடும் அராஜகவாதம் மற்றும் தன்னுணர்வு வாதம் என்பதன் இணைப்பாகச் செயற்படவில்லை என்று கூறலாம். இதன் விளைவாகவே அதிகார அரசியல் நிபந்தனைகளின் அடிப்படையில் அல்லது யதார்த்தத்தின் அடிப்படையில் உருவாகுகின்றது என்ற முடிவுக்கு வரவேண்டியுள்ளது.

மனிதனுடைய விருப்புக்கள் மற்றும் அவாக்கள் பரவாலாக எழுச்சியடைந்து இருப்பதோடு குறிப்பிடத்தக்க வகையில் மாற்றம் பெறக்கூடியவை என்பதனை யதார்த்தவாதிகள் அடையாளப்படுத்த முயலுகிறனர். அதேநேரம் யதார்த்தவாதத்தை மறுசீரமைக்க முயலும் யதார்த்தவாதிகள் மனித இயல்பின் மோசமான அல்லது பலவீனமான மற்றும் சுயநல அம்சங்களை இராஜதந்திரத்தின் நடத்தை மீது வைக்கும் வரம்பை வலியுறுத்தவதாகத் தெரிகிறது. அதனாலேயே யதார்த்தவாதம் இராஜதந்திர செல்நெறிக்கூடாக தனது உபாயங்களை வகுக்க முறபடுகிறது. நிக்கலோ மாக்கியவல்லி குறிப்பிடுகின்றது போல், ‘அரசியலில் அனைத்து மனிதர்களும் மோசமான அல்லது அதீதமான அதிகாரவெறி கொண்டவர்களாகச் செயற்படுகின்றார்கள். மேலும் வாய்ப்பு அல்லது சந்தர்ப்பம் கிடைக்கும் போதெல்லாம் அத்தகைய அரசியல் மனிதர்கள் மனதில் இருக்கும் தீங்குகள் அவர்களுக்கு எப்பொழுதும் வாய்ப்பை அளிக்கின்றது’. அவரது வெளிப்பாடு மனித இயல்புகளிலிருந்து அரசியல் கட்டமைப்புக்கு மாறுவதற்கான கவனிப்பை ஏற்படுத்தி யிருந்தது. இதை நாகரீகத்திற்கும் காட்டுமிராண்டித் தனத்திற்கும் இடையிலான வேறுபாடாகவே புரிந்துகொள்ள வேண்டும். வெவ்வேறு சூழல்களின் கீழ் செயற்படும் போது அத்தகைய மனித இயல்புகளை உரிய தனித்துவமும் அதன் அங்கீகாரமும் யதார்த்தவாதத்தினூடாக வெளிப்படுத்தப்படுவதாகக் கொள்ள முடியும். யதார்த்தவாதத்தைப் புரிந்து கொள்வதற்கான அடிப்படை அம்சம் போர் போன்ற தீங்கினை விளைவிக்கும் செயல்களின் அவசியப்பாட்டை உலக அரசுகள் அடிப்படையாய் ஏற்றுக்கொள்வதை குறித்து உரைப்பதாகும். அதாவது, தேசிய நலனைக் கருத்திற்கொள்ளும் அரசியல் தலைவர்கள் போரை அல்லது அதற்கு சமனான அணுகுமுறைகளைப் பயன்படுத்திக் கொள்வதன் மூலம் யதார்த்தவாதத்தின் நிலையை உலகிற்கு வெளிப்படுத்த முடியும் என யதார்த்தவாதக் கோட்பாட்டாளர்கள்

வாதிக்கின்றார்கள். இத்தகைய பகுத்தறிவுக் கோட்பாடு உலக அரசுக்கான உயிர்வாழ்வுக்கான முன்னுரிமைக்கோட்பாடாகவும் கருதப்படுகிறது. சுருக்கமாகக் கூறுவதாயின், யதார்த்தவாதம் என்பது அதிகாரத்தின் அடிப்படையில் அரசுகளுக்கிடையே நிகழும் உறவினைக் குறிப்பதாகும்.

ஜோன் ஹைட்ஸ்

யதார்த்தவாதிகளுடைய பார்வையில் சர்வதேச முறைமை ஓர் அராஜகமான வழிமுறையைக் கொண்டது என்பதாகும். உலக அரசாங்கம் என்ற ஒரு கட்டமைப்பு இல்லாதநிலையில் அரசுகளுக்கிடையிலான உறவுகள் அராஜகமானவை என்பதுவே யதார்த்தவாதிகளின் வாதம். அதாவது, சர்வதேச உறவுகளை அதிகார வெறியின் பிரதிபலிப்பாய் எழுச்சியடைந்த அம்சமாக எடுத்துக்கொணடுதான் யதார்த்தவாதிகள் சர்வதேச உறகள் மீது கவனம் செலுத்துகின்றனர். உலகளாவியரீதியில் தார்மீக கொள்கையையோ மனச்சாட்சி தத்துவத்தையோ அரசுகளின் நடவடிக்கைகளுக்கும் செயல்வடிவங்களுக்கும் பயன்படுத்த முடியாதென யதார்த்தவாதம் கருதுகிறதென ஹான்ஸ்மோகன்தோ குறிப்பிடுகின்றார். அநேக யதார்த்தவாதிகள் அராஜகம் படிநிலை அரசியல் அதிகாரத்தை இல்லாமல் செய்கிறது என்று குறிப்பிட்டு அராஜகவாதத்தை முதன்மைப்படுத்தும் கோட்பாட்டாளர்கள் அதனை யதார்த்தவாதத்திலிருந்து வேறுபடுத்த வேண்டுமென வலியுறுத்துகின்றார்கள். இதனை மேலும் விரிவாக விளக்கும் ஜோன் ஹைட்ஸ் (John Herz 1908-2005) என்பவர் அராஜகம் அதிகாரத்திற்கான போராட்டத்தின் மையவாத சிந்தனை என்கின்றார். இத்தகைய சிந்தனையால் அரசுகள் மீதான ஆக்கிரமிப்புக்களும் கைப்பற்றுதல்களும் படையெடுப்புக்களும் தடுக்கப்படுகின்றது என வாதிட்டார். இதனை ஹான்ஸ் மோகன்தோ குறிப்பிடுகின்ற போது அராஜகத்தின் மையவாதம் மனித இயல்புகளால் கட்டியெழுப்பப்பட்ட ஒன்று; அது அரசுகளின் எல்லைகளைப் பாதுகாக்கும் என்கின்றார். அதுமட்டுமல்ல, அது உலகளாவிய சமூகத்தின் மனித இயல்புகளின் திட்டங்களானவை கூட்டுத்தன்மையினால் கட்டியெழுப்பப்பட்டிருக்கின்றது என்பதையும் நிராகரித்து விட முடியாது என்று வாதிட்டார். இதனை

மேலும் விபரிக்கும் கெனத் வைஸ் என்பவர் முரண்பாடும் போரும் மனித இயல்பின் மையவாத சிந்தனை என்கின்றார். அதாவது, பலமான யதார்த்தவாதிகள் அதிகாரம், சுயநலம் மற்றும் முரண்பாட்டையும் யதார்த்தவாதத்தின் அடிப்படை என கருதுகின்றார்கள் என கெனத் வைஸ் விபரிக்கின்றார். இதன்மூலம் யதார்த்தவாதம் சரியான திசையில் அரசுகளையும் ஆட்சி முறைகளையும் கட்டமைக்கின்றது என்ற முடிவுக்கு வருகின்றனர்.

தொல்சீர் யதார்த்தவாதம் (Classical Realism)

20ஆம் நூற்றாண்டின் அதிக பிரபல்யமிக்க கோட்பாடாக யதார்த்தவாத கோட்பாடு காணப்படுகிறது. இக்கோட்பாட்டின் பிரபல்யத்துக்கு பின்னால் ஈ.ஏச்.கார் எழுதி வெளியிட்ட 'இருபதாண்டுகள் நெருக்கடி' எனும் நூலின் மூலம் தொல்சீர் யதார்த்தவாதம் அடையாளப்படுத்தப்படுகிறது. தொல்சீர் யதார்த்தவாதத்தின் இயல்பாக சர்வதேச அரசியலின் தாராளவாத அணுகுமுறையின் அங்கீகாரமிக்க செல்வாக்கைக் கொண்டதாக காணப்படுகிறது. ஆனால் சில யதார்த்தவாதப் புலமையாளர்கள் தாராளவாதத்திற்குள் போர் நிகழுகின்றது என்பது ஏற்றுக்கொள்வது கடினமென வாதிடுகின்றனர். அதேநேரம் ஈ.எச்.கார்ரினுடைய கருத்துக்கு மேலதிகமாக *Shuman Nicolson, Nibuhr, Schwarzenberger wight, Morgenthau, Kennan* மற்றும் *Butterfield* ஆகியோர் யதார்த்தவாதம் நியதிக்குட்படுகின்றது என்றும் தாராண்மைவாதமே யதார்த்த வாதத்தின் நியதி எனவும் வாதிக்கின்றனர். தொல்சீர் யதார்த்தவாதத்தின் பிரகாரம் மனித குலத்தின் இயல்பானது அவா அல்லது விருப்பத்தின் பேரில் அதிகம் வேரூன்றியுள்ளதால் அரசுகள் யதார்த்தவாதத்தில் தொடர்ந்து தங்கியிருக்கின்றதில் அதிகக் கரிசனை கொள்வதோடு அதற்கான ஈடுபாட்டைக் காட்ட விரும்புகின்றன.

கான்ஸ் மோகன்தோவின் யதார்த்தவாதக்கோட்பாடு

ஹான்ஸ் மோகன்தோ

கான்ஸ் மோகன்தோவின் 'தேசங்களுக்கிடையிலான அரசியல்' என்ற நூலில் அரசியல் யதார்த்தவாதத்துக்கு மறுக்க முடியாத நிலையான வடிவத்தை 1948-1985 இற்கு இடைப்பட்ட காலப்பகுதி ஏற்படுத்தியதென வாதிடுகிறார். அதனை ஏற்றுக்கொள்ளும் தொல்சீர் யதார்த்த

வாதிகள் சர்வதேச அரசியலின் இயல்பாக இருக்கக்கூடிய அபாயகர நிலை முதன்மைப்படுகிறதென்றும்' வெளியுறவுக்கொள்கையை உருவாக்குகின்ற கொள்கை வகுப்பாளர்களும் அதன் அரசியல் பங்கெடுப்பாளர்களும் சில சந்தர்ப்பங்களில் மோசமான விளைவுகளைத் தரக்கூடிய விடயங்களை முன்னெடுக்கின்ற போது சர்வதேச அரசியலின் அபாய நிலை தேசங்களுக்கிடையில் ஆபத்தான முடிவுகளை தரவைக்கின்றது என்றும் வாதிடுகின்றனர். ஆனால், கான்ஸ் மோகன்தோ இத்தகைய தொல்சீர் அரசியல் சிந்தனையை நிராகரிக்காது விட்டாலும் சமகால பகுத்தறிவுத் தேர்வுக் கோட்பாட்டில் காணப்படும் முறையான கணித மாதிரிகளைப் பயன்படுத்தினாலும் தொல்சீர் யதார்த்தவாதத்தை அரசின் நடத்தைவாதம் மற்றும் பகுத்தறிவுவாதத்தின் அடிப்படைகளைக் கொண்டு புரிந்து கொள்ளமுடியுமென்றும் விவாதிக்கின்றார். ஒவ்வொரு தேசத்தினதும் வெளிவிவகார கொள்கையின் அடிப்படை பிணக்கானது சூழ்நிலைகளை மையமாக கொண்டதுடன் (யதார்த்தம்) பகுத்தறிவின் மாற்றீட்டுக்கான வடிவத்தைத் தேடுவதாகவும், அதனைக் குறித்த முடிவுகளை நோக்கியதாகவும் உள்ளதெனவும், இது சர்வதேச அரசியலில் கோட்பாட்டு அர்த்தத்தில் அதனால் ஏற்படும் விளைவுகளையும் அதற்கான மூலங்களையும் கருதுகோளாகக் கொண்ட பரிசோதனையே பிரதான விடயமாக யதார்த்தவாதம் கருதுகின்றது என்றும் கான்ஸ் மோகன்தோ விபரிக்கின்றார்.

கான்ஸ் மோகன்தோவும் அவரது கருத்துக்களில் செல்வாக்கு செலுத்திய தொல்சீர் அரசியல் சிந்தனையாளர்களும் பகுத்தறிவை மையப்படுத்திய அரசுகளின் மூலோபாயங்களையும் அவற்றின் பயன்களால் ஏற்படக்கூடிய விளைவுகளையும் பொறுப்புக்களையும் முதன்மைப்படுத்தி விவாதித்துள்ளனர். குறிப்பாக, 1960களில் தொல்சீர் யதார்த்தவாதிகளின் அதன் அளவீட்டுத் தன்மையுடன் அதன் இயங்கியல் போக்கிலும் ஏற்படுகின்ற மாற்றங்களை தொடர்ச்சியாகக் கண்காணிப்பதன் மூலம் வலுப்படுத்திக் கொண்டனர். அதேநேரம் தொல்சீர் யதார்த்தவாதத்தின் இயல்பில் நிலவும் சீரற்ற தன்மையையும் ஆழமான கவனயீர்ப்பையும் அரசுகளில் ஏற்படும் மாற்றங்களினூடாக அவதானிக்க முயன்றுள்ளார். இதன்விளைவாக ஒரு நீண்ட உரையாடலினையும்

புரிதலையும் ஏற்படுத்துகின்ற நடத்தையிலும் அதன் எண்ணிக்கையிலும் காணப்படும் முறைமைகளையும் மரபுரீதியிலான அணுகுமுறையில் நிலவிய விழுமியங்களையும் தொல்சீர் யதார்த்தவாதத்தின் மூலங்களாக அடையாளப்படுத்துவதற்கான விசாரணைகளைத் தொடக்கி வைத்தனர். 1970களில் காணப்பட்ட அவதானிப்புக்களை அடிப்படையாகக்கொண்டு யதார்த்தவாதத்தை மேலதிக வளர்ச்சி நிலைகளுக்கான இலக்குகளை அடையாளப்படுத்துகின்றனர். குறிப்பாக, தொல்சீர் யதார்த்தவாதத்தின் போக்கில் தங்கியிருக்கும் தன்மையை அரசற்ற செயல்பாட்டுப் பிரிவுகளின் அம்சங்களையும் பிரபலமான அரசியல் தலைமைகளையும் உத்தரவாதங்களையும் தொல்சீர் யதார்த்தவாதம் உள்ளடக்குகின்றது என்ற வாதத்தை முதன்மைப்படுத்திக் கொண்டது.

கான்ஸ் மோகன்தோவின் தொல்சீர் யதார்த்தவாதத்துக்குரிய கருத்துக்களைப் பின்வருமாறு நோக்க முடியும்.

நிலைத்திருக்கும் மனித இயல்பின் புறநிலை விதிகள் ஏற்படுத்தும் தாக்கம் - அதாவது, சர்வதேச உறவு பற்றிய கோட்பாடுகள் யதார்த்தவாதத்தின் நிலைத்திருக்கும் மனித இயல்பின் புற நிலைக் காரணியால் கட்டமைக்கப்பட்டு வருகின்றன என்பதனை மோகன்தோ முன்வைக்கின்றார். இத்தகைய கொள்கையின் பிரதிமையாக மனித சமூகத்திடம் காணப்படுகின்ற நேரிய சிந்தனையை மதிப்பீடு செய்ய மோகன்தோ முயன்றதோடு சர்வதேச அரசியலுக்கும் மனித சமூகத்தின் இயல்புக்கும் இடையிலான யதார்த்தத்தை விஞ்ஞானபூர்வமாகக் கண்டறிந்து யதார்த்தவாதக் கோட்பாட்டினை விருத்தி செய்ய கான்ஸ் மோகன்தோ முயலுகின்றார்.

யதார்த்தவாதத்தின் இருப்பானது அதிகாரத்தை மையப்படுத்தியது என்ற வாதத்தை கான்ஸ் மோகன்தோ முதன்மைப்படுத்துகின்றார். அதிகாரம் அதிகாரத்தின் ஆர்வத்தினால் சர்வதேச உறவில் அரசுகளின் தனித்துவமான இயல்புகள் விதிமுறைகளாக செயற்படுகின்றன எனவும் அத்தகைய ஆர்வம் அதிகாரத்தைத் தூண்டுகின்றது எனவும் அதிகாரமே சர்வதேச அரசியலின் பகுத்தறிவு வாதத்தை மையப்பொருளாக கொள்கின்றது என்றும் வாதிடுகின்றார். அரசியல் சமூகத்தின் தனித்துவமான நிறுவனமான அரசு தனது எல்லைக்குள்ளும் எல்லைக்கு

வெளியேயும் மேற்கொள்கின்ற ஈடுபாட்டின் பிரதிமையாகவே அதிகாரத்தை நோக்கிப் பயணிக்க முயலுகிறதென யதார்த்தத்தின் சூழலை அடையாளப்படுத்தகின்றார்.

கான்ஸ் மோகன்தோவின் யதார்த்தவாதக்கோட்பாட்டின் பிரதான அம்சமாக அதிகார விஸ்தரிப்பு காணப்படுகிறது. அதாவது, அதிகாரத்தினுடைய பரம்பல் தேசிய நலனை அடைவதற்கான இலக்காக அமைவதோடு தேசிய அரசின் மையப்பொருள் அதிகாரத்தை விஸ்தரிப்பதும் அதனை நோக்கி அரசுகளை ஈர்ப்பதாகவும் அமைகின்றது.

கான்ஸ் மோகன்தோவின் யதார்த்தவாதக் கொள்கை உலகளாவியரீதியில் நியாயாதிக்கத்துக்கான பிரதிமைகளை முதன்மைப்படுத்துகிறது. எனினும், அத்தகைய நியாயதிக்கத்துக்கான கொள்கை உலகளாவியரீதியில் அதிக முக்கியத்துவத்தையோ செல்வாக்கையோ கொண்டிருக்காது காணப்படுவதோடு தேசிய அரசுகள் என்ற தளத்தில் இருந்து கொண்டு நியாயாதிக்கக் கொள்கையை சாத்தியப்படுத்த முடியாதென்றும் குறிப்பிடுகின்றார். அதாவது, தேசிய அரசுடன் அதிகாரத்தின் மீதான அவாவினால் தமது இயல்பையும் போக்கையும் நிர்மாணிப்பதும் கவனம் செலுத்துபவையுமாகவே விளங்குகின்றன. உலக நியாயாதிக்கத்திலிருந்த தேசிய அரசுகளின் நியாயாதிக்கம் வேறுபடக்கூடியதென்றும் சர்வதேச அரசியலில் ஏனைய கொள்கைகளுடன் ஒப்பிடும் போது நியாயாதிக்க கொள்கை உயர்வாக காணப்பட்டாலும் அவற்றைப் பின்பற்றுகின்ற உலக அரசாங்கமோ இல்லை என்ற குறைபாட்டை மோகன்தோ அங்கீகரிக்கின்றார். இத்தகைய நியாயாதிக்கக் கொள்கையானது யதார்த்தவாதத்திற்கும் அறம் சார்ந்த கொள்கைக்கும் இடையிலான உறவினைக் குறிப்பதாக விளங்குகின்றது. ஆனால், அரசியல் அறம் என்பதற்கு அப்பால் அதிகாரமே ஆதிக்கம் செலுத்துகின்றது.

சர்வதேச அரசியலில் தேசிய அரசுகள் ஒவ்வொன்றும் அற ஒழுக்கத்தின் பாற்பட்டு அரசியல் செயற்பாடுகளை மேற்கொள்ளவில்லை. அவை ஒவ்வொன்றும் தேசிய நலன்களின் அடிப்படையில் செயற்படுபவையாகவே அமைகின்றது. அதிகாரத்தைப் பிரயோகிக்க முயலுகின்ற அரசுகளாக மாத்திரமே அவை அடையாளப்படுத்தப்படுகின்றன. அரசுகள் ஒவ்வொன்றும்

ஏனைய அரசுகளை அதிகாரம் செய்வதும் ஆக்கிரமிப்பதும் யதார்த்தமானதாகவே அமைந்து விடுகின்றது. மோகன்தோ முன்வைக்கின்ற நீதியின் அல்லது அறம்சார்ந்த அரசுகள் தமது நலன்களை முதன்மைப்படுத்தும் போது அதனை அறமாகவோ, நீதியாகவோ கொள்ள முடியாதென ஏனைய யதார்த்தவாதிகள் மோகன்தோவின் கருத்தினை நிராகரிக்கின்றனர். தேசிய நலனை மையப்படுத்திய அதிகாரமானது யதார்த்தவாத அரசியலுக்கானதென மோகன்தோ குறிப்பிடும் போது நாட்டின் எல்லைக்குள்ளும் பிறநாடுகள் மீதும் ஒரே அளவான பரிமாணங்களில் விளங்கிக்கொள்ள முடியாதெனவும் அவ்வாறெனில் சர்வதேச அரசியல் அராஜகவாதத்தின் விம்பம் என்ற வாதத்தை வைத்துக்கொள்ள வேண்டிய நிலை ஏற்படுமெனவும் யதார்த்தவாதிகள் குறிப்பிடுகின்றனர்.

சுயத்துவம் என்பது தேசிய அரசுகளின் மோதல்களிலிருந்தும் வெளியுறவின் தன்மைகளிலிருந்தும் விவாதிக்கப்படுகின்றது. அதாவது, பில்லியாட் பந்து (Billiad Ball Model) மாதிரியென இதனைக் குறிப்பிடுகின்றனர். அதாவது, பில்லியாட் விளையாட்டு மேசையில் உள்ள பந்துகளுக்கு ஒப்பானவை தேசிய அரசுகள். பந்தினை அடிக்கும் போது அவை பிற பந்துகளின் ஓரங்களில் மோதல்களை ஏற்படுத்தும். ஒரு தேசிய அரசும் வெளியுறவுக் கொள்கையும் இவ்வாறே சுயத்துவமாக தேசியத்துக்கு வெளியே நடைபெறும் விடயமாகும். இத்தகைய விவாதத்தினால் சர்வதேச அரசியலில் போர்களும் மோதல்களும் எழக்கூடியதான அச்சம் நிலவுகிறது. உலகில் போர்களும் சமாதானங்களும் மாறி மாறி நிகழ்ந்து கொண்டுள்ளன. இதுவே உலக அரசியலின் யதார்த்தமென மோகன்தோ குறிப்பிடுகின்றார். அவர் மேலும் குறிப்பிடும் போது போர் அல்லது அமைதி நாடுகளுக்கிடையிலான உறவில் இயல்பு எனக் கூறுவது முழுமையாக ஏற்றுக்கொள்ள முடியாது. மாறாக, முரண்பாடுகளும் மோதல்களும் தொடர்ச்சியாக நிகழ்கின்றன. கூடவே போர் பற்றிய அச்சமும் நீடிக்கிறது. இத்தகைய முரண்பாட்டையும் அச்ச உணர்வையும் தணிப்பது இராஜதந்திர நடவடிக்கையாகும். தேசங்களின் தேசிய நலன் மிகக் குறைந்த மட்டுப்பாட்டளவில் நோக்கினால் அது பாதுகாப்பு சார்ந்த விடயத்தைக் குறிப்பதாகும். ஒரு தேசம் தனது எல்லைக்குட்பட்ட

முறைமையில் அழிந்து போகாது தப்பியிருப்பதே அதன் பாதுகாப்புக் கொள்கையின் யதார்த்தமாகும். இதனையே நடைமுறையில் வடகொரியா போன்ற சிறிய தேசங்கள் முன்னெடுத்து வருகின்றன. அத்தகைய அரசுகளின் நடத்தையை அறத்துக்கு உட்பட்ட அரசியலுக்கான ஒழுக்கக் கோட்பாடுகள் கொண்டு விளக்க முடியாது. அத்தகைய அறஒழுக்கங்களைப் பின்பற்றி நடத்தல் என்பது உலக அரசுகளின் பொது ஒழுக்கத்தின் பாற்பட்டதாகும். அதனை முதன்மைப்படுத்தும் உலக அரசாங்கமே அல்லது அதற்கு சமதையான நிறுவனங்களும் உலகளாவிய ரீதியில் காணப்படவில்லையென்பதே மோகன்தோவின் வாதமாகும்.

தோமஸ் கொப்ஸின் யதார்த்தவாதக்கோட்பாடு

தோமஸ் கொப்ஸ்

தொல்சீர் யதார்த்தவாதத்தின் மிகப் பிரதான பங்கெடுப்பாளராகக் காணப்படும் தோமஸ் கொப்ஸ் அவர்களின் 1651இல் வெளிவந்த லெவியதான் (Leviathan) எனும் வெளியீடே தொல்சீர் யதார்த்தவாதத்தின் அதன் அரசியல் தோற்றப்பாட்டினை சமூகத்துக்கு முந்தைய அரசின் இயல்புகளுக்கூடாக அடையாளப்படுத்த முயலுகின்றது. சர்வதேச உறவுகளின் தொல்சீர் யதார்த்தவாதக்கோட்பாட்டின் மனித இயல்புக்கும் சர்வதேச அராஜகத்துக்கும் இடையில் உலகளாவிய உடன்பாட்டின் போக்கு ஒன்றினை அரசுக்கும் சமூகத்துக்கும் உள்ளிருக்கும் முரண்பாடாக தோமஸ் கொப்ஸ் தொல்சீர் யதார்த்தவாதத்தின் நியமங்களை இனங்காண முயலுகிறார். கொப்ஸினுடைய மூன்று வகையான நிர்ணயமானது தொல்சீர் யதார்த்தவாதத்தின் இருப்புக்கான அடிப்படைகள் என்று பின்வந்த தொல்சீர் யதார்த்தவாதிகள் விவாதிக்கின்றனர். முதலாவது மனிதன் சமமானவன். இரண்டாவது அராஜகவாதத்தின் தொடர்பு. மூன்றாவது மனிதர்கள் போட்டித்தன்மைகளுக்குள்ளும் முரண்பாடுகளுக்குள்ளும் தற்காப்பு மகிமைகளுக்குள்ளும் உந்தப்படுகிறார்கள் என அரசின் முன்னர் உள்ள இயல்புகளை அடையாளப்படுத்துகிறார். போர் என்பது எல்லோருக்கும் எதிராக எல்லோராலும் மேற்கொள்ளப்படும்

விடயமென கொப்ஸ் விவாதிக்கிறார். இதுவே மனித சமூகத்தின் பலமும் பலவீனமும் எனக் குறிப்பிடும் கொப்ஸ் மனிதர்கள் தமக்கிடையே உள்ள சமத்துவமான தன்மையை அல்லது பலத்தை அல்லது தமக்குள் இருக்கும் இயந்திரமயமான தன்மையை அல்லது கூட்டுத் தன்மையை உறுதிப்படுத்துவதற்கான போட்டித்தன்மையை தமக்கிடையிலான முரண்பாடாக கொள்ள முயலுகின்றனர். இதனாலேயே தமக்கிடையே தாமே எதிரிகளாகின்ற ஒரு அமைவு தன்மையை உருவாக்கிக் கொள்கின்றனர். மனிதன் இலாபமடைதல், பாதுகாத்தல் மற்றும் புகழ்பெறுதல் என்பவையே போட்டித்தன்மைக்குக் காரணமென்கிறார். இச்சந்தர்ப்பத்தில்தான் அரசு என்பது அல்லது அரசாங்கம் என்பது தவிர்க்கமுடியாத அதிகார நிறுவனமாக உருவாக்கிக் கொள்ளவும் அத்தகைய அதிகாரத்தின் பிரதிபலிப்பாக மனிதனை ஆட்படுத்திக்கொள்ளவும் முயலுகிறது. அரசாங்கம் இல்லாதுவிட்டால் கொந்தளிப்பும் கொதிநிலையும் ஏற்படும். எனவே இங்கு தொல்சீர் யதார்த்தவாதத்தில் கொப்ஸ் ஏற்படுத்தம் தாக்கம் என்பது மனித சமூகத்தின் முரண்பாடுகளில் ஏற்படும் பிரதிபலிப்பே அரசில் அல்லது அரசாங்கத்தில் ஏற்படும் அதிகாரக் கட்டமைப்பைச் சார்ந்ததொன்றாக மாற்றுவதற்கு வழிவகுக்கின்றது என விவாதிக்கின்றார்.

மாக்கியவல்லியின் யதார்த்தவாதக் கோட்பாடு

நிக்கலோ மாக்கியவல்லி

நிக்கலோ மாக்கியவல்லியின் யதார்த்தவாத எண்ணக்கருக்களை உள்ளடக்கிய நூலாக இளவரசன் (*The Prince*) விளங்குகிறது. இந்நூலில் முடியரசுகள் இயங்குகின்ற விதிகளையும் அத்தகைய இயங்கியலுக்குள் காணப்படும் முரண்பாடுகளையும் எண்ணற்ற மோதல்களையும் அதனை எதிர்கொள்கின்ற ஆட்சியாளர்கள் பின்பற்ற வேண்டிய உபாயங்களையும்- அதாவது, இராஜதந்திர ரீதியிலான தந்திரங்களையும் சதிகளையும் எதிர்கொள்கின்ற உத்திகளையும் உள்ளடக்கியதாக அமையப்பெற்றுள்ளது. குறிப்பாக, இளவரசன்

என்ற நூலில் பலவகை அரசுகள் பற்றிய விபரணங்களைத் தருகின்ற போது அதிகாரத்தின் அடிப்படையில் ஓர் அரசு எழுச்சி பெறும் போது எதிர்ப்படும் சிக்கல்களை விபரணப்படுத்துகின்றது. அதாவது, முடியாட்சியாளர்கள் தமது இராணுவ பலத்தின் மூலம் கைப்பற்றும் நிலங்களை கட்டுப்பாட்டில் கொண்டுவருவதற்காக குடியேற்றங்களையும் இராணுவக் குடியேற்றங்களையும் குடியேற்றுவதனூடாக பாதுகாப்பதோடு, அத்தகைய குடியேற்றங்களில் காவல்படைகளையும், படைத்தளங்களையும் நிறுவுதல் அவசியம் என்ற வாதத்தை முன்வைக்கின்றார். அதுமட்டுமல்லாது அயல்நாட்டரசுகளை ஒன்றுக்கொன்று எதிரான பகைமையுடைய அரசுகளாக மாற்றுவதும் பகைமை கொள்ளக்கூடிய சூழ்நிலைகளை ஊக்குவிப்பதனூடாகவும் முடியாட்சியாளன் தனது பலத்தை உத்தரவாதப்படுத்திக் கொள்ள முடியுமெனவும், அதனூடாக ஆதிக்கத்தை நிலைநாட்ட முடியுமெனவும் விவாதிக்கின்றார். இதுமட்டுமன்றி, கைப்பற்றுகின்ற நிலங்களை ஆளுகின்ற போது மேலும் பல சிக்கல்களை ஆட்சியாளன் எதிர்கொள்ள நேரிடும். ஆக்கிரமிக்கப்பட்ட பிரதேசங்களில் நோய் நொடிக்குள்ளானவர்கள், காயப்பட்டவர்கள், அங்கவீனர்கள் ஆகியோர் உயிருடன் வாழ அனுமதிக்கக்கூடாதெனவும் அவர்கள் உயிருடன் வாழ அனுமதித்தால் பிற்காலத்தில் அதிக ஆபத்துக்களை எதிர்நோக்க வேண்டி ஏற்படுமெனவும் எதிர்வுகூறும் மாக்கியவல்லி ஆட்சியைக் கைப்பற்றும் அதிகாரமுடைய எந்தவொரு அரசும் போர் வீரர்கள் உட்பட அங்கவீனர்கள் அனைவரையும் கொன்றொழித்திட வேண்டுமென விவாதிக்கின்றார். போரில் வெற்றி கொள்வதென்பது உலகத்தில் உள்ள எல்லா ஆட்சியாளர்களதும் சாதகமான விடயமென யதார்த்தத்தை விவாதிக்கும் மாக்கியவல்லி, வெற்றி பெறும் ஒவ்வொருவரும் பாராட்டுக்கும் புகழுக்கும் உரித்துடையவர் எனக் குறிப்பிடுகின்றார். மாறாக, வெற்றிபெற்ற எவர் மீதும் எவரும் விமர்சித்தலாகாது என்றும் அக்கால ஐரோப்பாவின் யதார்த்தத்தை சுட்டிக்காட்டுகிறார். எனவே, வெற்றியையும் புகழையும் ஏற்கும் மனவலிமை உடையவனாக அரசன் இருத்தல் வேண்டும் என்கின்றார். அவ்வாறில்லையெனின் அவர்கள் இழிநிலைக்கு உட்படுத்தப்படுவார்கள். அரசன் ஒருவன் பெரும் பிரயத்தனத்தின் பின்பாகவே தனக்கான அதிகாரத்தைப் பெற்றுக்கொள்கின்றான்.

அவனைக் கேள்விக்குட்படுத்தும் வகையில் இன்னொரு அரசனின் அதிகாரத்தை அதிகரிப்பதற்கு மறைமுகமான உதவிகளை செய்து தனக்கான அழிவை தானே உருவாக்கக் கூடாதென்கிறார் மாக்கியவல்லி.

முடியாட்சியாளன் பிறிதொரு குடியரசிரனை அழித்து அந்நிலத்தில் தன் அதிகாரத்தை எவ்வாறு நிலைநாட்ட வேண்டுமென்பதை பின்வருமாறு குறிப்பிடுகிறார்.

முதலில், குடியரசினை அழிக்க எண்ணுபவன் அவற்றை படைவலிமையால் முறியடிக்க வேண்டும். அதன் பின்னர் வென்ற நிலத்தில் அல்லது குடியரசினை அடக்கி ஆளுதல் இலகுவானது. ஏனெனில் ஆட்சி செலுத்திய அரச குடும்பம் அழிக்கப்பட்டு விட்டது. வெற்றி பெற்றவனை எவனும் எதிர்க்க இயலாது. அதாவது கைப்பற்றிய குடியரசின் ஆட்சியாளர்கள், அவரின் சந்ததியாளர்கள் அனைவரும் முழுமையாக அழிக்கப்பட வேண்டுமென மாக்கியவல்லி ஆலோசனை வழங்குகின்றார். மேலும், அழிக்கப்பட்ட குடியரசின் நிலங்களில் தனது மக்களை குடியேற்றுவது தான் அதிகாரத்தைப் பாதுகாக்கும் பிரதான வழி என்கின்றார். அது தவறும்பட்சத்தில் அடிமைப்பட்ட குடிகள் மீது சட்டங்களைப் பிரயோகித்து அவற்றை அம்மக்கள் அனுசரித்து நடப்பதற்கு வழிமுறைகளை செய்ய வேண்டுமெனவும் அதனாலேயே அம்மக்களை அடக்கி ஆள முடியுமெனவும் விவாதிக்கின்றார். ஆட்சியாளன் அதிகாரப் போட்டியில் ஈடுபட்டு வெற்றிகொள்ள வேண்டுமாயின், சட்டம், நீதி, மற்றும் நியாயாதிக்கம் போன்ற விடயங்களுக்கு முன்னுரிமை கொடுக்காது அராஜக வழியில் அதிகாரத்தைக் கைப்பற்ற முயற்சி செய்ய வேண்டுமெனவும், ஆட்சியாளன் உயிருக்கு ஆபத்தினை விளைவிக்கும் அனைத்து நடைமுறைகளையும் கேள்விக்கிடமின்றி அழித்து விட்டு அதன் பின்னர் குடிமக்களுக்கான சேவையினை சிறிது சிறிதாக அனுபவிக்க வழி செய்ய வேண்டுமெனவும், இதுமட்டுமன்றி அறிவுபூர்வமாக செயற்படும் அரசன், பின்வரும் முக்கிய பண்புகளைக் கொண்டிருக்க வேண்டுமெனவும் மாக்கியவல்லி விவாதிக்கின்றார்.

போர்க்கலை நிபுணத்துவமிக்கவனாக இருத்தல் வேண்டும். தன் குடிமக்களிடம் தாராள மனம் படைத்தவனாயும் இரக்க குணம் உடையவனாயும் இருத்தல் வேண்டும். மூன்றாவது, அதிகாரத்தைப்

பெற விரும்பும் ஆட்சியாளன் மக்களுக்கு அச்சத்தினை ஏற்படுத்தக் கூடியவனாக இருத்தல் வேண்டும். அதேநேரம் அத்தகைய அச்சம் வெறுப்படையுமளவுக்கு வளர்ந்துவிடாதும் பார்த்துக் கொள்வதாகவும் இருத்தல் வேண்டும். குடிமக்களை சொத்து மற்றும் அவரது உறவு முறைகளை அறியாது நடப்பவனாக வைத்து இருத்தல் வேண்டும்.

அதிகாரத்திற்கான போராட்டம் ஆட்சியாளர்கள் தாம் மக்களுக்காக அளிக்கும் அனைத்து வாக்குறுதிகளையும் நிறைவேற்ற வேண்டுமெனக் கருத முடியாது. அதேநேரம் உடன்பட்ட அம்சங்கள் நீடித்து நிலைப்பாடும் காணும் பட்சத்தில் வாக்குறிகளை முழுமையாக நிறைவேற்றுவது தொடர்பில் ஆட்சியாளர்கள் சிந்திக்க வேண்டும். அத்துடன் ஆட்சியாளர்கள் நற்பண்புடையவராக மக்கள் மத்தியில் இனங்காட்டப்பட வேண்டுமேயன்றி யதார்த்தத்தில் அவ்வாறு செயற்பட வேண்டியதில்லை. காரணம், மக்கள் எப்போதும் பிற தோற்றத்தின் இயல்புகளை இரசிப்பவர்களாக இருப்பார்கள்.

எனவே, மாக்கியவல்லியின் யதார்த்தவாத சிந்தனை பலக்கோட்பாட்டையும் கடந்து ஆட்சியாளனுடைய உத்திகளைக் கட்டமைப்பதிலும் எதிர்கொள்வதிலும், அக்காலச் சூழலையும் மையப்படுத்தி விவாதங்களை முன்வைத்துள்ளார். இதனை மையப்படுத்தியே பிரித்தானிய சாம்ராச்சிய எழுச்சி நிகழ்ந்ததாக யதார்த்தவாதிகள் சூளுரைக்கின்றனர்.

நவயதார்த்தவாதம்

கொப்ஸின் யதார்த்தவாதத்தின் வாதங்களைக் கடந்து உலகம் நவயதார்த்தவாதத்தின் *(NeoRealism)* விம்பங்களை 1980களுக்கு பின்னர் முதன்மைப்படுத்த தொடங்கியது. அதிலும் குறிப்பாக 1979இல் கெனத் வோல்ஸின் 'சர்வதேச அரசியல் கோட்பாடுகள்' *(Theory of International Politics)* நூல் வெளியானது. அது ஏறக்குறைய கான்ஸ் மோகன்தோவின் 'தேசங்களுக்கிடையிலான அரசியல்' என்ற நூலுக்கு மாற்றீடாகவும், யதார்த்தவாதத்தின் அதீதமான பங்களிப்பை வெளிப்படுத்துவதாகவும் நோக்கப்படுகிறது. கெனத் வோல்ஸினுடைய விவாதம் முறைமைகளுக்குள்ளாலும் கட்டமைப்பின் இணைப்புகளுக்கூடாகவும் நவயதார்த்தவாதம்

காணப்படுகிறதென குறிப்பிடுகின்றார். அரசியலுக்கான அமைப்பியலானது மூன்று பிரதான மூலக்கூறுகளை கொண்டது என்கின்றார்.

ஒன்று, ஒழுக்கக்கொள்கை. அதாவது, அராஜகம் அல்லது படிநிலைவாதம். இதன் வடிவமானது ஏனையவற்றிலிருந்து வேறுபட்ட தனித்துவத்தை பேணுகின்ற முரண்பாடுகளைக் கொண்ட செயல்பாட்டிற்கு ஒத்த தன்மையினை வெளிப்படுத்தகின்றதென விபரிக்கின்றார். மிகையான அதிகாரத் தன்மையைக் கொண்ட பிரதியீடுகளை உருவாக்கக்கூடியது. இரு மூலக்கூறுகளின் அடிப்படையில் சர்வதேச முறைமை இயங்குவதாகக் குறிப்பிடும் கெனத் அவற்றை, ஒழுக்கக் கொள்கை அமைப்பு சார்ந்து அராஜகத்தின் கொள்கை எனவும், சுய ஒத்துழைப்புக் கொள்கை எனவும் அடையாளம் காண்கிறார். அதாவது, செயல்பாட்டை ஒரே மாதிரியாக கொண்ட சர்வதேச ஒழுங்கினை தாங்கியதாக விளங்குகிறதாக விபரிக்கின்றார். பல்துருவ ஒழுங்குக்கும் இருதுருவ ஒழுங்குக்கும் இடையில் நிலவிய வீழ்ச்சிக்கான அதிகார அமைப்பியல் முறைமையே காரணமென வாதிக்கின்றார். அதுவே நவயதார்த்தவாதத்தை வெளிப்படுத்தியதென கெனத் அடையாளப்படுத்துகிறார். அதனடிப்படையில் நவயதார்த்தவாதமானது அரசியல் தலைமைகளைக் கடந்து அரசுகளின் இயல்புகளின் கீழ் பல்வேறு பரிமாணங்களைக் கொண்ட சர்வதேச ஒழுங்கின் வெளிப்பாடுகள் அரசுகளின் இயங்குதிறனைத் தொழிற்பட வைப்பதற்கான அமைப்பியலை அடையாளப் படுத்தவதாக உள்ளது எனக் குறிப்பிடுகின்றார்.

இரண்டு, போட்டித்தன்மை. அரசின் நடத்தை அரசுகளுக்கிடையில் நடைபெறும் போட்டித்தன்மைகளுக்கூடாக கட்டமைக்கப்படுகிறதெனவும் அத்தகைய கட்டமைப்புத் தன்மை மிகச்சிறந்த சாதகமான முன்மாதிரிகளை வெளிப்படுத்துவதாகவும் தேர்ந்தெடுப்பதாகவும் இனங்காண முயலுகின்றார். சர்வதேச மட்டத்தில் நிலவுகின்ற விழுமியங்கள் ஒவ்வொன்றிலும் ஏதோவொரு வகையிலான பதிலீட்டுக்காக அரசுகள் தமது நடத்தை மீதான உருவாக்கங்களை சமூகமயவாக்கத்தினூடாகவும், விழுமியங்களினூடாகவும், மரபுகளுக்கூடாகவும் பிரயோகப்படுத்த முயலுவதாக விவாதிக்கின்றார்.

மூன்று, தேசிய நலனின் முக்கியத்துவம். வெளியுறவுக் கொள்கையானது தெளிவான முறைமியலுக்கூடாக உருவாக்கப்பட வேண்டுமென்றும், அவை ஒவ்வொன்றும் சர்வதேச வெளிப்பாடுகளை உள்ளடக்கியதாக அமைய வேண்டுமென்றும் குறிப்பிடும் கெனத் சர்வதேச உறவின் இயல்பு என்பது உள்நாட்டு அரசியலின் அணுகுமுறைகளுக்கூடாகவும் அதில் நிலவும் முறைமையான வேறுபாடுகளுக்கூடாகவும் நிலவும் இடைவெளிகளுக்கூடாகவும் நோக்கப்பட வேண்டியதொன்று எனக் குறிப்பிடுகின்றார். அதுமட்டுமன்றி உள்நாட்டு அரசியலில் நிலவும் தேவைகளையும் நலன்களையும் சவால்களையும் அடையக்கூடியதென்றாக சர்வதேச உறவுகள் அமைகின்றனவெனக் குறிப்பிடுகின்றார்.

நவயதார்த்தவாதம் சர்வதேச உறவுகளில் உள்ள மோதலையும், அராஜக நிலையையும் தீர்க்க முடியுமென்று கருதுகிறது. நவயதார்த்தவாதிகள் அரசியல் என்பது தனித்தொரு தன்னாட்சிக்கு உரித்துடைய வடிவம் இல்லை என்றும், இராணுவகட்டமைப்பினைப் பார்ப்பது போல் பொருளாதாரநிறுவனங்களின்கட்டமைப்பினையும், நிதி நிறுவனங்களையும் சமூக நிறுவனங்களையும் ஏனைய சமூக அமைப்புகளையும் நவயதார்த்தவாதம் அல்லது கட்டமைப்பு யதார்த்தவாதம் ஊடாக பார்ப்பதில் முனைப்பு கொள்கின்றனர். இதன் உள்ளடகம் ஒரு பல்முனைக் கட்டமைப்பை கொண்ட ஒழுங்கு என்றும், முற்றிலும் தொல்சீர் மரபுகளிலிருந்து வேறுபட்டது என்றும் விவாதிக்கின்றனர். குறிப்பாக, சர்வதேச உறவுகளில் நிலவும் மோதல்கள் அதற்கான அணுகுமுறைகள் வேறுபட்டதாக அடையாளப்படுத்துகின்றனர். அதிகாரத்தின் மட்டுப்பாடும் அதற்கான போட்டியும் அரசுகளுக்கிடையிலான மோதல்களுக்குக் காரணமென்று விவாதிக்கின்றனர். உத்திகளுக்குள்ளாலும் அவற்றைப் பிரயோகிக்கும் தன்மைகளுக்குள்ளாலும் சர்வதேச மோதல்களை மட்டுப்படுத்த முடியுமென்றும், இதனால் சர்வதேச உறவுகளுக்கிடையில் நிலவும் பாதுகாப்பு பற்றிய அணுகுமுறைகள் மோதலை தவிர்க்க உதவுமென்றும் விவாதிக்கின்றனர். குறிப்பாக, சுயபலம் கொண்ட அரசுகள் அதிகாரத்தைத் தேடும் அலகுகளுக்கும் இடையே நிலவுகின்ற முரண்பாடே போர்களாக உருவெடுக்கின்றதென நவயதார்த்தவாதிகள் நம்புகின்றனர். எனவே

நவயதார்த்தவாதத்தின் ஆர்வமானது மனித இயல்பைக் கடந்து அரசின் இயல்பினூடாக ஒழுங்கமைக்கப்பட்டுள்ளது. அத்தகைய ஒழுங்கமைப்பே அமைப்பியல் தன்மைகளுக்கூடாகக் கட்டமைக்கப்படுகின்ற போது நவயதார்த்தவாதம் பழைய யதார்த்தவாதத்திலிருந்து மாறுபடுகிறது. இங்கு பொருளாதாரம் சர்வதேச உறவுகளில் முதன்மையாகப் பார்க்கப்படுகிறது. பல்தேசிய கம்பனிகளும் அவற்றின் தொழிற்பாடுகளும் பிரதான அங்கம் பெறும் ஒன்றாக நவயதார்த்தவாதம் கட்டமைக்கப்பட்டள்ளது. ஆனாலும் தேசிய அரசுகளின் மைய நிலைப்பாட்டிலிருந்து நவயதார்த்தவாதம் விலகவில்லை என்பதைக் கோடிட்டுக்காட்ட முயலுகிறது.

அமைப்பியல் யதார்த்தவாதம்

யதார்த்தவாதம் புதிய யதார்த்தவாதம் அல்லது அமைப்பியல் யதார்தவாதம் என யதார்த்தவாத சிந்தனையாளர்களால் கட்டமைக்கப்படுகிறது. நவயதார்த்தவாதத்தின் நியாயாதிக்கத்தை கெனத் வொய்ஸ் முன்வைத்தது போன்று அதன் அடுத்த படிநிலையாக அல்லது யதார்த்தவாதத்தின் நவீன வடிவமாக சமகாலத்தில் பல பிரிப்புகளைக் கோட்பாட்டாளர்கள் அடையாளப் படுத்துகின்றனர். அத்தகைய யதார்த்தவாதம் நவயதார்த்த வாதத்திலிருந்தோ அல்லது கட்டமைப்பு யதார்த்தவாதத்திலிருந்தோ வேறுபடாத அல்லது அவற்றின் இயல்புகளுக்குப் பங்களிப்பு செய்பவையாக அவை அமைவதனை அவதானிக்க முடியும். அதாவது, சமகால யதார்த்தவாதிகள் தற்காப்பு யதார்த்தவாதம் *(Defensive Realism)*, தாக்குதல் யதார்த்தவாதம் *(Offensive Realism)* ஆகிய கோட்பாடுகள் தனித்துவங்களைக் கொண்டிருப்பதாக நவயதார்த்தவாதிகள் விபரிக்கின்றனர்.

தற்காப்பு யதார்த்தவாதம்

தற்காப்பு யதார்த்தவாதம் என்பது தற்காப்பு அமைப்பியல் யதார்த்தவாதம் என்றும் அழைக்கப்படுகின்றது. இது நவயதார்த்தவாதத்திலிருந்து விருத்தியடைந்தது என்ற வாதமும் அரசுகளின் அமைப்பியல் யதார்த்தவாதத்தின் பெறுமானங்களை விருத்தி செய்வதற்கான உபாயமென்று குறிப்பிடப்படுகிறது. குறிப்பாக, சர்வதேச அரசியல் முறைமைகளை பிற அரசுகளிடமிருந்து

ஏற்படுகின்ற நெருக்கடிகளையும் அவற்றுக்கான கட்டுமானங்களையும் அரசுகளின் பாதுகாப்பு உபாயங்களூடாக கட்டிவளர்க்கப்படுகின்ற அம்சமே தற்காப்பு யதார்த்தவாதமென நவீன யதார்த்தவாதிகள் குறிப்பிடுகின்றனர். அதனடிப்படையிலேயே ஒரு அரசின் பகுத்தறிவு வாதத்திற்கான தெரிவு பல்பரிமானக் கட்டுமானங்களின் உருவாக்கத்தை அரசின் நடத்தை சார்ந்து கட்டியெழுப்பப்படுகின்றது. அவ்வாறே தற்காப்பு அமைப்பியல் யதார்த்தவாதம் தற்காப்புக்கும் தாக்குதலுக்கும் இடையிலான சமநிலையைப் பேணுவதும் பராமரிப்பதும் சேர்த்துக்கொள்வதும் பிரதான இயல்பாகக் கொண்டிருக்கிறது. குறிப்பாக, தற்காப்பு அமைப்பியல் யதார்த்தவாதம் புவியியல்ரீதியாகவும் அல்லது தொழில்நுட்பரீதியாகவும் சமகால சூழலில் பாதுகாப்புக்கான பொறிமுறையாகக் கொண்டு அதன் வளங்களையும் அவற்றைப் பாதுகாப்பதற்கான உபாயங்களையும் முன்னிறுத்த முயலுகிறது. இதனிடம் அதிகாரம் வீழ்த்தப்பட முடியாத மேலாதிக்கம் பெறும் விடயமாக காணப்படுகிறது. அவ்வாறே அரசுக்குத் தற்காப்புக்கும் தாக்குதலுக்குமிடையிலான சமநிலையை போட்டித்தன்மைக்கு உட்படுத்துவதன் மூலமாக தமக்கிடையிலான அந்தஸ்தைப் பாதுகாத்துக் கொள்ள முனைகின்றது. அதிகாரம் நெருக்கடிகளிலிருந்தும் பொருத்தப்பாடுடைய பொறுப்பாண்மையிலிருந்தும் அமைப்பியல் தன்மைக்கூடான விரிவாக்கங்களை ஏற்படுத்துவதற்கான முனையங்களையும் கொண்டிருக்கின்றன. இதில் நவயதார்த்தவாதம் இரட்டைநிலை சாரம்சத்தைக் கொண்டது. அது ஓர் இயல்பான பெறுமானம் இல்லாதது. குறிப்பாக, அதிகார சமநிலை கோட்பாட்டின் தன்மையை ஒத்ததாகும். இதனால் எப்போதும் பகுத்தறிவுவாதம் தற்காப்புக்கும் தாக்குதலுக்கும் இடையிலான சமநிலையை முன்னிறுத்துவதோடு அதற்கான வாய்ப்புக்களை அரசின் தற்காப்பாகவும், அரசின் சமநிலையாகவும் கொள்ள முயற்சி செய்கிறது. இத்தகைய வாதத்தை முதன்மைப்படுத்திய கெனத் வோல்ஸ் நெருக்கீட்டுக்கான சமநிலைக்கோட்பாட்டினை மறைமுகமாக முன்னிறுத்துகின்றார். அதன்பிரகாரம் அரசுகள் அராஜகத்தின் பிரதிபலிப்புக்களாக கொள்வதற்கான ஓர் அடிப்படைவாதமாக கூட்டுக்களை தமக்கிடையே பாதுகாப்பை உத்தரவாதப்படுத்துவதற்காக உருவாக்கி உள்ளனர். இங்கு அரசுகள் நெருக்கடியிலும் அதிகாரத்திலும்

தங்கியிருப்பதோடு அவை இரண்டுக்கும் இடையிலான கணிப்பீடுகளின் அடிப்படையில் அரசுக்கான மூலக்கூறுகளை அடையாளப்படுத்துகின்றனர். ஓர் அரசு இன்னொரு அரசின் மீதான நெருக்கீடு அதிகாரத்தின் உறவு முறையாலும் அதற்கிடையிலான போட்டித்தன்மையினாலும் தற்காப்பினையும் தாக்குதலையும் சமநிலைப்படுத்த முயல்கிறது. இதுவே மேலாதிக்கத்தின் பலவீனத்தையும் அரசுகளுக்கிடையிலான இரட்டைவாதத்தின் சமநிலையையும் உருவாக்குகிறதென தற்காப்பு அமைப்பியல்வாதிகள் குறிப்பிடுகின்றனர். இதனை மேலும் விபரிக்கின்ற போது இத்தகைய மேலாதிக்கத்தின் விம்பங்களாக பிரான்சின் நெப்போலியன் வாதத்தையும் ஜேர்மனிய நாசிஸ வாதத்தையும் குறிப்பிடுவதோடு அவற்றின் கூட்டுத்தன்மைகள் இத்தகைய மேலாதிக்கத்தை நோக்கியதாக விஸ்தரிக்கப்படுகின்ற போது அரசுகளின் வல்லரசு வாதங்கள் எதிர்வாதங்களின் மூலம் அல்லது தாக்குதல் அளவீட்டின் மூலம் சாத்தியமாகின்றதென வாதிட்டனர். இதனை மேலும் தெளிவுபடுத்துகின்ற போது அரசுகளுக்கிடையிலே இருக்கும் சமமான அந்தஸ்து நெருக்கடியைத் தவிர்க்கவும், எதிர் நெருக்கடி வாதங்களை உருவாக்குவதற்குமான சூழலை சமநிலையான வலுப்படுத்தல் தவிர்க்க உதவுகின்றது.

இத்தகைய தாக்குதல் அமைப்பியல் யதார்த்தவாதம் சில முரண்பாடான விடயங்களையும் அவற்றின் ஆய்வுப்பரப்பையும் கொண்டுள்ளது. குறிப்பாக, அரசுகளிடம் எழுகின்ற விரிவாக்க நடத்தை ஏனைய அரசுகள் மீதான கட்டமைக்கப்பட்ட அல்லது அமைப்பியல் சார்ந்த பொறுப்பான்மையை மீளமைப்பதற்கான முயற்சியைக் கொண்டிருக்கின்றது. இது பெருமளவுக்கு உள்நாட்டு கட்டமைப்பில் நிலவுகின்ற காரணங்களாக பாதுகாப்பு நோக்கு நிலையிலான பரிமாணமும் மீளமைக்கப்படுகின்ற போது முரண்பாடுகள் தீவிர நிலையைப் பெறுகின்றது. இதனை கேர்ஸ் (Herz) என்கின்ற கோட்பாட்டாளர் பாதுகாப்புக் கட்டமைப்பானது அனைத்து நாடுகளதும் தீவிர நடவடிக்கைகளுக்கு வலுவைக் கொடுத்து தற்காப்பு நடவடிக்கைகளை வலுப்படுத்த முயலுகின்றது என்கின்றார். இத்தகைய தற்காப்பு கலையை தவறான புரிதலுக்கூடாக தாக்குதல் மரபை அரசுகளுக்குள் உள்வாங்குவதற்கும், தாக்குதலை மேற்கொள்வதற்கும் அரசுகள் வழிவகுக்கின்றது என்கின்றார்.

அரசுகள் மீதான நெருக்கடி என்பது பரஸ்பரம் அவற்றுக்கிடையேயான தீவிரத்தையும் தாக்குதல் உபாயத்தையும் முதன்மைப்படுத்துகிறது. இதுவே சர்வதேச உறவுகளின் துயரமாக அமைந்து விடுகிறது. ஆனால் இவை ஒவ்வொன்றும் ஆபத்தானவையோ அல்லது பாதகமானவையோ இல்லை. அரசுகளின் மத்தியில் நிகழும் முரண்பட்ட சூழல்களை கையாள்வதற்கான பொறிமுறை என்று கருதிக்கொள்ள முடியும். இத்தகைய பாதுகாப்பின் இக்கட்டான பரிமாணம் தற்காப்பு அமைப்பியல் யதார்த்தவாதத்தின் முரண்பாடான தொடரியாக விளங்குகின்றது. இதன் விரிவாக்கமே போர் என்ற புரிதலை ஏற்படுத்துகிறது. இதை இலகுவில் விலக்கிவிட்டுச் செல்ல முடியாது. காரணம், அரசுகளின் உள்நாட்டில் நிலவும் சூழமைவு நடத்தையின் தீவிரமும் பிற அரசுகளுடன் சம அந்தஸ்தினை நிலைநாட்டுவதற்கு மேற்கொள்ளப்படுகின்ற உலகளாவிய பண்பியல் தன்மையென குறிப்பிட முடியும். இதுவே தேசியப் பாதுகாப்பின் மேலாதிக்கத்திற்கும் சமநிலைக்குமான முன்னகர்வாகக் கொள்ள முடியும். இவ்வாறு பாதுகாப்பின் நெருக்கீடானது அரசுகளுக்கிடையிலான இக்கட்டுத் தன்மையை வலுப்படுத்தி உலக அரசுகளுக்கிடையிலான அதிகாரப் போட்டிக்கூடாக அரசுகளை பிராந்திய அடிப்படையிலும் வெளிச்சக்திகளின் அழுத்தங்களினாலும் அரசுகளுக்கிடையிலான உறவு நிலை வளர்த்தெடுக்கப்படுகின்ற போக்கினை தற்காப்பு அமைப்பியல் யதார்த்தவாதம் கொண்டு இயங்குகின்றது.

தாக்குதல் அமைப்பியல் யதார்த்தவாதம்

தாக்குதல் அமைப்பியல் யதார்த்தவாதம் தற்காப்பு அமைப்பியல் யதார்த்தவாதத்ததை பலவீனப்படுத்துகின்றது. அதனுடைய அதிகார பொருத்தப்பாட்டையும் அரசுகள் கொண்டிருக்கின்ற நேர்கணியமான அதிகார நோக்கையும் தாக்குதல் கட்டமைப்பு யதார்த்தவாதம் ஏற்றுக்கொள்ள மறுக்கின்றது. குறிப்பாக ஜோன் மெர்சய்மர் (*John Mersheimer 1947*) என்பவருடைய 'வல்லாதிக்க அரசியல் இடர்' *The Tragedy of Great Power Politics (2001)* என்ற நூலில் அவர் குறிப்பிடுகின்ற வாதங்கள் அரசுகள் முகங்கொடுக்கின்ற நிச்சயமற்ற சர்வதேச சூழ்நிலையானது எத்தகைய அரசினதும் அதிகாரப் பிரயோகம் இன்னொரு அரசின் மீதான தீங்கினை வெளிப்படுத்துவதாகவே அமைகின்றது என்கிறார். இத்தகைய சூழ்நிலையில் பாதுகாப்பு

மிகப்பிரதான முக்கியத்துவத்தை, அதன் திறன்களைத் தீர்மானிப்பதில் பங்கெடுப்பதுடன் மேலான அதிகாரம் அரசுகளின் போட்டித்தன்மைக்கான வாய்ப்புகளையும் அதிகரிப்பதற்கான அம்சமென வாதிடுகின்றனர். அத்தகைய அதிகார இன்மையானது அந்த அரசின் மீதான பிராந்திய அல்லது உலகளாவிய மேலாதிக்கத்துக்கு உட்படும் நிலையை உருவாக்குமென குறிப்பிடுகின்றார்.

ஜோன் மெர்சய்மர்

தாக்குதல் அமைப்பியல் யதார்த்தவாதம் பற்றி மெர்சய்மர் உடைய கோட்பாடு ஐந்து வகையான அடையாளப்படுத்தலைத் தர முயல்கிறது.

ஒன்று, சர்வதேச முறைமையானது அராஜகத்தன்மையைக் கொண்டது. வல்லரசு அதிகாரமனது இராணுவரீதியிலான திறன்களை கொண்ட தாக்குதலை பிரதிபலிக்கின்ற ஏனைய அரசுகள் மீது அழிவுகளினை பிரயோகிக்கின்ற அதேநேரம் ஏனைய அரசுகளை உறுதியாக அங்கீகரிக்காத நெருக்கடியை தொடர்ந்து கொடுக்கின்ற தன்மைகளைக் கொண்ட ஆரம்ப நிலை இலக்குகளே வல்லரசுகளின் இருத்தலுக்கான அடிப்படைகளாகும். அதேநேரம் இத்தகைய வல்லரசுகளே பகுத்தறிவு வாதத்தின் செயற்பாட்டாளர்களாகவும் காணப்படுகின்றனர்.

இரண்டு, வல்லரசுகள் மீதான பிறஅரசுகளின் அச்சத்தை அல்லது பயத்தை தமது பாதுகாப்பை வலுப்படுத்துவதனூடாகவும் சிறந்த மூலோபாயங்களை பின்பற்றுவதனூடாகவும் அதிகாரத்தைத் தக்கவைப்பதோடு அத்தகைய சூழலை வல்லரசுகள் கையாண்டு வருகின்றன. தற்காப்பு அமைப்பியல் யதார்த்தவாதம் அதிகாரத்தின் எல்லையை அதன் பொருத்தப்பாட்டின் அடிப்படையில் விவாதிக்கின்ற போது மெர்சய்மர் மேலான அதிகாரத்தின் சாத்தியப்பாடுகளைக் கொண்ட பாதுகாப்பின் தேவைப்பாடே முதன்மையானதென தாக்குதல் அமைப்பியல் யதார்த்தவாதத்தில் முன்மொழிகின்றார். இதுவே அரசுகளின் திறன்களின் அதிகரிப்பையும் பதிலீட்டுக்கான பொறுப்புக்களை இல்லா தொழிப்பதன் மூலம் அரசுகளின் பாதுகாப்பு வலுப்படுத்த முடியும் என்றார். இதன்மூலம் மேலாதிக்கவாதத்தினை அரசுகளின் இலக்காக அடைவதற்கு தகவலையும் அதன் பரிமாணத்தையும் அதிகாரத்தின்

உச்ச அளவான வெற்றி வாய்ப்பையும் மூலோபாயங்களையும் நேர்க்கணியமாகக் கொண்டு பாதுகாப்பான அரசக் கட்டமைப்பு வாதங்களை உருவாக்க முடியுமெனக் குறிப்பிடுகின்றார். அதுமட்டுமன்றி, ஓர் அரசின் அதிகாரத்தின் எல்லையின் உயரளவு அவசியமானது என்பதை விட சுயதாக்குதல் வலிமையும் பிராந்தியரீதியிலான மேலாதிக்கத்திற்கான வலிமையும் போதுமானவையாகும் என்கிறார்.

மூன்று, அரசுகள் தமது அதிகாரத்தின் அளவை விஸ்தரிப்பதற்குப் பின்பற்ற வேண்டிய வழிமுறைகள் போர்களில் ஏற்படும் இழப்புக்களைத் தவிர்க்கவும் அழுத்தமில்லாத வெற்றிகளை உத்தரவாதப்படுத்தவும் அதிகாரத்தின் திறனூடாக போர்களில் வெற்றியை அடைவதும் வீழ்ச்சியைத் தவிர்ப்பதுமே என்கின்றார். அத்தகைய பலவீனமொன்று ஏற்படுமாக இருந்தால் முழுமையாகப் பின்வாங்குவதும் அதன் ஆரோக்கியத்தை வளர்ப்பதற்கான முயற்சியில் ஈடுபடுவதும் அதனூடாக இலகுவான அதிகார அளவீட்டு பெறுமானங்களையும் பிராந்திய மேலாதிக்கங்களையும் தந்திரோபாயரீதியில் கையாள்வதும் அவசியமானவையாகும் என்கிறார்.

நான்கு, அரசுகளின் இறுதி இலக்கு வலுவான கட்டமைப்பைக் கொண்ட ஒரு நிறுவனமாக செயற்படுவது. எவ்வாறாயினும் உலகளாவிய மேலாதிக்கத்திலிருந்து அரசு வீழ்ச்சியடைவது அல்லது முடிவுக்கு வருவது சாத்தியமற்றது. அவ்வாறு அன்றி வீழ்ச்சியடையும் சூழல் ஏற்படுமாயின் அணுவாயுத சக்தி ஒன்று இல்லாமை நிலையிலேயே அத்தகைய வீழ்ச்சி சாத்தியமாகும். இன்னொரு நிலையில் அதிகமாக முதன்மைப்படுத்தப்படும் அடைவாக அமைந்திருப்பது பிராந்திய மேலாதிக்கவாதமாகும். குறிப்பாக ஒரு அரசின் வரையறுக்கப்பட்ட எல்லைக்குள் அமைவிடம் சார்ந்த பிரதேசத்துக்குள் ஆதிக்கம் செலுத்துவதாகும். இதுவும் தாக்குதல் திறனை அடிப்படையாகக்கொண்டே வரையறுக்கப்படுகிறது என்கிறார்.

ஐந்து, அரசு ஒன்றின் மேலாதிக்கவாதம் இழக்கப்பட முடியாது. அத்தகைய இழப்பீட்டை அல்லது இழந்து போன மேலாதிக்கத்தை மீளமைப்பதற்கான முயற்சி என்பது இராணுவத்தின் திறனை அதிகரிப்பதற்கான நிலத்தைக் கைப்பற்றுவதற்கான போரிலும்

அதற்கான நகர்வுகளிலுமேயே தங்கியுள்ளது. அத்தகைய போர்கள் வளங்களை மீளக்கைப்பற்றுதல் அச்சுறுத்தலை ஏற்படுத்தல் போர் மூலம் எச்சரிக்கையை உருவாக்குதல் நீண்ட விளைவுகளைக் தரக்கூடிய முரண்பாடுகளுக்கான போட்டித்தன்மையில் ஈடுபடுதல் என்பனவே ஓர் அரசின் பிரதான நகர்வுகளாக அமைகிறது. ஓர் அரசு ஏனைய அரசுகளின் மீதான விரிவாக்கம் என்பது வல்லரசுகளின் திறனை அதிகரிப்பதற்கான போட்டித்தன்மையாகும். அத்தகைய போட்டித்தன்மையில் வல்லரசுகளோடு போட்டியிடுகின்ற சக்திகளை நெருக்கடி அல்லது அச்சுறுத்தலுக்கு உட்படுத்துவது, அதிகார சமநிலையை உறுதிப்படுத்துவது இரண்டு அடிப்படை உத்திகளாகும். இத்தகைய மூலோபாயங்களைக் கொண்டு இயங்குவது தாக்குதல் அமைப்பியல் யதார்த்தவாதத்தின் அடிப்படையென மெர்சய்மர் குறிப்பிடுகின்றார்.

இதுமட்டுமன்றி, மெர்சய்மருடைய தூரநோக்கில் பிராந்திய மட்டத்திலும் சர்வதேச மட்டத்திலும் அதிகாரத்தை எட்டுவதற்கான அரசுகளுடைய வேறுபட்ட நடத்தைகளுக்கூடாக அமைவிடம் சார்ந்து தங்கியிருத்தல் பிரதான அம்சமென குறிப்பிடுகின்றார். அதாவது, சமுத்திரங்கள், தீவுகள் வல்லரசுகளின் விஸ்தரிப்புவாதத்தின் வேறுபட்ட குறிகாட்டிகளென குறிப்பிடுகின்றார். இதுவே பிராந்திய மேலாதிக்கவாதத்தை முதன்மைப்படுத்துவதற்கான உத்தி என்கின்றார். அதுமட்டுமன்றி, சமுத்திரங்களை நோக்கிய வல்லரசுக்களின் பலத்துக்கான அடிப்படைகள் பிராந்திய மேலாதிக்கத்திலிருந்து தேடுவதாக உள்ளதாக குறிப்பிடுகின்றார். அதிகாரத்தின் உச்ச அளவான மேலாதிக்கம் அரசுகளின் பிராந்திய அதிகாரத்தையும் சர்வதேச அதிகாரத்தையும் வலுப்படுத்துமென வாதிக்கும் மெர்சய்மர் வல்லரசானது பரந்த நிலப்பரப்பைக்கொண்ட ஆளுகையின் அதன் சூழமைவிலிருக்கும் நீர்நிலைகளை ஆளுவதையும் குறிக்குமென வாதிடுவதோடு அதுவே பிராந்திய மேலாதிக்க வாதத்துக்கான வளர்ச்சி என்று குறிப்பிடுகின்றார். பிரித்தானியப் பேரரசின் சமுத்திரங்கள் நோக்கிய தாக்குதல் பலமே அதன் உலகளாவிய அதிகார அடைவுக்கு அடிப்படை என்கின்றார். அவ்வாறே ஐக்கிய அமெரிக்காவின் பிராந்திய மேலாதிக்கம் அதன் வல்லரசு வலுவுக்கு அடிப்படையானதாக அமைந்திருந்ததென வாதிடுகிறார்.

இத்தகைய மெர்சய்மருடைய கோட்பாடுகள் அமைப்பியல் விரிவாக்கமானது வல்லரசுகளின் போர்களுக்கூடாகக் கட்டி வளர்க்கப்படும் சர்வதேச முறைமைகளுக்கூடாக விளங்குகின்றதென குறிப்பிட முடியும். வல்லரசு என்பது அதன் கட்டுப்பாட்டில் இருக்கும் அரசுகளின் எண்ணிக்கையிலும் அவற்றின் நிலப்பரப்பிலும் அதுசார்ந்த கடற்பரப்பிலும் தங்கியிருப்பதாகக் குறிப்பிடுவதோடு, இருதுருவ அரசியல் ஒழுங்கில் வல்லரசானது இரு வல்லரசு களுக்குமிடையிலான மோதலின் பிரதிபலிப்பு எனவும் தோல்வியும் வெற்றியும் இரு அரசுகளுடைய அதிகார சமநிலையின்மையின் பிரதிபலிப்பு எனவும் குறிப்பிடுகின்றார். இதேபோன்று பல்துருவ ஒழுங்கிலும் ஒற்றைமைய உலக ஒழுங்கிலும் போரே சமநிலையையும் சமநிலையின்மையையும் வல்லரசுகளிடையே ஏற்படுத்துகிறதெனக் குறிப்பிடுகின்றார்.

எதுஎவ்வாறாயினும் யதார்த்தவாதம் இராணுவ வலிமைக் கோட்பாட்டை அடிப்படையாகக் கொண்டது. ஆனால் அமைப்பியல் யதார்த்தவாதத்தில் சற்று வேறுபட்ட விதத்தில் இத்தகைய இராணுவ வலிமைக்கோட்பாட்டை அளவீடு செய்ய அமைப்பியல் யதார்த்தவாதிகள் முயற்சி செய்கின்றனர். இரண்டாம் உலக மகாயுத்தத்திற்கு முன்னர் பல்துருவ அமைப்பியல் யதார்த்தவாதம் என்றும், பனிப்போர் காலத்தில் இருதுருவ அமைப்பியல் யதார்த்தவாதம் என்றும், பனிப்போருக்குப் பின்னரான காலப்பகுதியில் ஒற்றைமைய அமைப்பியல் யதார்த்தவாதம் என்றும் வகுத்துள்ளனர். இம்மூன்றுவகை அமைப்பியல் யதார்த்தவாதங்களும் போரை பிரதான குறிகாட்டியாகக் கொண்டிருந்தன. பனிப்போர்க்கால அமைப்பியல் யதார்த்தவாதம் ஐரோ-அமெரிக்கக் கண்டத்தில் போர்களை மட்டுப்படுத்தி யிருந்தாலும் தென்பூகோள நாடுகளில் மூன்றாம் உலக மகாயுத்தத்துக்கு நிகரான யுத்தங்களை அரங்கேற்றி இருந்தமை குறிப்பிடத்தக்கதாகும். ஆனால் பனிப்போருக்குப் பின் பின்னான காலப்பகுதி போரற்ற ஒரு தெரிவைக் கொண்டிருப்பதாக வாதிக்க முடியும். காரணம் மென் அதிகாரத்தின் வருகை வன் அதிகாரத்தின் பலவீனம் இரண்டையும் அலங்கரிக்கும் அமைப்பியல்வாதத்தின் போக்கும் இக்காலப்பகுதியின் யதார்த்தவாதமாக உணரப்படுகிறது. ஆனாலும் அரசுகள் போரற்ற சூழலைப் பின்பற்றினாலும் இராணுவ

வலிமையைக் கொண்டு இயங்க முயல்கின்ற போக்கொன்று காணப்படுகிறது.

எனவே, யதார்த்தவாதமானது குறித்த சூழல் சார்ந்தும் இராணுவ பலம், பொருளாதார பலம் மற்றும் சூழல் சார்ந்த பலங்களை உள்ளடக்கியதொன்றாக அடையாளம் காணப்படுகிறது. ஆனால் பதிய சூழலில் இராணுவ பலக் கோட்பாட்டை அடிப்படையாக அடையாளங்கண்ட போதும் அல்லது சூழல் சார்ந்த இராணுவ பலத்தை அடையாளங்கண்ட போதும் அமைப்பியல் யதார்த்தவாதிகள் உலகளாவிய இராணுவ பலக் கட்டமைப்பை யதார்த்தவாதமென முதன்மைப்படுத்துகிறார்கள். அத்தகைய யதார்த்தவாதம் பின் பின்னான பனிப்போர் காலத்தில் மேலும் முனைப்பு பெற்றதொன்றாக விபரிக்கப்படுகிறது.

முடிவுரை

யதார்த்தவாதக்கோட்பாடு கிரேக்க அரசியல் சிந்தனையிலிருந்து அவதானிக்கப்பட்ட போதும் 20ஆம் நூற்றாண்டுக்குப் பின்னர் அதன் எழுச்சியும் நகர்வும் இராணுவவாதத்தை மையப்படுத்திய சர்வதேச அரசியலுக்கான பொறிமுறையாக இனங்காணப்படுகிறது. இதன்போக்கு சர்வதேச முறைமைகளுக்கூடாக நாடுகளின் அரசியல் இருப்பினை சூழமைவு சார்ந்து நகர்த்துவதில் வெற்றிகரமான பக்கத்தை எட்டியுள்ளது. தொல்சீர் யதார்த்தவாதம் முதல் அமைப்பியல் யதார்த்தவாதத்துக்கான அடிப்படைகளையும், அமைப்பியல் யதார்த்தவாதம் தற்காப்பு மற்றும் தாக்குதல் யதார்த்தவாத அடிப்படைகளையும் ஏற்படுத்தி எல்லா காலங்களிலும் இராணுவ வலிமைக்கோட்பாட்டை அடிப்படையாகக்கொண்டு நகர்ச்சி பெற வழிவகுத்துள்ளது. பனிப்போருக்குப் பின்பின்னான உலகம் அமைப்பியல் யதார்த்தவாதத்தின் அல்லது புதிய யதார்த்தவாதத்தின் எண்ணங்களை அதிகம் உள்வாங்கி செயற்படுகிறது. இதன் போக்குக்குள்ளேயே வடகொரியாவின் இராணுவ பலக் கோட்பாட்டையும் அதன் அணுகுமுறையையும் ஆராய வேண்டிய சூழல் காணப்படுகிறது. இது வடகொரியாவிற்கு மட்டுமல்ல, உலகில் உள்ள ஒவ்வொரு நாட்டிலும் தேசிய நலன்களை முதன்மைப்படுத்தும் அதிகார அமைப்புக்கள் உலக ஒழுங்கின் முன் செயற்படுகின்ற போக்கினைக் காண முடிகிறது. அத்தகைய அணுகுமுறையின் முனைப்பான நாடாக வடகொரியா

போன்று சிரியா, ஈரான், துருக்கி போன்ற சிறிய நாடுகளும் இராணுவ பலக்கோட்பாட்டின் அவசியத்தையும் மையநிலையையும் யதார்த்தவாதம் என்கின்ற சர்வதேச அரசியல் கோட்பாட்டினூடாக வெற்றி கொள்வதில் கவனம் செலுத்துகின்றன.

உசாத்துணை:

திருநாவுக்கரசு.மு., (2018). ‘பூகோளவாதமும் புதிய தேசியவாமும்’. தமிழாய்வு மையம். இலங்கைபிரித்தானியா.

திருநாவுக்கரசு.மு., (2016). ‘இலங்கை அரசியல் யாப்பு’ டொனமூர் யாப்பு முதல் உத்தேச சிறிசேன யாப்பு வரை (1931 2016)’. தமிழாய்வு மையம். இலங்கைபிரித்தானியா.

Martin Griffiths. (Ed). (2007). “International Relations Theory for the TwentyFirst Century”. Routledge Taylor & Francis Group, London & Newyork.

Scott Buruchil. (2005). “Theories of International Relation”. Palgrave Macmillan. NewYork.

Bhat. J.A., Sethi. R. (Ed.). “Political Theory”, Lovely Professional University, Phagwara, NewYork.

வடகொரிய அரசியல் பொருளாதாரம்

அறிமுகம்

வடகொரியா விவசாய நிலத்தினைக் குறைந்தளவில் கொண்டிருந்தாலும், விவசாயமே பிரதான உற்பத்திப் பொருளாதாரமாகக் காணப்பட்டது. ஜப்பானின் குடியேற்ற நாடாக விளங்கிய போது கைத் தொழில் உற்பத்தியின் பங்கினை முதன்மைப் படுத்திக் கொண்டது. ஆனால் என்றுமே நிலக்கரி, உருக்கு, அதன் பிரதான ஏற்றுமதியாக உள்ளது. கொரிய யுத்தத்திற்குப் பின்னர் அடுத்து வந்த தசாப்தத்தில் பாரிய வளர்ச்சியை நோக்கி வடகொரியப் பொருளாதாரம் விளங்கியது. ஆண்டொன்றுக்கு 25சதவீதத்தில் வளர்ச்சி அடைந்தது. 1965-1978 வரை ஆண்டொன்றுக்கு 14சதவீதமாக வளர்ச்சி வீதம் விளங்கியது. 1960களில் சீன-சோவியத் ஒன்றியம் முரண்பாட்டின் போது வடகொரியா சீனா பக்கம் சாய்ந்துகொண்டது. இந்நிலையில், சோவியத் ஒன்றியம் வர்த்தக அளவை வடகொரியாவுடன் குறைத்துக் கொண்டாலும், மட்டுப்படுத்திய அளவில் வர்த்தகப் பரிமாற்றத்தை இரு நாடுகளும் பின்பற்றிவந்தன. பனிப்போர்க் காலம் முழுவதும் வடகொரியப் பொருளாதாரம் வளர்ச்சி முகத்தைக் கொண்டதாக அமைந்தது. புதிய உலக ஒழுங்குக்குப் பின்பான காலப்பகுதி அமெரிக்கா-வடகொரிய உறவில் ஏற்பட்ட தீவிர முரண்பாடு வடகொரியப் பொருளாதாரத்தை நெருக்கடிக்கு தள்ளியது.

1990களில் கடும்பஞ்சம் நிலவியதாகவும் அப்பஞ்சத்தில் 20இலட்சம் பேர் வரை அழிந்து போனதாகவும் ரைம்ஸ் பத்திரிகை

(Time Magazine) செய்தியாளர் டொனால்ட் மெக்கின்டயர் (Donald Macintyre) குறிப்பிட்டார். 1995 முதல் ஐ.நா.வின் உலக உணவுத் திட்டத்தின் (WFP) கீழ் வடகொரியா உள்ளடக்கப்பட்டுள்ளது. ஏறக்குறைய 13 ஆட்சிப்பகுதிகளில் 19 இலட்சம் மக்களுக்கு உலக உணவுத்திட்டத்தின் கீழ் உணவு வழங்கப்படும் நிலைக்கு உள்ளானது தெரிய வந்துள்ளது. 2004 ஆம் ஆண்டு மேற்கொண்ட ஆய்வின் பிரகாரம் 40 சதவீதக் குழந்தைகளும் 30 சதவீத தாய்மாரும் ஊட்டச்சத்துக் குறைவால் பாதிக்கப்பட்டுள்ளனர் என ஐ.நா. குறிப்பிடுகிறது.

இதேநேரம் சீனாவுடனான வர்த்தக உறவு வடகொரியாவுக்கு மிகப்பலமானதாக உள்ளது. இரு நாடுகளுக்குமான எல்லையானது அத்தகைய பொருளாதார உறவை இலகுபடுத்தியுள்ளது. இரு நாடுகளுக்கும் இடையில் ஆண்டொன்றுக்கு 5 பில்லியன் டொலர் வர்த்தகம் நிகழ்ந்து வருகிறது. சீனா போன்று ஆரம்பகாலத்தில் முன்னாள் சோவியத் ஒன்றியமும் அதிக வர்த்தக உறவை வடகொரியாவுடன் பேணிவந்தது. ஜப்பான், தென்கொரியா மட்டுமன்றி ஈரான், சவூதிஅரேபியா போன்ற நாடுகளுடனும் வர்த்தக உறவைப் பேணியதுடன் 1990 களில் 4.2 பில்லியன் அமெரிக்க டொலர் வர்த்தகத்தினை சர்வதேச மட்டத்தில் பேணிய நாடு வடகொரியா என்பது கவனிக்கத்தக்கது. 1991 இல் இதன் போக்கு பாரிய வீழ்ச்சியைச் சந்தித்தது. சர்வதேச வர்த்தகம் 2.7 பில்லியன் அமெரிக்க டொலர் வீழ்ச்சி கண்டது. சோவியத் ஒன்றியத்தினது சரிவு அமெரிக்காவின் தலைமையிலான எழுச்சி வடகொரியாவுடனான வர்த்தகத்தினைப் பாதித்தது. இதன் பின்பு சீனாவிடம் அதிகமாக வடகொரியா தங்கியிருக்கும் நிலைக்குள் தள்ளப்பட்டது. சீனாவும் வடகொரியாவுடனான வர்த்தக இறக்குமதியை 1990 களின் பிற்பகுதியில் குறைக்க ஆரம்பித்தது. இயற்கை அழிவுகளும் வடகொரியாவின் உற்பத்தியைப் பாதித்தன. குறிப்பாக விவசாயமும், கைத்தொழிலும் இயற்கை அனர்த்தத்தினால் நேரடியாகப் பாதிக்கப்பட்டன. 1990 களின் மத்தியில் ஏற்பட்ட பாரிய இயற்கை அழிவே வடகொரிய உற்பத்தி மட்டத்தை வீழ்ச்சிக்குக் கொண்டு சென்றது.

1965 களிலிருந்து வளர்ச்சிப்போக்கில் அமைந்த தேசிய உற்பத்தி மட்டம் (GDP) 1990 களுக்கு பின்பு வீழ்ச்சி போக்கினை

காட்டியுள்ளது. 1992 இல் வளர்ச்சி விகிதம் 6.0 காணப்பட்டது. 2002 இல் 1.2 சதவீதமானது. இப்போக்கு 2010 களில் மேலும் வீழ்ச்சியை நோக்கியது. 2012 களுக்கு பின்பு 0.17 சதவீத வளர்ச்சியைக் காணக்கூடியதாக அமைந்தது. அதே சந்தர்ப்பத்தில் வடகொரியாவின் வர்த்தகத்திலும், சந்தை நடவடிக்கையிலும் ஏற்றுமதி-இறக்குமதிப் பொருளாதாரத்திலும் கவனம் செலுத்தியது.

Rajin–Sonbong பொருளாதார வர்த்தக வலயம்

வர்த்தகத்தைப்பொருத்தவரை 1970 களின் நடுப்பகுதி வரையும் ஜப்பான் மற்றும் மேற்கு நாடுகளுடனும், சீனா மற்றும் சோவியத் ஒன்றியத்துடனும் சம அளவிலான வர்த்தகத்தையே கடைப் பிடித்தது. ஒரு பில்லியன் அமெரிக்க டொலர் வர்த்தகத்தினை இரு தரப்புகளுடனும் மேற்கொண்டு வந்தது. அதாவது, சோசலிஸ அணியுடனும் முதலாளித்துவ அணியுடனும் சம அளவிலான வர்த்தக நகர்வினை வடகொரியா பின்பற்றி வந்தது. 1980களின் ஆரம்பத்தில் இதர ஆசிய, ஆப்பிரிக்க, இலத்தீன் அமெரிக்க நாடுகளுடன் அத்தகைய வர்த்தக நடவடிக்கைகளை மேற்கொள்ள வடகொரியா ஆரம்பித்தது. இதனால் வடகொரியாவுக்கான நேரடி முதலீட்டுக்கான வாய்ப்புக்கள் முதன்மைப்படுத்தப்பட்டன. 1984களில் முயற்சிகள் தோல்வியடைந்த போதும் 1991களில் விசேட பொருளாதார வளையங்களை ஜப்பானிய கம்பனிகளின் உதவியுடன் ஆரம்பித்தது. குறிப்பாக *Rajin–Sonbong* பொருளாதார வர்த்தக வளையத்தை ஆரம்பித்தது. அதாவது, ஆற்றுப் பிரதேச அபிவிருத்தித் திட்டத்தை முன்னெடுத்தது. 1992இல் புதிய சட்ட வரைபுகளை நேரடி முதலீட்டுக்கான வாய்ப்புக்களை அதிகரிக்கும் வகையில் வடகொரியா மேற்கொண்டது. இதன் பின்பு சீனா, ஹொங்கொங், ஜப்பான், தென்கொரிய, ரஷ்சியா, அவுஸ்திரேலியா மற்றும் சிங்கப்பூர் ஆகிய நாடுகளிலிருந்து 35 நிறுவனங்கள் நேரடி முதலீட்டை வடகொரியாவில் ஆரம்பித்தன. இதன் வளர்ச்சித் தன்மையானது அமெரிக்கத் தலைமையிலான ஒற்றைமைய உலகம் உருவான பின்பு நெருக்கடிக்குள்ளானது. ஆனாலும் அநேக

நாடுகளுடனான பொருளாதார உறவினை வடகொரியா தொடர்ந்து பேணிவருகிறது. வடகொரியப் பொருளாதாரம் பற்றிய சமகால உரையாடல்கள் குறிப்பிடுவது போன்று அதன் உண்மை நிலை இல்லை என்றே குறிப்பிடலாம். உணவு நெருக்கடியைத் தீர்த்துக் கொள்வதற்கு நாடுகளை மட்டுமன்றி ஐ.நா.வின் உலக உணவுத் திட்டத்திலும் அதன் உப நிறுவனங்களிலும் வடகொரியா உதவிகளைப் பெற்று வருகிறது.

கொரிய யுத்தத்திற்குப் பின்பு வேகமாக வடகொரியா கைத்தொழில்மயமாகி பொருளாதாரத்தில் செழிப்படைய ஆரம்பித்தது. 1980களில் சோவியத் ஒன்றியம் மாதிரி பொருளாதார விருத்திக்கான போக்கினை கிழக்கு ஐரோப்பியா நாடுகளுடனான உறவின் மூலம் பொருளாதாரத்தை விருத்தி செய்து வந்தது. அவ்வாறே சீனாவுடனான உறவிலும் கவனம் செலுத்திய போதும், சோவியத் ஒன்றியத்துடனான ஆரம்பகாலப் பிணைப்பு சோவியத் சார்ந்த சோசலிஸ நாடுகளுடனான நெருக்கத்தினையும் பொருளாதார நடவடிக்கைகளையும் கொண்டதாக வடகொரியாவை நிலைநிறுத்த ஆட்சியாளர்கள் முயன்றனர். இத்தகைய வடகொரியாவின் உத்தி 1990களில் சோவியத் ஒன்றியம் வீழ்ச்சியடையும் போது சரிவைச் சந்திக்க நேர்ந்தது. வடகொரியா பொருளாதாரத்தில் வீழ்ச்சியை எதிர்கொள்ள வேண்டிய நிலைக்குத் தள்ளப்பட்டது. இதனால் பாரிய பொருளாதார நெருக்கடி ஏற்பட்டது. சர்வதேச மட்டத்தில் உணவு உதவிகளை மற்றும் பொருளாதார உதவிகளை கோர வேண்டிய நிலை வடகொரியாவுக்கு ஏற்பட்டது. இந்நிலை 2000ஆம் ஆண்டுக்கு பின்பு படிப்படியாக கைத்தொழில் வளர்ச்சியும் உணவு உற்பத்தியும் அதிகரிக்க வேண்டிய நிலைக்கு தள்ளப்பட்டதுடன், அதனை அடைவதற்கான வளர்ச்சியை நோக்கி வடகொரியா நகர ஆரம்பித்தது.

வடகொரியப் பொருளாதாரத்தின் வலிமையான கைத்தொழிலாக இரசாயனம், இரும்பு, உருக்கு, மற்றும் இயந்திரப்பாகங்களின் உற்பத்தி என்பன பிரதானமானவையாக விளங்கின. 1970களில் வடகொரியா மேற்காசியா நாடுகளுக்கு உருக்கினால் உற்பத்தி செய்யப்படும் இயந்திரங்களையும், தொடர் வண்டிகளையும், விசையூர்திகளையும் (*Bulldozers*) மற்றும் மின்பிறப்பிகள் போன்றவற்றையும் ஏற்றுமதி செய்ததுடன்

அதற்கான உற்பத்தியிலும் விநியோகத்திலும் சீரான அதிகரிப்பினையும் பேணி வந்தது. இதனால் அதிக வருமானத்தை ஈட்டியது.

1980 களில் வடகொரியாவின் பொருளாதாரத் திட்டமிடல் பொருளாதார உற்பத்தி மாதிரிக்குள் நகர்ந்தது. இதனால் அதிகப் பாதிப்பினை வடகொரியா எதிர்கொள்ள வேண்டிய நிலை ஏற்பட்டது. இதனால் வடகொரியப் பொருளாதாரம் மந்த நிலையை அடைந்தது. ஏற்றுமதியில் வீழ்ச்சியையும் உற்பத்தியில் மட்டுப்பாட்டையும் அடைய வேண்டிய நிலைக்கு வடகொரியா தள்ளப்பட்டது. இதனால் உள்நாட்டில் பாரிய பொருளாதார நெருக்கடியை ஏற்படுத்தியது.

1990களில் வடகொரியா எதிர்கொண்ட பொருளாதார மந்தம் பாரிய நெருக்கடியாக மாறியது. இக்காலப்பகுதியில் சீனா, சோவியத் ஒன்றியத்தின் பொருளாதார உதவிகளைப் பெற்றுக்கொண்டதன் விளைவாக பொருளதாதார வளர்ச்சி படிப்படியாக முன்னேறியது. ஆனால் இது அதிக காலம் நீடிக்கவில்லை. 1991ஆம் ஆண்டு சோவியத் ஒன்றியம் எதிர்கொண்ட நெருக்கடியினால் வடகொரியாவுடனான பொருளாதார ஒத்துழைப்புகளைக் கைவிட்டது. இதனால் வடகொரியா பிற நாடுகளை நோக்கி தனது பொருளாதார நடவடிக்கைகளை அதிகரிக்க வேண்டிய நிலை ஏற்பட்டது. அதேநேரம் சோசலிஸக் கொள்கையால் கட்டமைக்கப்பட்ட சீனா தொடர்ந்து வடகொரியாவுடன் நெருக்கமான உறவைப் பேணியது. இதனால் வழமையான வர்த்தகம் மற்றும் ஏற்றுமதி இறக்குமதி நடவடிக்கையில் ஈடுபட்டதுடன் நியாய விலைக்கு உணவு மற்றும் எண்ணெய் வழங்குவதில் கவனம் செலுத்தியது. ஆனால் 1994இல் சீனா வடகொரியாவுக்கான ஏற்றுமதியைக் குறைத்தது. மீளவும் வடகொரியாவுக்குப் பொருளாதார நெருக்கடி ஏற்பட்டது.

இதேநேரம் வடகொரியாவை பெரும் பாதிப்புக்கு இயற்கை காலநிலை உள்ளாக்கியது. 1990களில் ஏற்பட்ட இயற்கை அழிவான வெள்ளப்பெருக்கு வடகொரியாவின் விவசாயம், கைத்தொழில் உற்பத்தி அனைத்தையும் பாதிப்புக்குள்ளாகியது. இக்காலப்பகுதியிலேயே உலக அரசியலின் பொருளாதாரப் போக்கும் புதிய திசையை நோக்கி நகர தொடங்கியது. குறிப்பாக,

சோவியத் ஒன்றியத்தினது வீழ்ச்சி, சோவியத் குடியரசுகளது சுதந்திரப் பிரகடனங்கள், கிழக்கு ஐரோப்பிய நாடுகளது திறந்த பொருளாதார போக்குகள் என பலவிடயங்கள் நிகழ்ந்தன. அமெரிக்கா தனிவல்லரசாக எழுச்சி பெற்றது மட்டுமல்லாது, ஆப்கானிஸ்தான் ஈராக் நோக்கிய படையெடுப்புகளும் அரங்கேறின.

பொருளாதார நெருக்கடி

1999இலிருந்து அடுத்து வந்த தசாப்தங்களில் வடகொரியாப் பொருளாதாரம் எதிர்மறையான வளர்ச்சியைக் காட்டியது. அது நிரந்தரமான மீள் எழுச்சியாக அமையவில்லை. குறிப்பாக உணவு, சக்தி, மற்றும் வெளிநாட்டு ஏற்றுமதி என்பனவற்றில் பாரிய நெருக்கடியை எதிர் கொண்டது. அதனை விரிவாக நோக்குவது அவசியமானது.

உணவு

வடகொரியாவின் மொத்தப் பரப்பளவில் 14சதவீதமே சமதரையான நிலமாக உள்ளது. அதிகம் மலைப்பகுதியாகவே காணப்படுகிறது. இத்தகைய தரைப்பகுதியே வடகொரியாவின் தானிய உற்பத்திக்கான அடிப்படையாகும். வடகொரியாவின் உணவானது பகுதி பாதுகாப்பானதாகவே தெரிகிறது. காரணம் சுயதேவை சார்ந்தது. 1960களுக்குப் பின்பு அத்தகைய உணவுப் பாதுகாப்புத் திட்டத்தை அமுல்படுத்த ஆரம்பித்தது. குறிப்பாக நீர்ப்பாசன நிலம், கிராமிய பிரதேசம், விவசாய நிலம், இரசாயன பாவனைக்கான பகுதிகள் என அனைத்தையும் அதிகரிக்க முயற்சி செய்தது. வடகொரியா மலைப்பகுதியை உடைத்து விவசாய நிலமாக்குவதில் கவனம் செலுத்தியது. 1989இல் தானிய உற்பத்தி 5.5மில்லியன் தொன்னாக இருந்தது. இதில் அரிசிக்குப் பதில் தானியம் என்ற பரிமாற்றத்தை மேற்கொண்டது.

இரசாயன உரப்பாவனையால் நிலம் மாசடைந்தது. உற்பத்தி அளவு ஆரம்பத்தில் அதிகமாக இருந்தாலும் பின்பு வீழ்ச்சி காண ஆரம்பித்தது. தென்கொரியா, தாய்லாந்து ஆகிய நாடுகளிலிருந்து 1991இல் அரிசி இறக்குமதி செய்ய ஆரம்பித்தது. 1991இல் தாய்லாந்திலிருந்து ஒரு மில்லியன் தொன் அரிசியும் மற்றும் 1993இல் தென்கொரியாவிலிருந்து 5000 தொன் அரிசியும் இறக்குமதி செய்தது. இருந்த போதிலும், 1990இல் ஏற்பட்ட

இயற்கை அழிவு பாரிய வீழ்ச்சியை தானிய உற்பத்தியில் காட்டியது.

1995ஆம் ஆண்டிலிருந்து ஐ.நா.வின் உலக உணவுத்திட்டம், ஐ.நா சிறுவர் நிதியம் *(UN Children's Fund)* மற்றும் அரசசார்பற்ற அமைப்புக்கள் உணவு மற்றும் மனிதாபிமான உதவிகளை வடகொரியாவுக்கு வழங்க முன்வந்தன. மேற்குறித்த நாடுகளின் உதவியினால் உணவுப் பாதுகாப்பினை வடகொரியா அடைந்துள்ளதா என்ற கேள்வி எழுகின்றது. இயற்கை அனர்த்தத்தால் விவசாயம் வீழ்ச்சி அடைந்தது. வறட்சியும் பின்பு பாரிய வெள்ளப் பெருக்கும் ஏற்பட்டன. கடினமான காலப்பகுதியை வெற்றிகரமாக எதிர்கொள்வதில் வடகொரியா கவனம் செலுத்தியது. உடைந்து போன நீர்ப்பாசன முறையை மீளமைப்பது, நில மாசடைதலை சீர்செய்தல், விவசாயத்திற்கான உபகரணங்களை மீள்கட்டமைத்தல், மின்சார உற்பத்தியை சீர்படுத்தல், பாதித்துள்ள நிலத்தை வெற்றிகரமாக மீள்நிர்மானித்தல் ஆகிய செயற்பாடுகளில் ஈடுபட்டது. 2002ஆம் ஆண்டில் 4.1 மில்லியன் தொன் அளவுள்ள தானிய உற்பத்தி *(Harvest)* 2003இல் ஒரு மில்லியன் தொன்னாகக் குறைந்தது. நன்கொடை நாடுகளது போதிய அளவு உணவு உதவிகளை வழங்காமை, உணவு நெருக்கடி, அரசியல் உறுதியின்மை என்பன பெரும் பிரச்சனையாக உருவானது.

ஆனாலும் ஐ.நா. அபிவிருத்தி நிகழ்ச்சியில் (UNDP) மனிதாபிமான உதவிகளையும் விவசாய அபிவிருத்திக்கான உதவிகளையும் வழங்கியது. விவசாய உற்பத்தியை இரட்டிப்பாக அதிகரிக்கக்கூடிய செய்கைக்கான உபகரணங்களையும் உற்பத்தி விதைகளையும் வழங்கியது. பழைய நெருக்கடியிலிருந்து விடுபடுவதற்காக 6 மில்லியன் தானிய உற்பத்தியை இடைப்பட்ட காலத்தில் உற்பத்தி செய்ய இலக்கு வைத்திருந்தது. இதனால் வடகொரியா ஓரளவு நெருக்கடியிலிருந்து விடுபட்டது. ஆனால் உணவுப் பொருட்களை சேமிக்கும் அளவுக்கு நிறைவை எட்டவில்லை. அதிகமாக தென்கொரியாவிடமும், பிற உலக நாடுகளிடமும் உதவியை நாடி இருந்தது.

சக்தி வளம்

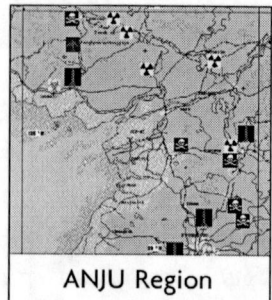

ANJU Region

சக்தி வளம் வடகொரியாவின் பொருளாதாரத்தில் மிக முக்கியமானது. அதில் எண்ணெய் நிலக்கரி, மின்சாரம் என்பன அதிகமான தாக்கத்தை ஏற்படுத்தின. 1998ஆம் ஆண்டில் மட்டும் மசகு எண்ணெயாக 23மில்லியன் பரல்கள் இறக்குமதி செய்தது. சோவியத் ஒன்றியம் மற்றும் சீனாவின் உதவியுடன் மசகு எண்ணெயை குழாய் மூலம் நடப்பு விலையில் இறக்குமதி செய்து வந்தது. ஆனால் புதிய உலக ஒழுங்குக் காலத்தில் ரஷ்யா படிப்படியாக வடகொரியாவுடனான சக்திவளப் பரிமாற்றத்திலிருந்து விலகிக்கொண்டது. சீனாவும் அளவினைக் குறைத்துக்கொண்டதன் மூலம் 1990களில் 4மில்லியன் எண்ணெய் பரல்களே வடகொரியாவுக்குக் கிடைத்தன. இது போக்குவரத்துக்கும் விவசாயத்திற்கும் பாரிய பிரச்சனையாக மாறியது.

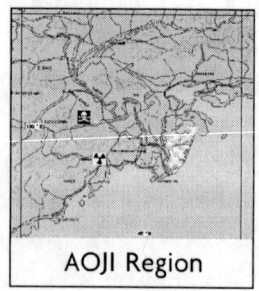

AOJI Region

சமையலுக்கான நிலக்கரியை வடகொரியா விடம் இல்லாதபோதும் ANJU, AOJI பிரதேசங்களைப் பெருமளவு பாதுகாத்து வைத்துள்ளது. 1989இல் 43 மில்லியன் தொன்னும், 1998இல் 18.6 மில்லியன் தொன் நிலக்கரியையும் உற்பத்தி செய்துள்ளது. இதன் உற்பத்தி மட்டுப்பாட்டிற்குப் பிரதான காரணம் வடகொரியாவின் அதற்கான தொழில்நுட்பம் இன்மையாகும்.

Yalu River Region

நீர் மின்சாரத்தை உற்பத்தி செய்வதற்கு ஏற்ற பாரிய நீர்மின் நிலையங்களை 1980களில் நிறுவியது. யாலு நதியை (*Yalu River*) மையப்படுத்தி சீனாவின் உதவியுடன் அத்தகைய திட்டத்தை நிறுவியது. இவ்வுற்பத்தியிலிருந்து மின்சாரம் இரு நாடுகளுக்கும் பங்கிடப்பட்டது. 1989இல் 69வீதம் நீர்

மின்சாரமும் 40வீதம் வெப்பக்காற்று உற்பத்தியாலும் ஈடு செய்யப்பட்டது. இதில் அதிகமான மின்சாரம் நிலக்கரியில் இருந்து தயாரிக்கப்பட்டது. 1994இல் *Two – Light – Water Nuclear* தளங்களை நிறுவுவதற்கு அமெரிக்காவுடன் உடன்பாடு செய்து கொண்டது. இது மின்சார உற்பத்திக்கானது. இதனால் 10மில்லியன் கிலோ வாட்ஸ் *(Kwh)* ஒவ்வொரு ஆண்டும் உற்பத்தி செய்ய முடிந்தது.

வெளிநாட்டு வர்த்தகம்

வெளிநாட்டு வர்த்தகத்தில் முதன்மைப்படுத்தாத கருத்தியலை *(Autarkic Ideology)* கொண்டுள்ள வடகொரியா 1950-1960களில் கம்யூனிஸ்ட் நாடுகளுடன் வர்த்தக உறவைப் பேணியது. 1960களுக்குப் பின் சீனாவும் சோவியத் ஒன்றியமும் அதிக வர்த்தக உறவைக் கொண்டிருந்தன. தொழில்நுட்ப ரீதியில் வடகொரியா, ஜப்பான் மற்றும் ஐரோப்பாவுடன் பகுதியான இறக்குமதியைப் பின்பற்றியது. அவ்வாறே எண்ணெய் வளத்தினை மேற்காசிய நாடுகளில் இருந்து பெற்றுக் கொள்ள முயன்றது. பெருமளவு கடன் அடிப்படையிலான இறக்குமதியை வடகொரியா மேற்கொள்ள முனைந்தது. குறிப்பாக, 19.72 பில்லியன் அமெரிக்க டொலர் கடன் வர்த்தகத்தை மேற்கொண்டது. அதில் ஒரு பில்லியன் அமெரிக்க டொலரை மேற்கு நாடுகளிடமிருந்தும் மற்றும் ஜப்பானிடமிருந்தும் மீதியை ரஷ்சியாவிடமிருந்தும் பெற்று வந்தது. அவ்வாறே சவுதி அரேபியா, ஈராக் போன்ற நாடுகளுடனும் வர்த்தக உறவை முதன்மைப்படுத்தியதுடன் அபிவிருத்தி அடைந்த நாடுகளுடன் அதிக வர்த்தகத்தை மேற்கொண்டது.

1985களுக்குப் பின்பு சோவியத் ஒன்றியத்துடன் அதிக வர்த்தகத் தொடர்பு கொண்டிருந்த போதும், 5.2 பில்லியன் அமெரிக்க டொலர் வர்த்தக உறவு 1988ஆம் ஆண்டு 1.2 பில்லியன் அமெரிக்க டொலராக வீழ்ச்சியடைந்தது. வடகொரியாவின் சர்வதேச வர்த்தகத்தில் 1990களில் 4.2 பில்லியன் அமெரிக்க டொலராக இருந்தமை, 1991இல் 2.7 பில்லியன் அமெரிக்க டொலராக வீழ்ச்சியைக் கண்டது. அதற்குக் காரணம் சீனா, சோவியத் ஒன்றியம் மற்றும் தென்கொரியாவுக்கு இடையிலான வர்த்தகம் அதிகமானதாகும். 1998இல் 1.4 பில்லியன் அமெரிக்க டொலர் வெளிநாட்டு வர்த்தகம் காணப்பட்டது. 2002இல் 2.7 பில்லியன் அமெரிக்க டொலர், 1988இல் 5.2 மில்லியன் அமெரிக்க

டொலர் காணப்பட்டதிலிருந்து வீழ்ச்சி அடைந்தது. கொரியாக்கிடையிலான வர்த்தகம் 2002இல் 6.41 மில்லியன் அமெரிக்க டொலராக காணப்பட்டது.

1990களுக்குப் பின் வடகொரியா-ஜப்பான்-சீனாவுடன் சிறந்த வர்த்தகம் நிலவியது. குறிப்பாக, கனிமங்கள் (Mineral), உலோகப் பொருட்கள் (Metallurgical), இராணுவத் தளபாடங்கள் (Aramament), தைக்கப்பட்ட ஆடைகள் மற்றும் கடல் உற்பத்திகளை ஏற்றுமதி செய்தது. இதற்குப் பதிலாக மசகு எண்ணெய், சமையல் எரிவாயு, இயந்திர சாதனங்கள் என்பவற்றைப் பெற்றுக்கொண்டது. 1991இல் சீனாவில் 5.24 மில்லியன் அமெரிக்க டொலர் (பிரதான எண்ணெய்) இறக்குமதி செய்ததுடன் ஏற்றுமதி சீனாவுக்கு 8.5 மில்லியன் அமெரிக்க டொலராகக் காணப்பட்டது. இது 2002இல் 4.67 மில்லியன் அமெரிக்க டொலர் இறக்குமதி 2.71 மில்லியன் அமெரிக்க டொலராக காணப்பட்டது.

ஜப்பான் இருபக்க வர்த்தகத்திலும் வடகொரியாவுடன் ஈடுபட்டது. 2002இல் 3.69 மில்லியன் அமெரிக்க டொலர்களை மேற்கொண்டது. ஜப்பானின் ஏற்றுமதி 2.34 மில்லியன் அமெரிக்க டொலர் இறக்குமதி 1.35 மில்லியன் அமெரிக்க டொலராகக் காணப்பட்டது. இதனால் அது அடைந்த லாபம் 9.9 மில்லியன் அமெரிக்க டொலர் என்பது குறிப்பிடத்தக்கது. ஜப்பான் சோசலிச நாடுகள் அல்லாது என்ற வகையிலும் புவியியல் ரீதியில் அயல்நாடு என்ற வகையிலும் முக்கியத்துவம் பெறுகின்றது.

வெளிநாட்டு நேரடி முதலீடு (FDI)

முதலாவது வெளிநாட்டு நேரடி முதலீடு 1991களில் ஆரம்பமானது. இது ஐ.நா. அபிவிருத்தி நிகழ்ச்சியின் அனுசரணையுடன் டுமென் நதி (Tumen River) பிரதேசத்தை அடிப்படையாகக் கொண்ட அபிவிருத்தி திட்டமாக அமைகிறது. அதில் உருவாக்கப்பட்ட SEZ Rajin – Sanbong Economic and Trade Zone ஆரம்பிக்கப்பட்டது. இவற்றைவிட 35 நிறுவனங்கள் சீனா, ஹொங்கொங், ஜப்பான், தென்கொரியா, ரஷ்சியா, அவுஸ்திரேலியா மற்றும் சிங்கப்பூர் ஆகிய நாடுகளிலிருந்து முதலீட்டுத் திட்டங்கள் வடகொரியாவுக்கு மேற்கொள்ளப்பட்டன. இதன்பிரகாரம் 1999இல் 120 மில்லியன் அமெரிக்க டொலர்கள் பெறுமானத்தில்

அத்திட்டங்கள் தொடக்கப்பட்டன. புகையிரதப் போக்குவரத்து ரஷ்யா–வடகொரியா, சீனாவடகொரியா என்பன பிரதான விருத்தி பெற்ற திட்டங்களாகும். இதில் கிழக்காசிய நாடுகளும் வர்த்தக ரீதியில் இணைக்கப்பட்டுள்ளன.

UNCTADஇன் கீழ் 1989இல் 6.29மில்லியன் அமெரிக்க டொலர்கள், 1991இல் 1.34மில்லியன் அமெரிக்க டொலர்கள் Rajin – Sonbong Zone இற்கான முதலீடாக அமைந்திருந்தது. 1997இல் 3.07மில்லியன் அமெரிக்க டொலர்கள் KEDO இனது முதலீடாக இரு Power Plants இற்காக அமைந்திருந்தது. 1991–2001 இடைப்பட்ட காலத்தில் 10.52மில்லியன் அமெரிக்க டொலர்கள் முதலீட்டை வடகொரியா பெற்றுக்கொண்டது குறிப்பிடத்தக்க தகவலாகும்.

வடகொரியா 2002இல் மூன்று விசேட வளையங்கள் உருவாக்குவதாக அறிவித்தது. அவையாவன, Sinuiju, MT.Kumgang மற்றும் Kaesong என்பன Sinuiju விசேட நிர்வாக வளையமாகவும் வடகொரியாவுக்கு வெளியே சாதாரண அரசாங்கக்கட்டமைப்பைக் கொண்டதாக அமைக்கப்பட்டது. 1998 இல் உல்லாசப் பயணத்துறையை இரு கொரியாக்களும் ஆரம்பித்தன. MT.Kumgang உல்லாசப் பயணத்தின் வலயத்தை அடுத்து வந்த நான்கு வருடமாக நடாத்தியது. அதேநேரம் தென்கொரியாவும் Hyundai எனும் படகுச்சவாரி உல்லாசத்துறைக்கான செயற்பாட்டை மேற்கொண்டு வந்தது. இதனால் ஜூன் 2001இல் தென்கொரியா 300மில்லியன் அமெரிக்க டொலர்கள் இழப்பீட்டைச் சந்தித்தது. இதனால் படகுச்சாலையை நிறுத்திவிட்டு தரைவழிப்பாதையைத் திறப்பதென்று இருகொரியாக்களும் முடிவெடுத்தன.

வடகொரியாவின் Kaeson கைத்தொழில் நிலையத்தினை தென்கொரியாவின் Hynudai திட்டமிட்டு பெரிய அளவிலான ஏற்றுமதி வளையமாக அமைத்தது. இதில் சிறிய நடுத்தர கைத்தொழில் உற்பத்தியை மேற்கொள்வது சாத்தியமானது. இதற்காக தென்கொரியா முதலீட்டையும் தொழில்நுட்பத்தையும் மேற்கொள்ள, வடகொரியா தொழிலாளர்களையும் உற்பத்தி பொருட்களுக்கான ஏற்றுமதியையும் கவனித்துக்கொண்டது.

இரு கொரியர்களுக்கான வர்த்தகம்

சுங் ஜு யுங்

1989இல் ஆரம்பித்த இரு நாட்டு வர்த்தகம் *Hyundai*இன் முகாமையாளர் சுங் ஜு யுங் (*Chung JuYung*) தனது பிறந்த நாடான வடகொரியாவுக்கு மேற்கொண்ட விஜயத்தினை அடுத்து வர்த்தக முதலீடுகள் ஆரம்பமாகின. ஆரம்ப ஆண்டுகளில் பெரும் வளர்ச்சியைத் தொடர்ந்தது. 1989இல் 20 மில்லியன் அமெரிக்க டொலராக இருந்த வர்த்தகம் 1995இல் 308 மில்லியன் அமெரிக்க டொலராக அதிகரித்தது. வடகொரியாவின் நெருக்கடிக் காலத்தில் 1998இல் 222 மில்லியன் அமெரிக்க டொலர் வீழ்ச்சியை எதிர்கொள்ள, 37 மில்லியன் அமெரிக்க டொலர் தென்கொரியாவுக்கு ஏற்றுமதி செய்த இறக்குமதியை சரிசெய்து கொண்டது. இது 2002இல் இறக்குமதி 370 மில்லியன் அமெரிக்க டொலர் ஏற்றுமதி 272 மில்லியன் அமெரிக்க டொலர் வடகொரியாவுடன் காணப்பட்டது. குறிப்பாக இரசாயனம், கடல்சார் உற்பத்திகள், தைக்கப்பட்ட ஆடைகள், எஃகு தாதுக்கள் (*Zinc*), மின்சாதனங்கள் போன்றவை பிரதானமானவையாக அமைந்திருந்தன. இது ஏறக்குறைய 80சதவீதமாக அமைந்திருந்தது.

1995களுக்குப் பின்பு வடகொரியா தென் கொரியாவிடமிருந்து அதிக நேரடி முதலீடுகளைப் பெற்றுக் கொண்டது. 2002இல் 35 நிறுவனங்கள் 270 மில்லியன் அமெரிக்க டொலர் முதலீட்டினை வடகொரியாவின் *Rajin – Sunbog SEN, Pyongyung, Nampo* மற்றும் சில பகுதிகளில் ஆடைகள், பாதணிகள், துவிச்சக்கர வண்டிகள், தொலைக்காட்சிப் பெட்டிகள் போன்ற உற்பத்திகள் மேற்கொள்ளப்பட்டன. இதில் தென்கொரியா இயந்திரங்கள் மற்றும் சில மூலப் பொருட்கள் மட்டுமே வழங்கியது. இது இரு கொரியன்களுக்குமான வர்த்தகத்தினை அதிகரித்தது. *Samsung, LG* போன்றவாறான தொலைக்காட்சிகளை இதனடிப்படையிலேயே வடகொரியா உற்பத்தி செய்தது.

கனடா வடகொரிய இருதரப்பு வர்த்தகம்

கனடாவுக்கும் வடகொரியாவுக்குமான தூதரக உறவு 2001இல் ஆரம்பமானது. 1991இல் 60 மில்லியன் கனேடியன் டொலர்

வர்த்தகம் காணப்பட்ட நிலை, 2002இல் 21.5 டொலராகக் காணப்பட்டது. கனடாவிலிருந்து வடகொரியாவின் இறக்குமதியாக மின்சாதனங்கள், கடதாசி தாள்கள், செயற்கையான வேதியல் உற்பத்திப் பொருட்கள், இரசாயன உற்பத்திப் பொருட்கள் இயந்திரசாதனங்கள், மற்றும் மீன் வகைகளையே அதிகம் கொண்டிருந்தது. ஏற்றுமதியில் கனடாவுக்கு வடகொரியா ரப்பர், அதன் வகைகள், மின்சாரவகை சாதனங்கள் மற்றும் மின்சார இயந்திரங்கள், கடதாசிதாள் வகை விளையாட்டுக்கான பொருட்கள் (Toys) மற்றும் துணிகள் பிரதான இடம்பிடித்ததன.

கனடாவின் அவசரகால உதவிகள்

1996களுக்குப் பின்பு அவசர கால உணவு உதவிகளை வழங்கும் பிரதான நாடுளில் கனடாவும் இடம்பெற்றது. கனடாவின் "Canadian Foodgrains Bank (CFGB)" பிரதான உணவு உதவிக்கான வங்கியாக செயல்பட்டது. கனேடிய விவசாயிளும், அரசாங்கமும் துயர் உணவை வடகொரியாவுக்கு வழங்க முன்வந்தன. 2002இல் 4.6 மில்லியன் கனேடிய டொலர் உள்நாட்டு விலைக்கே அரிசியினை வழங்கியது. மருந்துகள் மற்றும் மருத்துவ உபகரணங்கள் உட்கட்டமைப்புகள் ஆகியவற்றினை கனடா வழங்க முன்வந்தது. கனடா மருத்துவப் பாதுகாப்புக்கான அனைத்து வகையான உதவிகளையும் சர்வதேச செஞ்சிலுவைச் சங்கம் (Red Cross Society) மற்றும் செம்பிறை சங்கம் (Red Crescent Society) ஊடாக வழங்கியது. இத்திட்டத்தில் மருத்துவ வில்லைகள், உபகரணங்கள், சுகாதார நிறுவனங்களும் உள்ளூர் சுகாதார ஊழியர்களுக்கான பயிற்சிகளையும் வழங்கியது. கனேடிய சர்வதேச அபிவிருத்தி முகவராண்மை (CIDA) உணவு மற்றும் மனிதாபிமான உதவிகளை தனியார் அமைப்புக்களுக்கூடாக வழங்கியது. 1996 முதல் 2001 வரை 33மில்லியன் கனேடிய டொலர் இத்திட்டத்தின் கீழ் வழங்கப்பட்டது.

வடகொரியா மீதான பொருளாதாரத் தடைகள்

உலக வல்லரசான அமெரிக்கா தனது பிராந்திய நலன்களில் கொண்டுள்ள அக்கறை காரணமாக வடகொரியாவுடன் முரண்படுதலை தொடர்ச்சியாக மேற்கொண்டது. வடகொரியாவின் அணுவாயுதம் அமெரிக்காவுக்கு மட்டுமல்ல உலகத்திற்கே அச்சுறுத்தல் எனக் குறிப்பிடும் அமெரிக்கா, வடகொரியா மீதான

பொருளாதாரத் தடைகளையும் இராணுவ நெருக்கடிகளையும் வர்த்தகத் தடைகளையும் மேற்கொண்டு வருகிறது. அதன் பிரகாரமே வடகொரியாவின் சரக்குக் கப்பல்களை பசுபிக் சமுத்திரத்தில் அமெரிக்கக் கடற்படை கைப்பற்றிய சம்பவம் பல 2018 மற்றும் 2019இல் நிகழ்ந்துள்ளமை குறிப்பிடத்தக்கதாகும். வடகொரிய 2019இல் நிகழ்த்திய ஏவுகணைப் பரிசோதனையை அடுத்து அமெரிக்க வடகொரியாவின் சரக்குக் கப்பலைத் தடுத்து நிறுத்தியதுடன், தனது ஆதிக்கத்திலுள்ள சமோவாத் தீவுக்கு அக்கப்பலை இழுத்துச் சென்றிருந்தது. அடிப்படையில் அமெரிக்கா ஐ.நா. விதிகளையும் சட்டதிட்டங்களையும் வடகொரியா ஏவுகணைப் பரிசோதனையின் மூலம் மீறியுள்ளதாக குற்றம் சாட்டியுள்ளது. 2019 ஏப்ரல் 17இல் நவீன ரகத்தைச் சேர்ந்த ஏவுகணை ஒன்றினை வடகொரியா பரிசோதித்திருந்தது. இதனால் ஆத்திரமடைந்த அமெரிக்கா பதில் நடவடிக்கையில் இறங்கியிருந்ததை அவதானிக்க முடிந்தது. அதில் ஒரு கட்டமே வடகொரியாவின் சரக்குக் கப்பலை தனது சொந்தக் கட்டுப்பாட்டிற்குள் கொண்டுவந்தது. இதனால் வடகொரியா எந்த நாட்டுடனும் வர்த்தக நடவடிக்கையில் ஈடுபட முடியாது என அமெரிக்கா கூறிவருகிறது. ஏற்கெனவே விதிக்கப்பட்ட பொருளாதாரத் தடையை வடகொரியா மீறி விட்டதாகவும் அமெரிக்க குற்றம் சாட்டுகிறது. 2018 ஆண்டு ஏப்ரல் மாதத்தில் வடகொரியா சர்வதேச வர்த்தகத் தடையை மீறியதாக இந்தோனேசியாத் துறைமுகத்தில் தடுத்து வைக்கப்பட்ட கப்பலான வைஸ்ஹானஸ்ஸையே சமோவா தீவுக்கு அமெரிக்கா கொண்டு சென்றுள்ளது.

ஐ.நா.சபையின் பாதுகாப்பு சபை வடகொரியாவின் ஆயுதப் பெருக்கத்தையும், யுத்த நடவடிக்கைகளையும் கட்டுப்படுத்துவதற்குப் புதிய பொருளாதாரத் தடைகளை விதித்துள்ளது. அந்த வகையில் பிரதானமாக வடகொரியாவின் ஏற்றுமதியின் அளவை மட்டுப்படுத்தியுள்ளது. நிலக்கரி, தாதுப்பொருட்கள் மற்றும் கஞ்சா பொருட்கள் என்பனவையே வடகொரியாவின் ஏற்றுமதி வருமானத்தைத் தருபவை. அவற்றில் அதிகமாக ஏற்றுமதி செய்யப்படும் நாடு சீனாவாகும். சீனா பகிரங்கமாக ஐ.நா.சபையின் தீர்மானத்திற்கு ஆதரவளித்து அதன் முடிவை வடகொரியாவிற்குத்

தெரிவித்துள்ளது. இதனால் 2020ஆம் ஆண்டு ஆரம்பத்திலிருந்தே நிலக்கரி இறக்குமதி செய்வதை சீனா முற்றாகவே நிறுத்தியிருந்தது. ஆனால் அத்தகைய நடைமுறை அதிக காலம் நீடிக்கவில்லை.

வடகொரியாவில் மேற்கொள்ளப்படும் நேரடி முதலீடுகளைக் கட்டுப்படுத்துவதெனவும் பாதுகாப்பு சபையின் தீர்மானம் அமைந்துள்ளது. இதனால் வடகொரியாவின் பொருளாதாரம் பாரிய நெருக்கடிக்குள்ளானது. ஏற்கெனவே முதலீடுகளின் அளவு மிகக் குறைவாகவும், குறிப்பிடப்பட்ட நாடுகள் மட்டுமே வடகொரியாவில் முதலீடுகளை மேற்கொண்டிருந்தமை குறிப்பிடத்தக்கதாகும். ஏற்றுமதியால் பல மில்லியன் இழப்பு ஏற்பட்டது போல் முதலீட்டின் வீழ்ச்சியும் அதன் உற்பத்தியின் அளவைப் பாதிப்புக்குள்ளாக்கியிருந்தது.

நிக்கி ஹேலி

ஒரு பில்லியன் டொலருக்கும் அதிகமான மதிப்புள்ள நிலக்கரி மற்றும் பிற ஏற்றுமதிகளைத் தடை செய்தல் உட்பட வட கொரியாவின் அணுசக்தி மற்றும் ஏவுகணைத் திட்டங்களுக்காகத் தண்டிக்க கடுமையான புதிய தடைகளை ஆகஸ்ட் 05, 2017அன்று ஐ.நா. பாதுகாப்பு கவுன்சில் ஏகமனதாக அங்கீகரித்தது. ஐ.நா.சபையின் அமெரிக்காவுக்கான தூதர் நிக்கி ஹேலி இந்தத் தீர்மானத்தை 'வட கொரிய ஆட்சிக்கு எதிராக இதுவரை சமர்ப்பித்த மிகப்பெரிய பொருளாதாரத் தடைகள் தொகுப்பு' மற்றும் 'ஒரு தலைமுறையில் எந்தவொரு நாட்டின் மீதும் விதிக்கப்படாத மிகக் கடுமையான தடைகள்' என்றும் கூறினார். மேலும், வடகொரியாவின் சர்வாதிகாரியைக் கண்காணிப்பதில் ஐ.நா. பாதுகாப்பு சபை உறுப்பு நாடுகள் ஒருமித்துப் பயணிப்பது குறிப்பிடத்தக்கதென அவர் மேலும் தெரிவித்தார்.

லியு ஜியேயி

அதே வேளை சீனாவுக்கான தூதுவர் லியு ஜியேயி தெரிவிக்கையில், கொரிய தீபகற்பத்தில் அணுவாயுத நிலை பற்றிய ஒருமித்த கருத்தோடு பாதுகாப்பு சபையின் தீர்மானம் தெரியப்படுத்து வதாகக் குறிப்பிட்டார். 'வடகொரியாவின் ஆட்சிமாற்றத்தை அல்லது கொரியாவை இணைப்பதை முதன்மைப்படுத்துவது தமது

நோக்கமல்ல'என்ற அமெரிக்காவின் அறிக்கையையும் சீனா தூதுவர் வரவேற்றுள்ளார். சீனாவின் வெளியுறவு அமைச்சர் வாங்ஜி அணுவாயுத ஏவுகணைப் பரிசோதனைகளை நிறுத்தியமைக்காக பேச்சுவார்த்தை நடத்துவதற்கு வடகொரியா முன்வரவேண்டும் எனத் தெரிவித்துள்ளார்.

வாங்ஜி

ஆசியப் பிராந்தியப் பாதுகாப்பு

2017 ஆகஸ்ட் பிலிப்பைன்ஸ் தலைநகரான மணிலாவில் ஆசியான் வெளிவிவகார அமைச்சர்களின் மகாநாட்டில் கலந்து கொண்ட வடகொரிய வெளிவிவகார அமைச்சர் ரிஹாங் உடன் சீன வெளிவிவகார அமைச்சர் கலந்துரையாடியுள்ளார். வடகொரியாவிடம் ஐ.நா.வின் சட்டதிட்டங்களை மீறவேண்டாமெனவும், ஏவுகணைப் பரிசோதனை மூலம் உலக சமூகத்தை பதற்றமடையச் செய்ய வேண்டாமெனவும் சீனா கேட்டிருந்தது.

ரிஹாங்

சீனா தலைமையில் வடகொரியா – தென்கொரிய அமைதிக்கான பேச்சுவார்த்தை ஆரம்பிக்கப்பட வேண்டுமெனவும் அதில் அமெரிக்கா ஜப்பான், ரஷ்யா கலந்து கொள்ள வேண்டுமெனவும் சீன வெளிவிவகார அமைச்சர் வலியுறுத்தியுள்ளார். அமெரிக்காவும், வடகொரியாவும் பதற்றத்தை ஏற்படுத்தும் விமர்சனங்களை நிறுத்த வேண்டும் எனவும், அனைத்துப் பிரச்சினைக்கும் பேச்சுவார்த்தை ஒன்றுதான் வழி எனவும் சீனா வலியுறுத்தியுள்ளது. ஐ.நா.வுக்கான சீனத் தூதுவர் தென்கொரியாவில் அமெரிக்கத் தடுப்பு ஏவுகணையான தாட் நிறுவுவதற்கான அனைத்து நடவடிக்கைகளையும் கைவிட வேண்டுமெனவும், அதனைப் பொருத்தும் பணியை நிறுத்துவதன் மூலமே கொரியப் பதற்றத்தைத் தணிக்க முடியுமெனவும் குறிப்பிட்டுள்ளது. ஏறக்குறைய இதே கருத்தினை ரஷ்யாவும் கொண்டுள்ளது.

முடிவுரை

எனவே வடகொரியப் பொருளாதாரம் பாரிய நெருக்கடியை அடைவதற்கான சூழல் தனித்து உள்நாட்டின் கொள்கைகளால் மட்டுமல்ல என்பது புரிந்துகொள்ளக் கூடியதாக அமைந்துள்ளது. கொரியாவின் இயற்கை அமைப்பும் அதன் பொருளாதார வாய்ப்புகளை பலவீனப்படுத்துவது போல் அமெரிக்காவினது நடவடிக்கைகளும் அதனை பாதிப்புக்கு உள்ளாக்குகின்றன. அணுவாயுதமும் பொருளாதாரமும் ஓர் அளவுப் பரிமாணத்துக்குள் நகர்த்தப்படுகின்றன. அமெரிக்க தாராளவாத ஜனநாயகம் வடகொரியாவின் அணுவாயுதத்தை அழிக்க வேண்டுமாயின் அதன் பொருளாதாரத்தை அழிக்க வேண்டும் என்ற திட்டமிடலைக் கொண்டு இயங்குகிறது. அதற்கு ஐ.நா.சபையின் பாதுகாப்புச் சபையைத் துணைக்குக் கொண்டுள்ளது. இதில் ரஷ்யாவும் சீனாவும் வடகொரியாவை ஆதரித்தாலும் சில சந்தர்ப்பங்களில் தமது நலனுக்காக வடகொரியாவுக்கு எதிராக செயல்படுகின்றன. ஆனாலும் வடகொரியா தனது பொருளாதாரத்தைப் பலப்படுத்த முயலுகிறதை காணமுடிகிறது. ஐ.நா.சபையின் தடைகளையும் தாண்டி ரஷ்யாவும் சீனாவும் வேறு சில ஆசிய ஆப்பிரிக்க நாடுகளும் ஒத்துழைப்புடன் வடகொரியா பொருளாதாரத்தைப் பாதுகாக்கப் போராடுகிறது. அமெரிக்காவுடனான பேச்சுக்களிலும் பொருளாதாரத் தளர்வையே வட கொரிய அதிகம் முதன்மைப்படுத்தியிருந்தது குறிப்பிடத்தக்கதாகும். வடகொரியா அணுவாயுதத்தை விட்டுக் கொடுக்காத பொருளாதாரத்தைக் கட்டமைக்க முனைகிறது. கொவிட்19 பின்பான வடகொரியப் பொருளாதாரம் ஓரளவு நிமிர்வினைப் பெற்றுள்ளதாகவும் சீனா ரஷ்யாவுடனான நெருக்கம் அதிகரித்துள்ளதாகவும் தெரியவருகிறது.

ல

கொரியக் குடாவும் இராணுவச் சமநிலையும்

அறிமுகம்

கொரியக் குடாவும் இராணுவச் சமநிலையும் என்ற இப்பகுதி வடகொரியாவின் இராணுவ பரிமாணத்தையும் பிராந்திய அரசுகளின் எதிர்நடவடிக்கைகளையும் சர்வதேச மட்டத்திலான வல்லரசுகளின் அணுகுமுறைகளையும் உரையாடுவதாக உள்ளது. வடகொரியா சோசலிசக் கட்டமைப்போடு உருவாக்கத்தை ஆரம்பித்த போதும் நடைமுறையில், இராணுவ வலுவுடைய அரசாகவே திட்டமிட்டு வளர்த்துக் கொண்டது. வடகொரியாவை இராணுவ அரசாகவே அடையாளப்படுத்தம் மரபு அரசு கட்டுமானத்திலிருந்து ஆரம்பமாகி உள்ளது. அதனால் இதனை இராணுவ ஆட்சியுள்ள நாடு என்று அழைத்துக் கொள்ள முடியாது. மாறாக சோசலிசத்தை அல்லது கொம்யூனிசக் கட்சியின் ஆதிக்கத்தை இராணுவ செல்நெறியூடாக வளர்த்துள்ளது என்ற அடிப்படையில் அணுகுதல் பொருத்தமானதாக இருக்கும். எனவே இப்பகுதி முழுவதும் வடகொரிய இராணுவ அரசியலை ஆராய்கின்ற போது பிராந்திய சர்வதேச இராணுவ உரையாடல்களும் உத்திகளும் பரிசீலனைக்கு உட்படுத்தப்படும். அதுமட்டுமன்றி, வடகொரியாவின் அரசியலில் அணுவாயுதம் இராணுவப் பரிணாமமாகவும் அரசியல் பரிணாமமாகவும் காணப்படுவதனாலும், வடகொரியாவின் உயிர்வாழ்வுக்கு அணுவாயுதம் அவசியமானது

என்ற அடிப்படையில் வடகொரியாவும் அணுவாயுதமும் தனி அத்தியாயமாக அடுத்து பரிசீலனைக்கு உட்படுத்தப்படுகிறது.

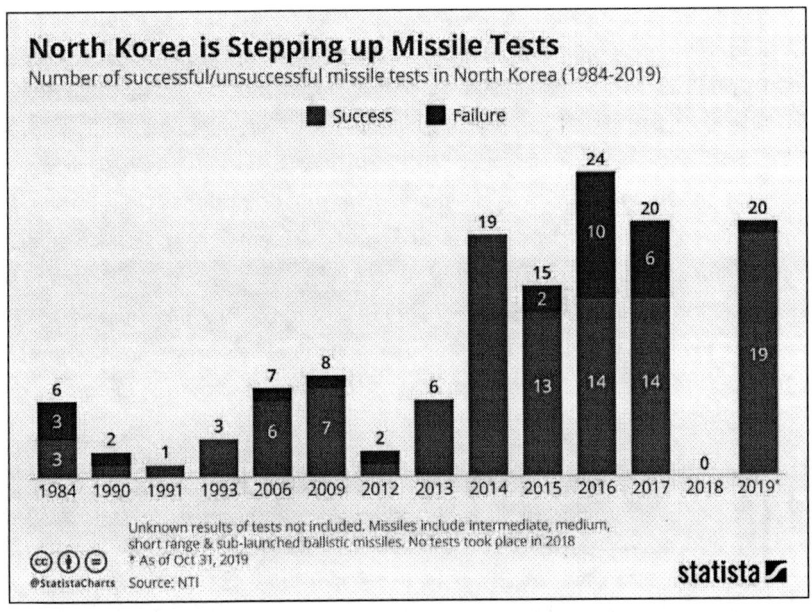

வடகொரியாவின் மிகப்பிரதான அரச இயந்திரமாக இராணுவம் காணப்படுகிறது. வடகொரியாவின் சுதந்திரப் பிரகடனமானது இராணுவ வெற்றியிலேயே ஏற்படுத்தப்பட்டதெனக் குறிப்பிடுவது பொருத்தமான வார்த்தைப் பிரயோகமாக அமையும். வடகொரியாவின் இராணுவக் கட்டமைப்பானது இறுக்கமானதும் வலிமை படைத்ததுமாக விளங்குகிறது. வடகொரிய ஆட்சித்துறையின் முக்கிய பங்கு வகிக்கும் இராணுவம் தனித்துவமான அரசியல் சித்தாந்தத்தில் இயங்குகிறது எனக் குறிப்பிடலாம். அரசியல்ரீதியில் சோசலிஸ சர்வாதிகாரத்தைக் கொண்டுள்ள போதும் வடகொரியாவின் தேசிய இருப்புக்கான இயந்திரமாக இராணுவம் கட்டமைக்கப்பட்டதுடன் அதன் படைப்பிரிவுகள் பல கட்டங்களாக சமூக மட்டத்தில் உருவார்ககப்பட்டுள்ளன. ஏறக்குறைய 1.2மில்லியன் இராணுவத்தைக் கொண்டுள்ள வடகொரியா இரண்டு இலட்சத்திற்கு மேற்பட்ட விசேட தாக்குதல் படைப்பிரிவைக் *(SOF Special Operations Force)*

கொண்டுள்ளது குறிப்பிடத்தக்கதாகும். வடகொரிய இராணுவக் கட்டமைப்பானது தரைப்படை, கடற்படை, விமானப்படையையும் அவற்றின் தனிச் சிறப்புத் தேர்ச்சியையும் கொண்டுள்ளமை அதன் பலத்தைக் காட்டுவதாக அமைந்துள்ளது. கட்டாய இராணுவச் சேவையினைக் கொண்டுள்ள வடகொரிய மக்களைக் கொண்ட படைப்பிரிவுகள் பலவற்றை உருவாக்கியுள்ளது. அது மட்டுமன்றி, இராணுவத்தின் ஆயுதத் தளபாடத்திலும் தொழில்நுட்ப ஆயுதங்களை உருவாக்குவதிலும் அதிக கவனம் கொண்டுள்ளது. வடகொரியா ஏவுகணைகளைப் பிரதானப் போரியல் ஆயுதமாகக் கருதி அதற்கு அதிக முக்கியத்துவம் கொடுத்து வருகிறது. அணுவாயுதம் மட்டுமன்றி, நியூட்டன் குண்டுகளையும் ஏவுகணைகளைப் பரிசோதிப்பதையும் இராணுவத்தில் இணைப்பதும் கால ஒழுங்கில் மேற்கொண்டு வருகிறது. வடகொரியாவின் ஏவுகணைப் பரிசோதனைகளைப் பின்வரும் தகவல் மூலம் கண்டு கொள்ளலாம்.

அவ்வாறே கண்டம் விட்டு கண்டம் பாயும் ஏவுகணைகளின் விபரம் வடகொரியாவின் இராணுவ பலத்தை வெளிப்படுத்தும் விடயமாக அமைந்துள்ளது. இத்தகைய கண்டம் விட்டு கண்டம் பாயும் ஏவுகணைகளின் உருவாக்கம் பற்றி அதிக சர்ச்சை காணப்பட்டாலும் பின்வரும் தகவல் அத்தகைய விமர்சனத்தை முடிபுக்குக் கொண்டுவந்துள்ளது. ஆனால் வடகொரியாவின் இராணுவ வளர்ச்சியைக் கட்டுப்படுத்தும் விதத்தில் பாதுகாப்பு சபையில் நிரந்தர உறுப்பு நாடுகளில் ஒன்றான அமெரிக்கா வடகொரியா மீது பொருளாதாரத் தடைகளை விதிப்பதற்கான கோரிக்கையை ஐக்கிய நாடுகள் சபையூடாக மேற்கொண்டிருந்தது. அதன் பிரகாரம் வடகொரியாவின் ஏற்றுமதி மற்றும் இறக்குமதிக்கு மட்டுப்பாடுகளை விதித்ததுடன் அதனைக் கண்காணிப்பதில் அமெரிக்காவின் கடற்படை அதிக கவனம் கொண்டு வருகிறது. அதே நேரம் வடகொரியா நீர்மூழ்கிக் கப்பல்களைக் கொண்டுள்ளதாகவும் ஜப்பான் மற்றும் தென் கொரிய மீன்பிடிக் கப்பல்களையும் சரக்குக் கப்பல்களையும் தாக்கி அழித்துள்ளதாகவும் வடகொரியா மீது குற்றச்சாட்டுகள் உண்டு. வடகொரியா அதனை மறுத்து வந்தாலும் வடகொரியாவின் கடற்பரப்பில் வடகொரியாவின் கடற்படையை விட தாக்குதல்களை மேற்கொள்ளும் பலம் வேறு எந்த நாட்டுப் படைகளுக்கும் இல்லை என்பது தெரிந்த விடயமே.

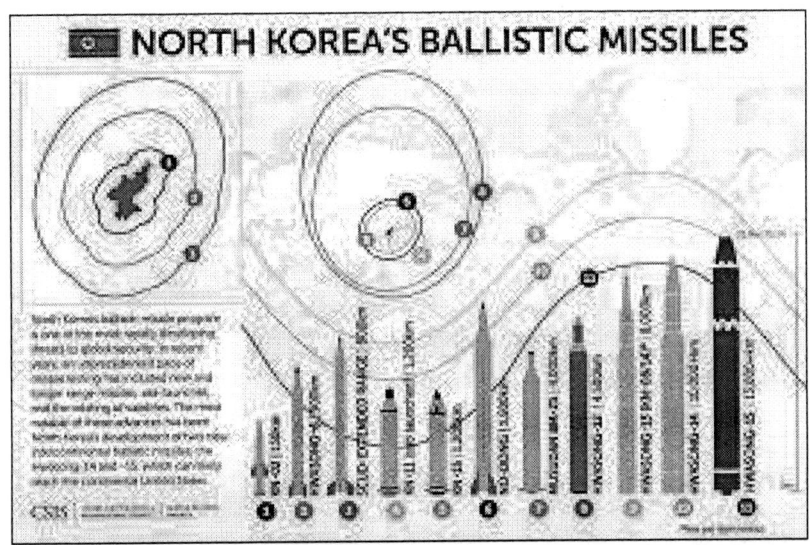

தட் ஏவுகணையும் வடகொரிய விவகாரமும்

ஏவுகணைப் பரிசோதனைகள், அணுவல்லமை, கண்டம் விட்டு கண்டம் பாயும் திறனுடைய ஏவுகணைப் பரிசோதனைகளை அடுத்து ஐக்கிய நாடுகள் சபையே புதிய தடைகளுக்கு ஒப்புதளித்துள்ளமை குறிப்பிடத்தக்கது. இது மட்டுமன்றி, அமெரிக்க ஜனாதிபதி ட்ரம்ப் தனது முதலாவது பதவி காலத்தில் மிகக் கடுமையான எச்சரிக்கை *(Fire and Fury)* செய்துள்ளார்.

அமெரிக்காவின் இராணுவரீதியான புதிய தொழில்நுட்பமாகவே தட் ஏவுகணை *(THAADTerminal High Altitude Area Defense)* காணப்படுகிறது. இது எதிரி நாட்டினால் ஏவப்படும் ஏவுகணைகளைத் தடுத்து வானத்திலே வைத்து அழித்துவிடும் தொழில்நுட்பச் செயல்பாடாகும். இதனை தென்கொரியாவில் நிறுவும் பணிகள் முழு வீச்சில் நிறைவு நிலையை எட்டவுள்ளது. இதனை நிறுவுவதன் மூலம் கொரியக் குடாவை மட்டுமன்றி ஆசியப் பிராந்தியத்தை நேரடிக் கண்காணிப்பில் கொண்டுவரக் கூடியதாக அமையும். ஏனெனில் தனித்து ஏவுகணைகளை அழிப்பது மட்டுமன்றி கண்காணித்தல் மற்றும் தொலைதூர நகர்வுகளைக் கண்டறிதல், தாக்குதல் இலக்குகளை இணங்காட்டுதல் என பல நடவடிக்கைகளை ஒரே சந்தர்ப்பத்தில் ஒரே வகை ஆயுதம் மூலம் அறியும் தொழில்நுட்பத்தைக் கொண்டது.

தட் ஏவுகணை

இதனை நிறுவுவதென்பது அமெரிக்காவுக்கான ஆசியப் பாதுகாப்புக் கொள்கைக்குக் கிடைத்த பாரிய வெற்றியாகும். இதிலிருந்து பின்வாங்குவதென்பது அமெரிக்காவின் ஆசிய – பசுபிக் அரசியலுக்கு ஆபத்தானதாகும். இது மிக தந்திரோபாய நகர்வாகவே அமைந்துள்ளது. அமெரிக்காவின் முன்னாள் ஜனாதிபதியின் அரசியல் நகர்வுகளைக் கடந்து சர்வதேச மட்டத்தில் பெரும் இராஜதந்திர உபாயமாகவே கணிப்பிடப்படுகின்றது.

1962ஆம் ஆண்டு ஏவுகணை நெருக்கடியைப் போன்று இதுவும் மாற்றமுறுமாக இருந்தால் மட்டுமே சீனாவின் உலக அரசியலுக்கான பலம் சாத்தியமாகும். கியூபா – அமெரிக்க முறுகலும் அன்றைய சோவியத் யூனியனின் ஏவுகணைகள் கியூபாவில் பொருத்தப்பட்டதற்கும் நிகராக, தாட் ஏவுகணை தென்கொரியாவில் நிறுத்தப்பட்டுள்ளது. இதனை முறியடிக்கும் அரசியல் ஒன்றினை ரஷ்யாவும், சீனாவும் தொடங்கியிருந்தன. நிச்சயமாக இது சீன – ரஷ்யா கூட்டுக்கு நெருக்கடியான அரசியலாகும். வடகொரியாவை வைத்து அமெரிக்காவைக் கையாள முயன்ற சீனா கணிசமான நெருக்கடியைச் சந்தித்துள்ளது. ஆனால் சீனாவின் இராஜதந்திரமும், உபாயமும் தோல்வி என்பதற்காக பின்வாங்குவதாக அமையவில்லை. மீள மீள முயன்று பார்ப்பது மட்டுமன்றி அதன் மூலமான அரசியலையும், தொழிநுட்பத்தையும் தனதாக்க முயலுவது வழக்கமான பாணியாகும்.

சீனாவின் நகர்வு

தென் சீனக் கடல் விவகாரத்தை திசை திருப்ப இறக்கப்பட்ட வடகொரிய அரசியல் களம் தற்போது சீனாவுக்குப் புதிய சவாலாக மாறியுள்ளது. எனவே இதனைக் கையாள சீனா புதிய உபாயத்தை உருவாக்கியது. அதில் பிரதானமானது தட் விவகாரமும் வடகொரிய

ஏவுகணை பரிசோதனை தவிர்ப்புமாகும். ஏனெனில் வடகொரியா தெளிவாக ஐ.நா.சபையின் பொருளாதாரத் தடையை வன்மையாகக் கண்டித்து பரிசோதனைத் தொடரும் என அறிவித்துள்ளது. பேச்சுவார்த்தைக்கு அமெரிக்கா மீண்டும் வரவேண்டுமாயின் ஏவுகணைப் பரிசோதனையை நிறுத்த வேண்டுமென அமெரிக்கா கோரிக்கை விடுத்துள்ளது. அதே நேரம் அமெரிக்காவின் எப்பாகத்தையும் தாக்கும் திறன் கொண்ட தொழிநுட்பத்தினை வடகொரியா கொண்டுள்ளதாக ஜப்பான் குறிப்பிட்டுள்ளது. எனவே சீனாவின் நகர்வுக்கான புதிய திசையில் சாத்தியப்பாடான ஒன்றாக மாற்றுவதற்கான முயற்சியாக காணப்படுகிறது. அதாவது, ஜப்பானின் எச்சரிக்கை அமெரிக்க தேசத்திற்கு ஆபத்தானதென்பதாகும். இதனால் தாட் பின்வாங்கப்படுமாக இருக்கும் உபாயம் ஒன்றும் நிகழ்கிறது.

காரணம், வடகொரியாவின் ஏவுகணைத் தொழில்நுட்பம், பொருளாதாரம் எல்லாவற்றுக்கும் பின்னால் சீனாவின் ஒத்துழைப்பே காரணமாகும். இதனையே அமெரிக்கப் பல தடவை குறிப்பிட்டிருந்தது. சீனாவினால் வடகொரியாவைக் கட்டுப்படுத்த முடியுமெனவும் அதனை சீனா செய்யவில்லை என்றும் அமெரிக்கா கூறிவந்தது. இப்போது சீனா ஐ.நா.வில் வடகொரியாவுக்கு எதிரான தீர்மானத்திற்கு ஒப்புதலளித்து அமெரிக்காவின் குற்றச்சாட்டைத் தகர்த்துள்ளது. ஆனால் இன்றுமே வடகொரியாவை சீனா பாதுகாத்தே வருகிறது. கொரியத் தீபகற்பத்தில் சீனா தலைமை தாங்குவதென்ற தெளிவான கொள்கையுடன் செயல்படுகிறது. அமெரிக்காவுக்கும் வடகொரியாவுக்குமான முறுகலைத் தீர்த்து வைக்க சீனா தலைமை தாங்குவதுடன் மத்தியஸ்தராக செயல்பட விருப்பம் தெரிவித்துள்ளது. அதனால் வடகொரியாவின் நியாயப்பாட்டை வெளியிடவும் அமுல்படுத்தவும் விரும்புவதுடன் சீனாவின் இலக்குகளை சாத்தியப்படுத்த உதவுமென கணக்குப் போட்டு செயல்படுகிறது.

சீனாவின் இரண்டு பிரதான உத்திகளை அப்போது முதன்மைப்படுத்தியது. ஒன்று, பேச்சுவார்த்தை மூலம் தாட் ஏவுகணையை அகற்றுவது. இரண்டாவது, வடகொரியாவின் ஏவுகணைத் தொழிநுட்பத்தைப் பயன்படுத்தி அமெரிக்காவைத் தாக்கும் திறனை உருவாக்கி தாட் ஏவுகணையைப் பின்வாங்கச்

செய்வதாகும். இரண்டிலுமே சீனாவின் உபாயத்தினால் தாட் ஏவுகணையை அகற்ற முடியவில்லை.

அமெரிக்காவைப் பொருத்தவரை *KingPine* கொள்கையைத்தான் இப்பிராந்தியத்திலும் கடைப்பிடிக்க முயலுகிறது. ஜப்பானை முன்னிறுத்தி அதன் பின்புலத்தில் சீனாவை எதிர்கொள்ளும் ஒரு அணியை உருவாக்குவதாகும். அந்த அணியின் அரசனாக ஜப்பானும் அதில் தென்கொரியா, அவுஸ்ரேலியா, வியட்னாம், தாய்லாந்து, இந்தியா(*Pine*) என்பவற்றை இணைத்துக் கொண்டு செயல்பட முனைகின்றன. இதனால் வலுவான சீன எதிர்ப்புவாதம் கொரியக்குடாவிலும், தென்சீனக்கடல் பிராந்தியத்திலும் சாத்தியப்படுத்தி சீனாவை முடக்க முயலுகிறது.

இந்த அரசின் இழுபறிக்குள் வடகொரிய-அமெரிக்க விவகாரம் சிக்கியுள்ளது. மேற்காசியாவின்தலைவர்களைத்தனிமைப்படுத்துவது போல் வடகொரியத் தலைவரை செயற்படுத்த ஐ.நா.வை அமெரிக்கா பயன்படுத்தியுள்ளது. இதனால் ஏற்பட்ட பொருளாதாரத் தடை வடகொரியாவை பேச்சு மேசைக்குக் கொண்டு வந்து அவரைத் தோற்கடிப்பது அமெரிக்காவின் நோக்கமாகும். அமெரிக்காவின் பிரதான மூலோபாயமாக இருகொரியாக்களையும் இணைப்பதாக அமையவுள்ளது. அதனால் இப்பிராந்தியத்தில் சீனாவுக்கு ஆதரவான நாடு ஒன்றை இல்லாமல் செய்வது அமெரிக்க நீண்ட உபாயமாகும். அதன் மூலம் இப்பிராந்தியத்தில் அமெரிக்கா வலுவான இராணுவச் சமநிலையைப் பேண முனைகிறது. இதற்காகவே அமெரிக்கா இப்பிராந்தியத்தில் போர்ப் பதற்றத்தையும் அதற்கான நகர்வுகளையும் மேற்கொண்டு வருகிறது.

அமெரிக்க-வடகொரியப் போர்த் தயாரிப்புகள்

வடகொரியஅமெரிக்கப் போர்ச் சூழல் 2017-2020இல் அதிக வேகமாக நகர்ந்திருந்தது. அமெரிக்கா போர் ஒத்திகைக்கு முக்கியத்துவம் கொடுத்திருந்தது. பெருமளவுக்கு போர் தவிர்க்க முடியாததென்பதை அக்காலப்பகுதியில் நிகழ்ந்த சம்பவங்கள் உணர்த்த ஆரம்பித்திருந்தன. ஒரு ஊடகப் போரை நிறைவு செய்த 2018இன் ஆரம்பகால மாதங்கள் மோதுவதற்கான களத்தைத் திறந்திருந்தன. இத்தகைய போர் ஒன்றுக்கான வாய்ப்பும் அதன் விளைவாக இராணுவச் சமநிலை மாறுவதற்கான நகர்வாகவே அமைந்திருந்தது.

அமெரிக்க விமானங்கள் வடகொரியாவின் வான்பரப்பில் தாழ்வாகப் பறந்தமை சர்ச்சையை ஏற்படுத்தியது. அமெரிக்கா தனது இறைமையை மீறியுள்ளதாகவும் பதிலுக்கு வடகொரியா எச்சரித்திருந்தது. ஆனால் இவ்வாறு அமெரிக்கா நடந்து கொள்வதற்குக் காரணம் எதுவாக அமைந்தது என்பது கவனிக்கத்தக்கது. இன்றைய உலகம் கணினிப்போர் (Cyber War) என்பதற்குள் நகர்கின்றது. இதில் தான் அமெரிக்காவின் ஆத்திரம் அதிகரிக்க முதல் காரணமாக அமைந்தது. அதாவது வடகொரிய தொழில்நுட்பத்தின் திறனால் தென்கொரியாவும் அமெரிக்காவும் இணைந்து தயாரித்த போர்ப் பயிற்சித் திட்டங்கள் மற்றும் வடகொரியாவையும் அதன் தலைமையையும் பணியவைக்கும் உத்திகள் அடங்கிய திட்டங்களை வடகொரியாவின் ஹக்கர்கள் கைப்பற்றிவிட்டதாக தென்கொரிய நாடாளுமன்ற உறுப்பினரான ரீ.சியொல் தெரிவித்தார். இது பற்றிய தகவலை உறுதிப்படுத்த அமெரிக்கப் பாதுகாப்பு மையமான பென்டகனை நாடியபோது எந்தத் தகவலும் தர மறுத்ததாக செய்தி ஊடகங்கள் உறுதிப்படுத்தியிருந்தன. இதன் மூலம் அந்நடவடிக்கை ஓரளவு உறுதிப்படுத்தப்பட்டதாவே தெரிகிறது. வடகொரியர்களின் நடவடிக்கை வாயிலாக அதிக அதிர்ச்சியை அப்போதைய அமெரிக்க ஜனாதிபதி டொனாட்ல் ட்ரம்ப் அடைந்திருந்தார். வடகொரியா இந்த அளவுக்கு வளர்ந்துள்ளதா அல்லது சீனாவின் நடவடிக்கையா என்பதே அமெரிக்காவின் தேடலாக உள்ளது. எதுவாயினும், அமெரிக்காவின் எல்லைக்குள் புகுந்து தகவலைக் கைப்பற்றியதென்பது மிக திறமையான நடவடிக்கை என்பதை நிராகரிக்க முடியாது.

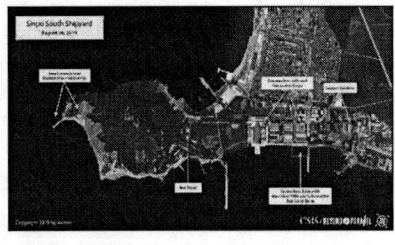

இரண்டாவது, அமெரிக்காவுக்கு அதிர்ச்சியான செய்தி ஒன்றின் உறுதிப்படுத்தலை ஜோன் கொப்ன்கின் பல்கலைக்கழகம் மற்றும் செய்தியாளர் பிற்றர் லைடன் ஆகியோர் வழங்கியுள்ளனர். இவர்களுடன் ஆசிய கிரிபித் பல்கலைக்கழகமும் அத்தகவலை உறுதி செய்தது. அத் தகவல் வடகொரியாவிடம் நீர்மூழ்கிக் கப்பல் (SSBM) ஒன்று

தயாராக உள்ளதெனவும் அது ஏற்கெனவே கட்டப்பட்டு முடிந்ததென்றும் அந்த செய்தி அமையங்களும் பல்கலைக்கழகமும் தெரிவித்துள்ளன. அதில் அணுவாயுதங்களை கொண்டு செல்லும் ஏவுகணைகள் உண்டு எனவும் அதற்கான பரிசோதனையை நிறைவு செய்துள்ளதாகவும் தெரியவருகின்றது. 2017 செப்ரெம்பர் 21 இல் *Sinpo South Shipyard* பல்வேறுபட்ட காட்சிப்படங்களைத் தெரியப்படுத்தியதாக வோசிங்டனைத் தளமாகக் கொண்டு இயங்கும் கண்காணிப்புக் குழு தெரிவித்துள்ளது. இந்தச் செய்தியில் உண்மையில்லை என சில தென்கொரிய செய்தி நிறுவனங்கள் குறிப்பிட முயன்றதாவும் ஆதாரங்கள் எதனையும் தென் கொரியாவால் முன்வைக்க முடியவில்லை.

இதுவே அமெரிக்காவின் நடவடிக்கைக்கு உடனடிக் காரணங்களாகக் கொள்ளமுடியும். அது மட்டுமன்றி, அமெரிக்கா உலகத்தில் ஒரு போரை ஏற்படுத்தி மீளவும் தனது பலத்தை நிறுவ விரும்புகிறது. அதுமட்டுமன்றி, இதுவரையான காலப்பகுதியில் ஐ.நா.வையும் நேட்டோவையும் துணைக்கழைத்துவரும் அமெரிக்கா வடகொரியா விடயத்தில் 2018களில் தென்கொரியாவையும் ஜப்பானையும் இணைத்துக் கொண்டு செயல்பட முனைந்தது. ஜப்பான் மற்றும் தென்கொரிய போர் விமானங்கள் வடகொரியாவின் வான் பரப்பில் எச்சரிக்கை நடவடிக்கையில் ஈடுபட்டுள்ளன. குவாம் தீவிலிருந்து அமெரிக்க போர் விமானங்கள் புறப்பட்டு ஜப்பான் வான்பரப்புக்குள் பிரவேசிக்கும் போது இரண்டு ஜப்பான் போர் விமானங்களும் இணைந்தன. இது வடகொரியாவுடனான யுத்தத்திற்குரிய கூட்டணி தயாராகிவிட்டதென்பதை உணர்த்தியது.

அதே நேரம் அப்போது அமெரிக்க ஜனாதிபதியாக இருந்த ட்ரம்ப் வடகொரியாவை அடக்குவதற்கு எடுக்க வேண்டிய நடவடிக்கையைப் பொருத்து ஆலோசனை நடத்தியிருந்தார். இத்தகைய அவசர ஆலோசனையில் பாதுகாப்புத்துறைச் செயலாளர் ஜேம்ஸ் மாட்டிஸ் முப்படைத் தளபதிகளின் தலைவர் ஜோசப் டன்'போர்ட் மற்றும் உள்நாட்டுப் பாதுகாப்புத் துறை அதிகாரிகளும் கலந்து கொண்டனர். அமெரிக்காவையும் அதன் நட்பு நாடுகளையும் எப்படிப்பாதுகாப்பதென ஆலோசிக்கப்பட்டதாகவெள்ளைமாளிகை அறிவித்திருந்தது.

இவற்றை அடுத்து வடகொரியாவின் நான்கு கப்பல்கள் நடமாடவோ துறைமுகங்களில் தரிக்கவோ முடியாதென ஐ.நா.

தெரிவித்துள்ளது. குறிப்பாக, வடகொரியாவின் பெல்ரெல் 8 ஹவேபான் 6 டோங்சான் 2 மற்றும் ஜிசுன் ஆகிய கப்பல்கள் எந்தத் துறைமுகத்திற்கும் செல்லக்கூடாது எனத்தடை பிறப்பிக்கப் பட்டிருந்தது குறிப்பிடத்தக்கதாகும்.

வடகொரியாவுடன் யுத்தம் செய்ய வேண்டிய நிர்ப்பந்தத்தில் அமெரிக்கா உள்ளது என்பது புலனாகியது. அதே நேரம் அமெரிக்க ஜனநாயகக் கட்சியினர் சற்று எதிர்ப்பு காட்டுவது போன்றே தெரிகிறது. அமெரிக்காவின் பொருளாதாரத்தினைப் பாதிப்பதுடன் இதன் மூலம் அமெரிக்காவின் நிதி நெருக்கடி தீவிரமடையுமென பொருளாதார வாதிகள் வெளிப்படுத்துகின்றனர். இதேவேளை அமெரிக்காவின் நடவடிக்கையால் தனது இறைமைக்கு பாதிப்பு ஏற்பட்டுள்ளதாக சீனா முறையிட்டுள்ளது. குறிப்பாக, தென் சீனக் கடல் பகுதியில் அமெரிக்கா போர்க் கப்பலை அனுப்பியதன் மூலம் தங்கள் நாட்டு இறைமையை அமெரிக்கா மீறியுள்ளதாக சீனா தெரிவித்திருந்தது. இது வடகொரியா பொருத்த விடயமாகவே சீனா கருதுகிறது. காரணம் இப்பிராந்தியத்தில் தனித்துவமாக ஆதிக்கம் செலுத்திய சீனாவுக்கு அதிக நெருக்கடியை ஏற்படுத்தின அமெரிக்காவின் நடவடிக்கை. எனவே தான் தனது இறையாண்மையை முதன்மைப்படுத்தியுள்ளது. மேலும் தென்சீனக் கடலை யுத்தம் காரணமாக அமெரிக்கா பயன்படுத்திவிடுமென சீனா கருதுகின்றது. அவற்றை விட இந்த யுத்தத்தை தனது விருப்புக்கு அமைவாக நடத்தவேண்டுமென சீனா திட்டமிடுகிறது. இந்த யுத்தத்தில் அமெரிக்காவை முழுமையாக ஈடுபடுத்துவதன் மூலம் அதன் ஆதிக்கத்தை முடிபுக்குக் கொண்டுவர முடியுமென கணக்குப் போட்டு சீனாவும் ரஷ்யாவும் செயல்படுகின்றன. இதில் ரஷ்யாவை விட சீனாவே அதிக அக்கறை கொண்டு செயல்படுகிறது.

அமெரிக்க-வடகொரிய யுத்தம் நீண்ட காலத்தைக் கொண்ட யுத்தம் எனலாம். கடந்த நூற்றாண்டிலும் இப்படியான ஒரு யுத்தத்தை எதிர்கொண்ட நாடுகள் என்ற வரிசையில் மிக நிதானமானதாக எதிர்கொள்ள இரு தரப்புகளும் திட்டமிடுகின்றன. கடந்த யுத்தங்களிலும் ரஷ்யாவும் சீனாவே யுத்தத்தை நிர்ணயிக்கும் சக்தியாகக் காணப்பட்டன என்பதை நினைவில் கொள்ள வேண்டும். இந்த யுத்தத்தையும் சீனாவே தீர்மானமெடுக்கும் சக்தியாக மாறவுள்ளது. ஆனால் அன்றைய சீனாவும் அமெரிக்காவும்

இன்றைய நிலையில் பாரிய வளர்ச்சியைக் கொண்டிருந்தன. அனேக யுத்தங்களை எதிர்கொண்டு வெற்றி பெற்ற நாடு என்ற வகையில் அமெரிக்காவின் பலமும் சாதரணமானதல்ல. ஆனால் இது சீனாவின் பிராந்தியம் என்ற வகையில் அதன் புவிசார் அரசியல் பலம் தனித்துவமானதாக இருந்தது.

அமெரிக்க – தென்கொரிய பாரிய போர்ப் பயிற்சி

கொரியக் குடா போரை தெரிவாகக் கொண்ட போது அமெரிக்கா வடகொரியாவை முழுமையாக அழிப்பதற்குத் திட்டமிட்டலை வெளிப்படுத்தியிருந்தது. அதற்கான போர்ப்பயிற்சியை தென்கொரியாவுடன் இணைந்து ஆரம்பித்திருந்தது. இது நிச்சயமாக வடகொரியாவைத் தூண்டுவதாக அமையும் என்பதில் எந்தக் குழப்பமும் இருக்கவில்லை. வடகொரியாவின் நடவடிக்கை போரைத் தொடக்குவதாக அமைந்தால் அது அணுவாயுத யுத்தமாகவே அமைந்துவிடும். அதனை உணர்ந்து கொண்ட ஐ.நா.சபை தனது அரசியல் பிரிவுத் தலைவரான ஜெப்ரி டி. பெல்ட்மேனை *(Jeffrey D. Feltman)* வடகொரியாவுக்கு 2017 டிசம்பரில் அனுப்பியிருந்தது.

ஜெப்ரி டி. பெல்ட்மேன்

2017களில் பிரமாண்டமான போர் ஒத்திகை அமெரிக்க – தென் கொரிய இராணுவங்கள்கூட்டாக மேற்கொண்டன. முப்படைகளும் தனித் தனியே ஈடுபடுத்தப்பட்டன. அதிலும் விமானப்படையின் ஒத்திகை மிக எச்சரிக்கை மிகுந்ததாக அமைந்திருந்தது. அது வடகொரியாவை முழுமையாகத் தாக்கி அழிப்பதற்கான வரைபொன்றினை அமெரிக்கப் புலனாய்வு தரப்பு திட்டமிட்டிருந்தமை தெரியவந்தது. வட கொரியாவின் பதிலடிக்கு அல்லது தொடக்கத்திற்கு நேரம் வழங்காது தாக்குதலை நடாத்த அமெரிக்க அணி திட்டமிட்டிருந்தது. அதனையே போர் ஒத்திகையாக மேற்கொண்டிருந்தது. ஏறக்குறைய 200 விமானங்கள் போர் ஒத்திகையில் பயன்படுத்தப்பட்டன. அமெரிக்காவின் BB1 தாக்குதல் விமானங்கள் வரை பயிற்சியில் ஈடுபடுத்தப்பட்டன. தென்கொரிய விமானங்களும் அமெரிக்க விமானப்படையுடன் இணைந்ததுடன் போரின் ஒரு பகுதியை கையாளும் பயிற்சியும் பெற்றுக்கொண்டது.

வெயிலன்ற் ஏய் எனும் போர்ப்பயிற்சியில் ஆயிரத்துக்கு மேற்பட்ட விமானப்படைகள் சேர்ந்துள்ளன. ஏறக்குறைய ஒரு வருடமாக திட்டமிடப்பட்ட போர்ப்பயிற்சி 2018 இல் இறுதியில் நிறைவு பெற்றது.

இப்போர் ஒத்திகை பற்றிய அபிப்பிராயத்தினைப் பறிமாற்றிக் கொண்ட வடகொரிய அணுவாயுதப் போருக்கு மிக அண்மையில் நகருகின்ற நடவடிக்கையென அரச ஊடகத்தின் செய்திப் பரப்புரையினை வெளிப்படுத்தியது. இது ஏறக்குறைய சரியான கணிப்பீடாகவே அமைந்திருந்தது. இத்தகைய ஒத்திகைகளே வடகொரியாவை தீவிரமான நடவடிக்கைக்கும், தற்பாதுகாப்புக்கும், திட்டமிடச்செய்தது. வடகொரியா உலகத்தில் ஒரு நாடு என்பதனை நிராகரித்துவிட முடியாது. அதற்கான தற்பாதுகாப்புக்களை உருவாக்குவதற்கு அது தயாராக உள்ளதென்பது தவிர்க்க முடியாததாகும்.

அமெரிக்காவின் ஆதிக்க நலன்களை நிறைவு செய்வதற்காகவும் கிழக்காசியா மீது கவனம் செலுத்தவும், வல்லரசுப் போட்டியைத் தக்கவைக்கவும், சீனா ரஷ்யாவை அவற்றின் பிராந்தியத்திலேயே எதிர்கொள்ளவும் மேற்கொண்ட உத்தியாகவே கருதுவது பொருத்தமானதாக அமைந்திருந்தது.

அமெரிக்கா வடகொரியாவைத் தாக்கத் திட்டமிட்டுவிட்டது என்பதை போர் ஒத்திகைகள் உணர்த்துகின்றன. அத்தகைய போரை உலகிலுள்ள இதரநாடுகளைக் கூட்டி ஒன்றிணைத்து தாக்குதல் மேற்கொள்ள முயன்றதையும் வெளிப்படுத்தியிருந்தன. ஆனால் இதில் நேட்டோ அரசுகள் பின்வாங்க தென்கொரியாவையும், ஜப்பானையும் பயன்படுத்தும் தறுவாயில் போரை நோக்கி வேகமாகப் பயணிக்க அமெரிக்கா முயன்றது.

அத்தகைய போர் அணுவாயுதத் தாக்குதலாகவே அமையுமென்பது நன்கு தெரிந்த விடயம். அதனை அமெரிக்காவோ கொரியக் குடாவோ அனுபவிப்பதல்ல, முழு உலகத்திற்குமே கேடான விடயமாகவே அமையும். அதனால் ஏற்படும் விளைவுகளில் இருந்து வளர்ந்த நாடுகள் தப்பிக் கொள்ளப்பார்க்கின்றன. ஆனால் அது அனைத்து புவிமேற்பரப்பினையும் பாதிப்புக்கு உள்ளாக்கக் கூடியதாகவே அமையும் என்ற எச்சரிக்கை அப்போது உலகளாவிய ரீதியில் ஏற்பட்டது.

இதே சந்தர்ப்பத்தில் அமெரிக்காவின் தேசியப் பாதுகாப்பு ஆலோசகர் மெக்மாஸ்டர் குறிப்பிடும்போது வடகொரியாவுடனான போர் அபாயம் அதிகரித்துவருகிறது என்றார். அது மட்டுமன்றி, வடகொரியாவின் அச்சுறுத்தலை எதிர்கொள்ள அமெரிக்கா வேகமாகச் செயல்பட்டு வருகிறது என்றும் குறிப்பிட்டார். எனவே இரு நாடுகளும் போரை நோக்கி நகர்வை தீவிரப்படுத்திக் கொண்டிருந்தன. அமெரிக்காவின் அரச இயந்திரம் தெளிவாகவும் படிப்படியாகவும் போரை நிகழ்த்துவதற்கான தயாரிப்புகளைக் காட்சிப் படுத்தியது. குறிப்பாக, வடகொரிய தலைமை மற்றும் இராணுவம் பற்றிய செய்திகளுக்கு வழங்கப்படும் ஊடக முக்கியத்துவம் அதிகம் போலிகளைக் கொண்டதாக அமைந்திருந்தது. அதில் வடகொரியா மீதான வெறுப்பினை நோக்கி உலகத்தை நகரவைக்கும் ஓர் உளவியல் யுத்தத்தினை மேற்குலக ஊடகங்கள் மேற்கொண்டு வந்தன. அது எப்போது பூரணத்துவமாக எட்டப்படுகிறதோ அப்போது உலக நாடுகளின் ஆதரவுடன் போரை அமெரிக்க அரச, புலனாய்வு பிரிவுகள் மேற்கொள்ள விரும்பின. ஆனால் அமெரிக்கா போரை நிகழ்த்த தயாரில்லாத தகவல்களை அப்போதைய ஜனாதிபதி ட்ரம்ப் அவரது டுவிட்டர் பக்கத்தின் பதிவிட்டிருந்தமையும் அவதானிக்கக் கூடியதாக அமைந்திருந்தது.

வடகொரியா மீதான போரை காலம் தாழ்த்துவது அமெரிக்க அரச இயந்திரத்தின் நோக்கமாக அமைந்திருந்தது. அப்படியான கால நீடிப்பு எப்போது நாடுகளையும் அவற்றின் தலைமைகளின் உத்திகளையும் தோற்கடிக்க முடியுமென மேற்குலகம் செயல்பட்டு வந்துள்ளது. அது ஒரு நாட்டின் தாக்குதலாக அமையலாம், ஆயுதப் போராட்டங்களாக அமையலாம். அனைத்துமே கால நீடிப்பு எனும் அம்சத்தினால் தோற்கடித்த வரலாற்று வெற்றிகளைத் தலைமை தாங்கும் அரசுகள் பெற்றுள்ளன. இதே அணுகு முறையையே வடகொரியா மீதும் அமெரிக்கா கடைப்பிடித்துவருகிறது என்ற செய்தியை மேற்கு ஊடகங்களே வெளிப்படுத்தியிருந்தன. அது மட்டுமன்றி, வடகொரியா ஒரு மூடிய அரசு என்ற அடிப்படையும் அதன் தகவல்களைப் பெறமுடியாத இறுக்கத் தன்மையும் அமெரிக்காவுக்கு கால நீடிப்பின் தேவையாக அமைந்திருந்தன.

இத்தகைய போர் உத்திகளில் ஒன்றாகவே ஐ.நா.சபையின் அரசியல் பிரிவுத் தலைவரது வட கொரிய விஜயம் அமைந்துள்ளது.

அமெரிக்காவின் போர் ஒத்திகையின் அதீதத்திலும் வடகொரியத் தலைமையைப் பணியவைக்க எடுத்த முயற்சியாகவே கருதப்பட்டது. ஒன்றில் வடகொரியாவுடன் இறுதிவரை உரையாடினோம்; சாத்தியப்பாடான முடிவுகளை எட்டுவது அல்லது போர் நடத்த வேண்டிய நிர்ப்பந்தம் ஏற்பட்டது எனக் கூறி நிலமையைக் கையாளுவது அன்றி வடகொரியா ஐ.நா.வுக்குக் கட்டுப்படுமாயின் அதன் மீது அரசியல் ரீதியான ஆதிக்கத்தை செலுத்துவதே ஜெப்ரியின் விஜயத்தின் நோக்கமாக அமைந்திருந்தது. போர் ஒத்திகையின் தீவிரம் போரை வேகப்படுத்தப் போகின்றது என்பதையே காட்டியது.

வடகொரியாவின் ஏவுகணைப் பரிசோதனைகள்

அமெரிக்காவின் போர்ப் பயிற்சிகளுக்கான பதிலை வடகொரியா வழங்கத் தயாரானது. பல ஏவுகணைப் பரிசோதனைகள் ஜப்பானையும் தென் கொரியாவையும் அதிரவைக்கும் ஏவுகணை வீச்சுக்கள் என்பனவற்றை தொடர்ந்து வெளிப்படுத்தி வந்தது. இது படிப்படியாக யுத்தத்தைத் தீவிரப்படுத்தும் நடவடிக்கையாக மாறியது. அக்காலப்பகுதியில் அமெரிக்கா மிகப்பெரிய வலியைச் சந்திக்குமென வடகொரியா தலைவர் ஹிம் ஜோங் உன் தெரிவித்தார்.

சோஸலிச இயக்கத்தின் நடைமுறை அர்த்தம் சர்வதிகாரம் என்பதை கடந்த நூற்றாண்டு பல தலைவர்கள் நிறுவிச் சென்றார்கள். அதனை முதலாளித்துவம் மிக நீண்ட வரலாறு முழுவதும் அத்தகைய சர்வதிகாரத்தைப் பின்பற்றியது. ஆனால் இருபத்தியோராம் நூற்றாண்டிலும் தாராண்மைவாதச் சக்திகளும் சோஸலிஸ சக்திகளும் சர்வதிகாரத்தைத் தவிர்க்க முடியாது பின்பற்றி வருகின்றமை குறிப்பிடத்தக்கதாகும்.

சர்வதிகாரம் இல்லாத தலைமைகள் தோற்ற வரலாறு கடந்த காலம் முழுவதும் பதிவானது. அதேநேரம் ஜனநாயமோ அல்லது தாராள ஜனநாயகமோ பேசிய தலைவர்கள் சர்வதிகாரிகளாகச் செயல்பட்டு தேசங்களையும் தேசியப் பொருளாதாரத்தையும் கட்டி வளர்த்துள்ளனர். அந்த வகையில் சோஸஸிச சர்வதிகாரத்தின் ஒருவராகவே வடகொரியத் தலைவர் காணப்படுகின்றார். ஏறக்குறைய பெயரளவு சோஸலிசத்தின் இறுதி நாடாகவும் தலைவராகவும் விளங்கும் உன்னின் சர்வதிகாரப் போக்கு உலக நாடுகளை நெருக்கடிக்குத் தள்ளியுள்ளது.

ஏவுகணைப் பரிசோதனையை நடத்தியதற்காக ஐக்கிய நாடுகள் சபை மீண்டுமொரு பொருளாதாரத் தடையை (15.09.2017) வடகொரியா மீது விதித்திருந்தது. குறிப்பாக, வடகொரியாவின் பிரதான ஏற்றுமதிகளான நிலக்கரி கனிமப்பொருட்கள் மற்றும் கடல் உணவுகளை ஏற்றுமதி செய்வதற்கு ஐ.நா. தீர்மானம் தடை விதித்துள்ளது. மேலும் பெற்றோலியப் பொருட்கள் உட்பட ஹிம் ஜோங் உன்னின் சொத்துக்கள் முடக்கம் என்பன அடங்கிய தீர்மானம் நிறைவேற்றப்பட்டுள்ளது. அதனை அமெரிக்கா முன் மொழிந்துள்ளமை குறிப்பிடத்தக்கதாகும்.

இத்தகைய தீர்மானத்திற்கு ஐ.நா. சபையின் பாதுகாப்பு சபையிலுள்ள 15 உறுப்பு நாடுகளும் ஒப்புதல் அளித்துள்ளன. பல தடைவைகள் பல தீர்மானங்களை ஐ.நா.சபை முன்வைத்த போதும் எதனையும் வடகொரியா பின்பற்றாத வகையில் நாடுகளும் தலைவர்களும் அதிருப்தியின் விளிம்பிலுள்ளமையை அவதானிக்க முடிந்தது. இதன் விளைவுகள் தனிப்பட்ட அமெரிக்காவுக்கோ அமெரிக்க மக்களுக்கோ உரியனவாக அமையாது. ஒட்டு மொத்த உலகத்தின் மீதான நடவடிக்கையாக அமைவதற்கான வாய்ப்பு அதிகமாக உண்டு. காரணம், ஐ.நா. வின் புதிய தீர்மானத்தை உடனடியாகப் புறந்தள்ளிய வடகொரியா அதன் விளைவுகளை அமெரிக்காவே எதிர் கொள்ளுமென எச்சரித்துள்ளது.

ஐ.நா.வுக்கான வடகொரியத் தூதுவர் ஹான் பேசாங் அரசியல் பொருளாதார மற்றும் இராணுவ மோதல் ஏற்படுவதை அமெரிக்கா விரும்புகிறது என்றார். தூதுவரின் கருத்துக்குரிய நகர்வின் மோதல்கள் ஆரம்பித்து விட்டன. அரசியலாகவும் பொருளாதாரமாகவும் வடகொரியா அதிக நெருக்கடியை எதிர் கொள்ள ஆரம்பித்து விட்டது. அமெரிக்காவின் கூட்டு நாடுகளின் இராணுவ ஒத்திகைகளும் அமெரிக்க இராணுவக் குவிப்பும் அதிகமான இராணுவ மோதலுக்கான திட்டமிடலைத் தந்துள்ளன. பரஸ்பரம் தாக்குதல் நிகழ்த்தும் உத்திகள் அதனையே வெளிப்படுத்தியிருந்தன.

வடகொரியாவிடம் உள்ள அணுக்குண்டுகளே பலமிக்கனவான மாறியுள்ளன. அமெரிக்காவைப் பொருத்தவரை, வடகொரியாவின் கண்டம் விட்டு கண்டம் பாயும் ஏவுகணைகளின் விருத்தி நிலை அமெரிக்காவை மட்டுமல்ல உலக நாடுகளையே தாக்குதல் திறன்

கொண்டதாக வடிவமைக்கப்பட்டுள்ளது. ஏற்கெனவே ஜப்பான் கடலில் வீழ்ந்து வெடித்த ஏவுகணையும், அண்மையில் மீண்டும் ஜப்பானிற்கு மேலாகச் சென்று கடலில் வீழ்ந்து வெடித்த ஏவுகணையும் பிராந்திய அச்சுறுத்தலை ஏற்படுத்தியுள்ளன. 2300 மைல் தூரம் சென்று பசுபிக் சமுத்திரத்தில் வீழ்ந்து வெடித்துள்ள ஏவுகணையால் அமெரிக்கா அதிக இராணுவ எச்சரிக்கையை எதிர் கொண்டுள்ளது.

அமெரிக்கப் பாதுகாப்பு துறை உடனடியாகக் கூட்டப்பட்டு, அமெரிக்கா பாதுகாப்பு மற்றும் ஏவுகணை அண்டவெளி தொழில்நுட்ப மையங்களுக்கு ஏற்படவுள்ள பாதுகாப்பு அச்சுறுத்தல் பற்றிய உரையாடலை செய்திருந்தனர். இறுதியில் வடகொரியாவின் நடவடிக்கை பேச்சுவார்த்தைக்குரிய அனைத்து நடவடிக்கைகளை மூடியுள்ளதாகவும் இராணுவ நடவடிக்கைக்கு முதன்மை வழங்குவது தவிர்க்க முடியாததாகியுள்ளதாகவும் என அமெரிக்கா எச்சரித்திருந்தது.

ஹின்சோ அபே

ஜப்பான் பிரதமர் ஹின்சோ அபே வடகொரியாவின் ஏவுகணைத் தாக்குதலை ஏற்றுக்கொள்ள முடியாததென தெரிவித்திருப்பதுடன் ஐ.நா. பாதுகாப்பு சபைக்கு முறையிட்டுள்ளார். தென்கொரிய ஆட்சியாளர்கள் இந்நடவடிக்கையைக் கண்டித் திருப்பதுடன் இதனால் பொதுமக்களே அதிகம் கொல்லப்படுவதற்கு வாய்ப்புள்ளதாக தென்கொரியா அச்சம் வெளியிட்டிருந்தது.

அமெரிக்கத் தரப்பு ஆகாய கடல்வழி இலக்குகள் மீது வடகொரியா தாக்குதல் திறன் அதிகரித்துள்ளதாக கருதியிருந்தது. குறிப்பான குவாம் அமெரிக்க இராணுவத் தளம் தாக்கப்பட வாய்ப்பு அதிகரித்து வருவதாக பென்டகன் எச்சரித்திருந்தது. 3700 கி.மீ. தாக்குதல் திறனுடைய கண்டம் விட்டு கண்டம் பாயும் ஏவுகணையையே செப்டெம்பர்15, 2017அன்று வடகொரியா ஏவியுள்ளது. இது அமெரிக்கப் பாதுகாப்புத் துறைக்கு அச்சுறுத்தலாகவே அமைந்திருந்தது.

வடகொரியாவைப் பொருத்தவரை அணுவாயுவும் குறுந்தூர மற்றும் கண்டம் விட்டு கண்டம் பாயும் ஏவுகணையையும் தாக்குதல் திறனையும் கொண்டிருக்கிறது. அதனால் வடகொரியாவின் அடுத்த இலக்கு கண்டம் விட்டு கண்டம் பாயும் ஏவுகணைகளில் அணு வாயுதங்களைத் தாங்கிச் செல்லும் வல்லமையை உருவாக்குவதாக அமையும். அதனை சாத்தியப்படுத்த வடகொரியா தயாராகி வருவதாகப் புலனாய்வுத்தகவல்கள் உறுதிப்படுத்தியிருந்தன.

அமெரிக்கா அல்லது ஏனைய நாடுகள் வடகொரியா மீது தாக்குதல் மேற்கொள்ளத் தயங்குவதற்கான காரணம், அதன் அணுவாற்றலேயாகும். மேற்கு ஆசிய நாடுகளைப் போன்று வடகொரியாவை அமெரிக்காவால் கையாள முடியவில்லை. காரணம், அணுவாயுதம் மட்டுமல்ல; வடகொரியாவின் தலைமைத்துவம், சோஸலிச திரை, சீனா, ரஷ்யாவின் மறைமுக ஆதரவு, புவிசார் அரசியல் உறுதிப்பாடு இவை எல்லாம் வடகொரியா மீது தாக்குதலை உடனடியாக மேற்கொள்ளத் தடுக்கும் அம்சங்களாக அமைந்திருந்தன.

அமெரிக்காவைப் பொருத்தவரை பிராந்திய நாடுகளின் கூட்டு அணியின் தாக்குதல் ஒன்றுக்கு அதிக முக்கியத்துவம் கொடுக்க முனைந்தது. சீனா-ரஷ்யாவின் இணைவு இந்த யுத்தத்தில் அவசியமென கருதியிருந்தது. ஆனால் இந்த இரண்டு நாடுகளும் அமெரிக்காவை யுத்தத்தில் இறக்கி விட்டால் அமெரிக்கா மேலாதிக்கத்தைத் தடுக்க முடியுமென கருதும் போக்கொன்று காணப்பட்டதென ஏற்கெனவே இந்நூல் தெளிவுபடுத்தியுள்ளது.

வடகொரியா கூறுவது போல் அமெரிக்கா மீது ஒரு பாரிய அழிவைத்தரக்கூடிய தாக்குதல் நிகழ்த்தப்பட்டால் அது உலக மகாயுத்தமாக மாறுவதற்கான வாய்ப்பு அதிகமாக தென்பட்டது. அதற்கு பல்துருவ உலக ஒழுங்கு வாய்ப்பினைக் கொடுக்குமா? என்ற சந்தேகம் நிலவியது நியாயமானதே. வடகொரியாவின் எச்சரிக்கைகளும் அமெரிக்காவின் நடவடிக்கைகளும் சமாதானத்தையே இலக்காகக் கொண்டிருந்ததைக் காணமுடிந்தது. இரண்டு தரப்புகளுமே பரஸ்பரம் எச்சரிக்கையுடனேயே நகர்ந்திருந்தன. இரண்டு தரப்புகளுக்கும் தாக்குதலுக்கு வாய்ப்புக்கள் அதிகம் வளர்ந்திருந்தன. ஆனால் எச்சரிக்கையுடன் அவை நடந்து கொண்டன. அமெரிக்க மண்ணில் தாக்குதலைத் தவிர்ப்பதே

அமரிக்காவின் பிரதான நோக்கமாக அமைந்திருந்தது. அதற்காகவே உலகம் முழுவதும் அமெரிக்கா இராணுவ முகாங்களையும் தனது படைகளையும் குவித்து வைத்துள்ளது. போதாதற்கு கடற்படையையும், பாரிய கப்பல்களையும் அனைத்து சமுத்திரங்களிலும் நடமாட வைத்துள்ளது.

இது மட்டுமன்றி, ஜப்பானிலும் தென்கொரியாவிலும் ஏவுகணைத் தடுப்புக்களின் நடவடிக்கையை கொரியக் குடாவுக்குள் நிறுத்தியுள்ளது. அது மட்டுமன்றி, ஏவுகணைகள் மூலம் அமெரிக்க மண்ணை தாக்கும் முயற்சியை முறியடிக்கும் விதத்தில் ஏவுகணைத் தடுப்புத் திட்டமாகிய தாட்டை பிராந்திய மட்டத்தில் அமெரிக்கா நிறுவிவருகிறது. பெருமளவான தாக்குதல் உத்திகளையும் தடுப்பு நடவடிக்கைகளையும் கொண்ட அமெரிக்க மண்ணைத் தாக்குவது கடினமானது. வேண்டுமாயின் கொரியத் தீபகற்பத்திலுள்ள அமெரிக்கத் தளங்களைத் தாக்க வாய்ப்பு அதிகமானது.

அணுவாயுதத்தினை அமெரிக்கக் கண்டத்தை நோக்கி செலுத்துவதற்கு தொழில்நுட்ப உத்திகள் இடங்கொடுக்குமா என்பது கேள்விக்குரியதே. அதனை அடிப்படையாகக் கொண்டு தான் வடகொரியா அமெரிக்காவை எச்சரித்திருக்கின்றது என்றால் அது தனித்து அமெரிக்காவிற்கு மட்டும் உரியதல்ல; அணுவாயுத தாக்குதல் உலகத்திற்கானது. கொரியக் குடாவின் இராணுவச் சமநிலை நெருக்கடியைத் தவிர்க்க வழிவகுக்கும் என்ற கணிப்பே பொருத்தமானதாகத் தெரிகிறது.

இரட்டை அணுகுமுறைகள்

ஜூலை31, 2019அன்று வடகொரியா மீண்டும் இரு கண்டம் விட்டு கண்டம் பாயும் ஏவுகணைகளைப் பரிசோதித்துள்ளதாக தென் கொரியா அறிவித்தது. இந்த ஏவுகணையானது 155 மைல் தூரம் சென்று தாக்கு திறன் கொண்டதாகவும் தெரியவருகிறது. இது ஜப்பானியக் கடல்பகுதியில் வீழ்ந்ததாகவும் தென்கொரியா அறிவித்திருந்தது. ஆனால் ஜப்பானியப் பாதுகாப்பு அமைச்சு தென்கொரியாவின் தகவலை மறுதலித்திருந்தது. தமது கடல் பிராந்தியத்தில் எந்தவிதப் பரிசோதனையும் நிகழவில்லை என்று குறிப்பிட்டுள்ளது. ஆனால் தென்கொரியாவோ மீண்டும் மீண்டும் வடகொரியாவின் பரிசோதனை நிகழ்ந்ததை உறுதிப்படுத்தியிருந்தது. இது புதிய வகை ஏவுகணை என்றும், குறுந்தூரம் சென்று

தாக்கக்கூடிய ஏவுகணை எனவும், வடகொரியாவின் கிழக்குக் கடல்பகுதியில் நிகழ்த்தப்பட்டுள்ளது என்பதையும் ஆதாரங்களுடன் தென்கொரியா தெளிவுபடுத்தியிருந்தது. அதேநேரம் இன்னோர் தென்கொரிய அதிகாரி இது பாரிய தூரம் சென்று தாக்கும் திறன் கொண்டது எனக் குறிப்பிட்டுள்ளதுடன் அமெரிக்காவும் தென்கொரியாவும் இணைந்து மேற்கொள்ளும் கூட்டு இராணுவ நிகழ்ச்சியின் மீதான ஆத்திரத்தினாலேயே அத்தகைய பரிசோதனையை வடகொரியா மேற்கொண்டதாக மேலும் குறிப்பிட்டிருந்தார். இத்தகைய நடவடிக்கையை வடகொரியா நிறுத்த வேண்டும் என தென்கொரியா அறிவித்தது. இத்தகைய பதற்றமான சூழலை அடுத்து அமெரிக்க நடவடிக்கைகள் இப்பிராந்தியத்தில் மீண்டும் ஆரம்பித்துள்ளன.

குறிப்பாக, கிழக்காசிய நாடுகளுக்கான பாங்கொக்கில் நிகழும் (02.08.2019) உரையாடலில் கலந்து கொள்ள வருகை தந்திருந்த அமெரிக்க விசேட தூதுவர் ஸ்ரீபன் பெகன் தென் கொரிய மற்றும் ஜப்பானிய பிரதிநிதிகளைச் சந்தித்து பேச்சுவார்த்தை நடாத்தியிருந்தார். அந்த சந்திப்பில் வடகொரியர்களுக்கு அழைத்திருந்த போதும் அவர்களது கலந்து கொள்ளாமையை அவதானிக்க முடிந்தது. குறிப்பாக, அமெரிக்கா இரு நாடுகளுடனான சந்திப்பில் வடகொரியாவுடனான பேச்சுக்களை மீள ஆரம்பிப்பது தொடர்பில் சில முன் மொழிவுகளை அமெரிக்க விசேட பிரதிநிதி தெரிவித்திருந்தார். முன்னாள் அமெரிக்க வெளிவிவகாரச் செயலாளர் மைக் பாம்பியோ வடகொரியாவுடன் பேசுவதற்கான வாய்ப்பினை எதிர்பார்த்திருப்பதாகவும் வெளிவிவகார அமைச்சு மட்டத்தில் அதனை ஆரம்பிக்க முடியுமெனவும் தெரிவித்திருந்தார். ட்ரம்ப் நிர்வாகம் அத்தகைய பேச்சுக்களை ஆரம்பிப்பதில் ஆர்வமாக உள்ளது எனவும், இராஜதந்திர நடவடிக்கைகளில் சிறிய சறுக்கல்கள் இயல்பானவை எனவும் பாம்பிமோ தெரிவித்திருந்தார்.

2012இல் ஆட்சிக்கு வந்துள்ள கிம் ஜோன் உன் இதுவரை 80 மேற்பட்ட ஏவுகணைகளைப் பரிசோதனை செய்துள்ளார். 2016 இல் இரு அணுவாயுதப் பரிசோதனைகளைச் செய்திருந்தது வடகொரியா. அதே ஆண்டு 26 மேற்பட்ட கண்டம் விட்டு கண்டம் பாயும் ஏவுகணைகளைப் பரிசோதித்திருந்தமை குறிப்பிடத்தக்கதாகும். 2017இல் மட்டும் 18 ஏவுகணைகளைப்

பரிசோதித்தது. அவற்றில் ஐந்து பரிசோதனைகள் தோல்வியில் முடிந்துள்ளமையும் கவனிக்கத்தக்க விடயமாகும். அவற்றில் இரண்டு நடுத்தரவீச்சு ஏவுகணைகளாகும். இவற்றைப் பரிசோதிப்பதன் ஊடாக வடகொரியா தனது பாதுகாப்பினை உறுதிப்படுத்திக் கொள்ள முனைகிறது என கிம் அறிவித்திருந்தார். அமெரிக்காவின் இரட்டை அணுகுமுறையால் ஆத்திரமடைந்துள்ள வட கொரியா பிராந்திய நாடுகளை மட்டுமல்ல, அமெரிக்காவையும் அச்சுறுத்தும் பாணியிலேயே ஏவுகணைப் பரிசோதனையை நடாத்தியிருந்தமை தெளிவாக தெரிந்தது. குறிப்பாக, கூட்டு இராணுவ பயிற்சிக்கான திட்டமிடலை தாம் செய்துள்ளதாக தென்கொரியா அமெரிக்காவுடனான வடகொரியாவின் பேச்சுவார்த்தை முறிவடைந்த பின்பு அறிவித்தது. அதனை அடுத்தே வடகொரியா தனது பாதுகாப்பினையும் எதிர் தரப்புக்குமான அச்சுறுத்தலையும் முன்வைக்கும் விதத்தில் இப்பரிசோதனையை நிகழ்த்தியிருந்தது.

இத்தகைய ஏவுகணைத் தாக்குதல் திறனானது வடகொரியாவின் பிராந்திய நெருக்கடியை மட்டுமல்ல; சர்வதேச நெருக்கடியையும் தடுக்கக் கூடியதாகும். குறிப்பாக; அமெரிக்க்காவின் எல்லைவரை சென்று தாக்கும் திறனுடைய ஏவுகணைகளை வடகொரியா கொண்டுள்ளது. அதன் பாதிப்பே அமெரிக்கா வடகொரியா மீது நெருக்கடி கொடுக்கவும் அதே நேரம் தாக்குதல் உத்திகளை ஒருபுறமும் மறுபுறம் பேசுவதற்கு அழைப்பு விடுவதுமாக அமைந்திருந்தது. வடகொரியாவின் அணுவாயுதமும் ஏவுகணைத் தொழில்நுட்பமும் அமெரிக்காவின் அரசியல் அதிகாரத்தை மட்டுமல்ல அதன் தாய் நிலத்தையே தாக்க வல்லவையாக அமைந்திருந்தன. அதனாலேயே அமெரிக்கா தொடர்ச்சியான இரு வழி அணுகுமுறையை வடகொரியா விடயத்தில் கடைப்பிடித்து வருகின்றதை அவதானிக்க முடிகிறது. அமெரிக்காவின் பாதுகாப்பு அச்சுறுத்தலேயே வடகொரியாவுடனான பேச்சுவார்த்தை முயற்சியாகும். அத்துடன் கிழக்கு மற்றும் தென்கிழக்காசியாவானது அமெரிக்காவினது பொருளாதார மற்றும் இராணுவ விடயங்களில் மிக முக்கிய புவிசார் அரசியல் பிராந்தியமாகும். அதனால் அப்பிராந்தியத்தைப் பாதுகாப்பது அவசியமும் அடிப்படையுமாக அமைந்திருந்தன. இப்பிராந்தியத்தை இழப்பதென்பது இரட்டிப்பு

இழப்பீடாக அமைந்துவிடும் என அமெரிக்கா கருதியிருந்தது. அதனாலேயே வடகொரியாவைக் கையாளும் வழிமுறையை மாற்றி மாற்றி பின்பற்றி வருகிறது.

ஆனால் வடகொரியாவுக்கு எப்போதும் அச்சுறுத்தல் உண்டு. காரணம் தனித்தலைமைகளால் உலகத்தையோ தேசியங்களையோ பாதுகாக்க முடியாது. அத்துடன் ஒரு தேசத்தின் தேசியமும் ஜனநாயகமும் ஒன்றிணைகின்ற போதே அந்த தேசத்தின் கட்டமைப்பும் பொருளாதாரமும் இராணுவ பலமும் அரசியல் உறுதியும் சாத்தியமாகும். இது ஒற்றைத் தலைமை அதிகாரத்தினால் தொடர்ச்சியான பாதுகாப்பினை அந்த தேசத்திற்கு ஏற்படுத்த முடியாது. அதற்கான தயார்ப்படுத்தலை வடகொரியாவும் அதன் தலைமையும் ஏற்படுத்த வேண்டும். அதுவே அதன் எதிர்காலத்திற்கு இலாபகரமானதாக அமையும். அமெரிக்காவின் தற்போதைய தலைமையை வடகொரியா கையாண்டாலும் எதிர்காலத் தலைமைகளிடம் திணறவேண்டிய நிலை தவிர்க்க முடியாததாகும்.

வடகொரியாவின் ஆயுதப் போட்டி நீடித்த நிலையான அரசியல் உறுதிப்பாட்டை எட்டுவது அவசியமானது. அமெரிக்காவின் நலன் மட்டுமல்ல, அப்பிராந்திய நாடுகளின் நலனும் இத்தகைய பரிசோதனைகளில் தங்கியுள்ளது. அமெரிக்காவின் இரட்டை அணுகுமுறைக்கு வடகொரியா கொடுத்த பதிலாகவே ஏவுகணைப் பரிசோதனை அமைந்துள்ளதை வடகொரியாவின் இராணுவ சமநிலைக்கான உத்திகளாகவே இருந்தது.

அமெரிக்காவின் கூட்டு நகர்வு

2018இல் வடகொரியா இராணுச் சமநிலையில் இன்னோர் பரிமாணத்தை அடைந்தது. புதிய ஐதரசன் குண்டு ஒன்றினை விருத்தி செய்திருப்பதாக தெரியவந்துள்ளது. இது கண்டம் விட்டு கண்டம் பாயும் ஏவுகணையுடன் இணைத்துக் கொள்ள முடியுமெனவும் வட கொரியா அறிவித்திருந்தது. இது பிராந்திய சர்வதேச மட்டத்தில் அதிகமான அதிர்ச்சியினை ஏற்படுத்தியது. இதன்விளைவாக, கொரியப் பிராந்தியத்தில் பதற்றம் அதிகரித்ததுடன் அமெரிக்காவால் வடகொரியாவை கட்டுப்படுத்த முடியுமா? என்ற சந்தேகம் அதிகரிக்க வழிவகுத்தது. வடகொரிய மக்களும் தலைமையின் நடத்தையினையும் எதிரி நாட்டினைத் தாக்கும்

திறனின் விருத்தியினை ஊடகங்களூடாகப் பார்த்து பராட்டி இருந்தனர். ஐதரசன் குண்டு பரிசோதனை வெற்றியை அந்த நாட்டு மக்கள் தொலைக்காட்சியில் பார்த்து வரவேற்றுள்ள காட்சி வடகொரியா அரசியலில் பலமான விடயமாகவே தெரிந்தது.

வடகொரியாவுக்கு எதிரான இராணுவப் பயிற்சியையும், ஒத்திகைகளையும் அமெரிக்கா தென்கொரியா மேற்கொண்டிருந்த போது ரஷ்யாவின் போர் விமானங்கள் கொரியத் தீபகற்பத்திற்கு மேலால் பறந்து சென்றன. இத்தகைய சம்பவம் வடகொரியாவின் பலத்தை அதிகரித்துள்ளதென ஊடகங்கள் சுட்டிக்காட்டியிருந்தன. இது வடகொரியாவுக்கு ரஷ்யாவின் நேரடி ஒத்துழைப்பு உண்டு என்பதை உணர்த்தியிருந்தது. ரஷ்ய ஜனாதிபதி விளாடிமிர் புடின் வடகொரியாவை மிரட்டிப் பணிய வைக்க முடியாது என எச்சரித்துள்ளமையாகவே தெரிகிறது.

இவ்வாறு இராணுவச் சமநிலை வடகொரியா பக்கம் நகரும் போது பென்டகன் தலைவர் ஜேம்ஸ் மேடடிஸ், குவாம் தீவு உட்பட பிராந்திய நட்பு நாடுகளுக்கோ எங்கள் கூட்டணி நாடுகளுக்கோ ஏதாவது அச்சுறுத்தல் உண்டானால், பெரும் இராணுவத் தாக்குதல் மூலம் அதற்குப் பதிலளிக்கப்படும் என்று குறிப்பிட்டிருந்தார். இதன் மூலம் அமெரிக்காவின் நிலை ஏற்கெனவே வளைகுடா நாடுகளைக் கையாண்டது போல் வடகொரியாவையும் எதிர் கொள்வதாகவே தெரிந்தது. ஆனால் இதில் ஒரு முரண்பாடு உள்ளது. வளைகுடா நாடுகளைப் போன்று வடகொரியாவைக் கையாள முடியுமா என்பதாகும். புதிய உலகு ஒழுங்கு உருவான போது அமெரிக்காவின் ஆதிக்கத்துக்குள் அரசுகள் கட்டுப்பட்டே செயல்பட்டன. குறிப்பாக, ரஷ்யா அமெரிக்காவுடன் இசைந்து செயல்பட்டது. சீனா மௌனம் காத்தது. அதனால் ஆப்கானிஸ்தான், ஈராக், லிபியா என வரிசையாக ஆட்சியாளர்களையும், அரசுகளின் மரபையும், அவற்றில் வரலாற்றுப் பொக்கிசங்களையும் அழித்து அமெரிக்கா முதன்மை நாடானது. சதாம் உஸைன் முகமட் கடாபி மற்றும் பில்லேடன் போன்றவர்களை அழித்ததனால் அமெரிக்கா இலக்கம் ஒன்று என்ற முதல் வல்லரசானது. அத்தகைய சூழல் வடகொரிய விடயத்தில் பொருத்தமற்றதாகவே இருக்கிறது. இந்த முரண்பாடு அமெரிக்க புலனாய்வாளர்களுக்கும், இராணுவத்திற்கும் நன்கு தெரியும். ஐ.நா. பொதுச் செயலாளர் அணுசக்தி சோதனை

விதிமுறையை மீறும் ஒரே நாடு வடகொரியா என குறிப்பிட்டார். பிரான்ஸ், அமெரிக்கா போன்ற வல்லரசுகள் எப்படியான விதிகளைப் பேணுகின்றன என்பது தார்மீகக் கேள்வி ஐ.நா.பொதுச் செயளருக்கு உரியதாகும்.

சீனா தொடர்ந்தும் வடகொரியாவுடன் அமெரிக்கா பேச்சுக்கு திரும்ப வேண்டுமென கோரியதுடன் சுவிற்சர்லாந்தினை மத்தியஸ்தம் வகிக்க உடன்பட்டிருப்பதாக குறிப்பிட்டது. ஆனால் அமெரிக்கா ஐரோப்பிய யூனியன் நாடுகளையும் வட கொரியாவுக்கு எதிராக பொருளாதார நெருக்கடியை ஏற்படுத்தக் கோரியிருந்தது. ஜேர்மனியின் ஜனாதிபதி வெளிப்படையாக பொருளாதார நெருக்கடியையும், போரையும் ஊக்குவிக்கும் கருத்துக்களை வெளியிட்டிருந்தார். ஐரோப்பிய ஒன்றியம் அத்தகைய நடவடிக்கை எடுக்க வற்புறுத்தும். ஜேர்மனி அமெரிக்காவுடன் போர் எச்சரிக்கையைப் பகிர்ந்து கொண்டது.

இதில் ரஷ்யாவினது நடவடிக்கை அமெரிக்காவை சீண்டுவதாக அமைந்தாலும் மறுபக்கத்தில் வடகொரியாவுக்கு ஆதரவளிக்கும் பட்டியலில் முதலிடத்தை சீனாவுடன் ரஷ்யா பகிந்து கொண்டது. இதுவும் அமெரிக்கா போரை தனித்து நடாத்த அச்சமடைவதற்கான காரணமாக கொள்ளலாம். கூட்டாக ஒரு யுத்தத்தை முன்னெடுக்க முயலும் அமெரிக்காவுக்கு ஐ.நா.வும் ஐரேப்பிய யூனியனும் கைகொடுக்க வேண்டும். ஐ.நா. இல் சீனாவும் ரஷ்யாவும் நெருக்கடி கொடுக்கும் என்பதனாலும் அமெரிக்காவின் கூட்டான போர் உத்தியும் நெருக்கடியில் இருந்தது.

வடகொரியா மீண்டும் ஏவுகணைப் பரிசோதனை

உலகளாவிய அரசியலில் வடகொரிய இராணுவச் சமநிலை முதன்மை பெற்றுள்ளது. அதிலும் அமெரிக்காவின் ஜனாதிபதியாக ஜோ பிடன் ஆட்சியில் அமெரிக்க வடகொரிய அரசியல் அதிக முக்கியத்துவம் பெற்றிருந்தது. ஜனாதிபதி ட்ரம்ப் ஆட்சியில் இருக்கும் போது வடகொரியாவுடன் ஏற்பட்ட பேச்சுவாத்தை முறிவடைந்த போதும் இரு நாடுகளுக்குமான புரிந்துணர்வு நிலவியது. அமெரிக்க ஆட்சி மாற்றம் வரையும் இரு நாட்டுக்குமான உறவு சுமூகமானதாகக் காணப்பட்டது. இத்தகைய சுமூக நிலைக்கு அமெரிக்க நிர்வாகத்தின் அணுகுமுறையே பிரதான காரணம் எனக்

கூறப்படுகிறது. அதிலிருந்து ஒரு மாற்றத்தை ஏற்படுத்தும் நோக்கில் வடகொரிய - அமெரிக்க அரசியல் நகர்வுகள் அமைந்துள்ளன.

கடந்த 25.03.2021 வடகொரியா ஏவுகணைப் பரிசோதனையை மேற்கொண்டுள்ளதாக தகவல்கள் வெளியாகியிருந்தன. இது கண்டம் விட்டு கண்டம் பாயும் ஏவுகணையா அல்லது குறுந்தூர ஏவுகணையா என்பதில் குழப்பம் நிகழ்வதாக ஆரம்பத்தில் செய்திகள் வெளியாயின. அதே நேரம் இத்தகைய பரிசோதனைக்கு முன்பு இரு குறுந்தூர ஏவுகணைகளை வட கொரியா பரிசோதித்ததாகத் தெரியவருகிறது. கப்பலில் இருந்து ஏவப்படும் குறுந்தூர ஏவுகணைகளைப் பரிசோதித்துள்ளது. இவை எதுவும் ஐக்கிய நாடுகள் சபையின் தடைக்கு உட்படாதவை என்பதனால் அதிக நெருக்கடியை வடகொரியாவுக்கோ அயல் நாடுகளுக்கோ ஏற்படுத்தவில்லை. ஆனால், வடகொரியா ஐ.நா. பாதுகாப்புச் சபையின் தீர்மானத்தின் பிரகாரம் அயல் நாடுகளுக்கும் உலகத்திற்கும் அச்சுறுத்தல் விடுக்கக் கூடியதாகக் கருதப்படும் தடைசெய்யப்பட்ட ஏவுகணையைப் பரிசோதித்துள்ளதாகத் தெரியவந்துள்ளது. இதனைத் தென்கொரியாவும் ஜப்பானும் உறுதிப்படுத்தியிருப்பதுடன் அமெரிக்க புலனாய்வுத்துறையும் தெளிவுபடுத்தியுள்ளது. ஜப்பானியக் கடலில் இவ்விரு ஏவுகணைகளும் பரிசோதிக்கப் பட்டுள்ளதாக அமெரிக்காவும் ஜப்பானும் தெரிவித்துள்ளன. ஜப்பானும் தென்கொரியாவும் வடகொரியாவின் இத்தகைய நடவடிக்கையைக் கண்டித்ததுடன் பாதுகாப்புச்சபை நாடுகளுடன் உரையாடிவருகின்றன.

ஆசிய பசுபிக் பிராந்திய படைகளைக் கண்காணிக்கும் இராணுவக்கட்டளைப்பிரிவானது வடகொரியாவின் சட்டவிரோத ஆயுத நிகழ்ச்சித்திட்டமானது பிராந்திய நாடுகளை அச்சுறுத்துவதுடன் சர்வதேசத்தின் அமைதியைக் குலைப்பதாகத் தெரியவந்துள்ளது. குறுந்தூர ஏவுகணையைப் பரிசோதித்த நான்கு நாட்களில் இத்தகைய நீண்ட தூர ஏவுகணையை வடகொரியா பரிசோதித்துள்ளது கவனிக்கத்தக்கதாகும். குறுந்தூர ஏவுகணைப் பரிசோதனை ஒரு அச்சுறுத்தல் இல்லை என ஜோ பிடன் கருத்து வெளியிட்ட குறுகிய காலத்தில் வடகொரியா அடுத்த நெருக்கடியை ஏற்படுத்தியுள்ளது. இவ்வாறு வட கொரியா செயல்பட்டமைக்குத் தெளிவான நோக்கம் இருந்திருக்க வாய்ப்புள்ளது.

ஒன்று, தென்கொரியா அமெரிக்காவுடன் இணைந்து இப்பிராந்தியக் கடல் பிரதேசத்தில் மேற்கொள்ளவுள்ள கடல்பயிற்சியை எச்சரிக்கும் விதத்தில் வடகொரியாவின் நடவடிக்கை அமைந்துள்ளதாக தெரிகிறது. குறிப்பாக, ட்ரம்ப் நிர்வாகம் கைவிட்ட இரு நாடுகளுக்குமான கடற்படைப் பயிற்சியை மீளவும் ஜோ பிடன் ஆரம்பிக்க திட்டமிட்டுள்ளமை கவனத்திற் குரியதாகும். ஜோ பிடன் ஆட்சிக்கு வருகை தந்தபின்பு வெள்ளைமாளிகைக்கு உத்தியோக பூர்வ விஜயத்தை மேற்கொண்ட தலைவராக தென்கொரிய ஜனாதிபதி காணப்படுவதுடன் அடுத்த நிலையில் ஜப்பானிய பிரதமர் விஜயம் செய்யவுள்ளமை கவனத்திற்குரியதாகும். அத்தகைய நடவடிக்கையை தனது பாதுகாப்புக்கு அச்சுறுத்தலாகக் கருதும் வடகொரியா அதனை எதிர்கொள்வதற்குத் தயாராகின்றது. ஜப்பான், தென்கொரியா, அமெரிக்காவுடன் இணைந்து வடகொரியா மீது தாக்குதல் நிகழ்த்தலாம் என்ற அச்சுறுத்தலை வடகொரியா கொண்டுள்ளது. அத்தகைய தாக்குதல்கள் பல வட தென் கொரியாக்களுக்கிடையில் பல தடவை நிகழ்ந்துள்ளது. அதனால் வடகொரியா எப்போதும் தனது பாதுகாப்பினை முதன்மைப்படுத்தி நடவடிக்கைகளை மேற்கொண்டு வந்துள்ளது. அதன் அணுவாயுத பலமும் அத்தகைய எச்சரிக்கையுடனேயே உருவானது. அதுவே வடகொரியாவின் பாதுகாப்பாக தற்போதுள்ளது என்பதை நிராகரித்துவிட முடியாது.

இரண்டு, தென் சீனக்கடல் பகுதியில் சீனாவுக்கு நெருக்கடி கொடுக்கும் விதத்தில் அமெரிக்காவின் நடவடிக்கைகள் காணப்படுகின்றன. அதனைத் திசைதிருப்பவும், அதற்குப் பதில் நெருக்கடி கொடுக்கவும் வடகொரியா முயலுகின்றதைக் காணமுடிகிறது. ஜோ பிடன் ஆட்சியில் தென் சீனக்கடல் மற்றும் கிழக்கு சீனக்கடல் பகுதிகளில் அமெரிக்கக் கப்பல்களது நடமாட்டம் அதிகரித்திருந்தது. அதன் மூலம் சீனா மட்டுமல்ல: வடகொரியாவும் அச்சுறுத்தலை எதிர்கொள்ள வாய்ப்புள்ளது. அத்தகைய முயற்சியை மட்டுப்படுத்தவும் பதில் வழங்கவும் வடகொரியா நீண்ட தூர இலக்கைத் தாக்கும் ஏவுகணைகளைப் பரிசோதித்திருக்க வாய்ப்புள்ளது.

மூன்று, இந்தோ-பசுபிக் நாடுகளது பிராந்தியத்தை நோக்கி சீனாவும் அமெரிக்காவும் அதிக பிரயத்தனம் கொண்டுள்ளன. அதில்

அமெரிக்கா தனியான படைப்பிரிவை அமர்த்தி இப்பிராந்தியத்தைக் கண்காணித்துவருகிறது. அத்தகைய படைப்பிரிவின் ரோந்து நடவடிக்கையும் நகர்வுகளும் வடகொரியாவின் இருப்புக்கு அச்சுறுத்தலாக அமைந்திருப்பதுடன் குவாட் நாடுகளது ஆதிக்கம் அதிகரித்துக் கொண்டு செல்வதை அவதானிக்க முடிகிறது. அதிலும் ஜோ பிடன் பதவியேற்ற பின்பு அத்தகைய நடவடிக்கை அதிகரித்துள்ளது. அதனைத் தடுத்து நிறுத்த வேண்டிய நிலைக்குள் வடகொரியாவும் சீனாவும் தள்ளப்பட்டுள்ளன. சீனாவின் நெருக்கமான நட்பு நாடான வடகொரியா அமெரிக்காவின் நகர்வுகளைத் தகர்க்கும் உத்திகளை வெளிப்படுத்த வேண்டிய நிலைக்குள் தள்ளப்பட்டுள்ளது. இதனை இப்பிராந்தியத்தில் பலதடவை அவதானிக்கக் கூடியதாக அமைந்திருந்தது. சீனா வடகொரியாவையும், வடகொரியா சீனாவையும் பாதுகாக்கும் பொறிமுறையைக் கொண்டிருப்பதைக் காணமுடிந்தது. அதனுடைய நீட்சியே தற்போதைய நகர்வுமாகும். அமெரிக்கா எப்படி தென்கொரியாவையும் ஜப்பானையும் கையாளுகிறதோ அதே போன்றே சீனாவும் செயல்படுகின்றது. இத்தகைய அரசியல் உபாயம் மாறி மாறி நிகழ்ந்து கொண்டிருப்பதைக் காணலாம்.

நான்கு, அமெரிக்காவின் இன்னொரு சவால் வடகொரியாவுக்கு ஜோ பிடன் காலத்தில் ஏற்பட்டுள்ளது. கடந்த காலத்திலும் போர் கொதிநிலையுடன் தொடங்கிய அமெரிக்க வடகொரிய அரசியல் சமாதானம் மூலம் முடிபுக்கு வந்தது. அதற்கு அடிப்படைக்காரணம் வடகொரியாவின் அணுவாயுத பலமேயாகும். அத்தகைய அணுவாயுதத்தை நீண்ட தூர ஏவுகணையில் பரிசோதித்து வெற்றி கொள்வதே வடகொரியாவின் பாதுகாப்புக்கு சாதகமானது என்பதை கிம் ஜோங் உன் உணராமலில்லை. அதனை நோக்கியே வடகொரியாவின் நகர்வு காணப்படுகிறது. தற்போது பரிசோதித்த ஏவுகணை தொடர்பில் குழப்பகரமான தகவல்கள் உண்டு. அது குறுந்தூர ஏவுகணை அல்லது ஆட்லரி செல் போன்ற ஏதொவொரு ஆயுதம் என ஆரம்பத்தில் அமெரிக்கத் தரப்பு அறிவித்திருந்தது. பின்பே ஜப்பான், தென்கொரியா எச்சரித்த பின்பே அது நீண்ட தூர ஏவுகணை என அமெரிக்கா அறிவித்துள்ளது. அவ்வாறு பார்க்கும் போது வடகொரியாவிடம் உள்ள ஆயுதங்கள் தொடர்பில் தெளிவான தகவல் அமெரிக்கப் புலனாய்வுத் துறையிடமே

கிடையாது. காரணம், வடகொரியாவின் ஏவுகணைப் பரிசோதனை தொடர்பில் ஜோ பிடனிடம் பத்திரிகையாளர் கேட்ட போது வேடிக்கையாக சிரித்திருந்தார் என ஊடகங்கள் செய்தி வெளியிட்டிருந்தன.

ஐந்து, ஜப்பானும் தென்கொரியாவும் இராணுவரீதியில் வலுவடைகின்றதைக் காணமுடிகிறது. இது வடகொரியாவின் பாதுகாப்புக்கு அதிக ஆபத்தானதாகவே அமைய வாய்ப்புள்ளது. அதனால் வடகொரியாவும் அந்த நாடுகளுக்கு ஏற்ப ஆயுதங்களை அதிகரிக்க வேண்டும் என்ற நோக்குடன் செயல்படுகின்ற போக்கே ஏவுகணைப் பரிசோதனையாகும். குறிப்பாக, ஜப்பான் தனது பாதுகாப்புச் செலவீனத்தை வேகமாக அதிகரித்து செல்வதுடன் இராணுவத்தினைப் பெருக்கவோ ஆயுதங்களைக் கொள்வனவு செய்து பெருக்கவோ முடியாது என்ற அரசியலமைப்பு விதிகளை ட்ரம்ப் அமெரிக்க ஜனாதிபதியாக இருக்கும் போதே நீக்கிவிட்டது. இதனால் அதிக அச்சுறுத்தல் வடகொரியாவுக்கு ஏற்பட்டுள்ளது. பசுபிக் பிராந்தியத்தில் அமெரிக்காவின் தடுப்பு அரணாக ஜப்பான் மாறிவருகிறது. ஒக்கினாவா தீவு மட்டுமல்ல, ஜப்பானே பெரும் இராணுவ வலிமையுடைய நாடாக விளங்குகிறது.

வடகொரியாவின் ஏவுகணைப் பரிசோனை மூலம் இப்பிராந்திய நாடுகளை மட்டுமல்ல அமெரிக்கா உட்பட்ட மேற்குலக நாடுகளையும் எச்சரித்துள்ளது. அதில் குறிப்பான செய்தி அமெரிக்காவின் நகர்வுகளுக்கு எதிரானதாகும். அமெரிக்கா தென்கொரியாவையும் ஜப்பானையும் பலப்படுத்துவதே வடகொரியாவின் உடனடி நெருக்கடியாகும். ஜோ பிடன் காலம் மீளவும் வடகொரிய அமெரிக்க முறுகலுக்கான காலமாகவே தெரிந்தது. எந்தவித இராஜதந்திர நகர்வுகளும் இன்றி இராணுவ முனைப்புகளைக் கொண்டிருப்பதோடு போர் முனைகளைத் திறக்கும் உத்தியை அமெரிக்கா மீளவும் ஆரம்பித்துள்ளது. குறிப்பாக, தென் சீனக்கடல் தைவான் ஈரான் சிரியா போன்ற பகுதிகளில் அமெரிக்கப் போர் உத்திகளே அதிகம் பிரதிபலிக்கின்றன. இது ஆபத்தான தருணத்தை ஏற்படத்தவும் வாய்ப்புள்ளது. வடகொரியா பொருத்து அமெரிக்காவின் வெளியுறவுக் கொள்கை ஜோ பிடனால் அறிவிக்கப்பட்டுள்ள போதும் அதில் இராஜதந்திர நகர்வை விட இராணுவ நகர்வே அதிகமாகக் காணப்படுகிறது.

முடிவுரை

கொரியக் குடாவின் இராணுவச் சமநிலையானது அமெரிக்கா, வடகொரியா என்ற பிரதான போட்டிச் சக்திகளுக்குள் மட்டுமல்லாது அதன் பின்புலச் சக்திகளுக்குமுரியதாகும். அதாவது, அமெரிக்காவின் நட்பு சக்திகளான தென்கொரியா மற்றும் ஜப்பான் ஆகிய நாடுகளது இராணுவ வலுவில் தங்கியுள்ளது. அவ்வாறே வடகொரியாவன் நட்புச் சக்திகளான ரஷ்யா சீனாவின் இராணுவ பலத்திலும் தங்கியுள்ளது. புவிசார் இராணுவ வலிமை அமெரிக்க அணியை விட வடகொரியத் தரப்பிடமே அதிகமாக உள்ளது. எதுவாயினும் அமெரிக்கா பலமான இராணுவத்தையும் இராணுவத் தொழில் நுட்பத்தையும் கொண்டுள்ள நாடு என்ற வகையில் வடகொரியாவை இலகுவில் அழித்துவிடும். ஆனால் வடகொரியாவிடமுள்ள அணுவாயுதமும் அதனைப் பயன்படுத்த துணியும் மனோநிலையுமே அமெரிக்காவுக்கு மட்டுமல்ல உலகத்திற்கே அச்சமாக உள்ளது. எனவே கொரியக் குடாவின் இராணுவச் சமநிலையானது இரு தரப்புகளாலும் மாறிமாறி தமதாக்கிக் கொள்ளும் நடைமுறையொன்றைக் காணமுடிகிறது.

வடகொரியாவின் அணுவாயுதம்

அறிமுகம்

மிகச்சிறிய அளவில் விஞ்ஞான ஆய்வுகளுக்கூடாக ஆரம்பித்த அணுவாயுதத் தொழில்நுட்பத்திற்கான பரிசோதனையை வடகொரியா படிப்படியாக விரிவாக்கிக்கொண்டது. தற்போது 1016 இடைப்பட்ட அணுவாயுதத்தைப் பரிசோதித்து கையிருப்பில் வைத்துள்ளதாக தெரியவருகிறது. வடகொரியா மேலும் அத்தகைய எண்ணிக்கையை அதிகரிக்கக்கூடிய அளவு அணுவலு உண்டு என்பது தொடர்பில் தகவல்கள் உண்டு. வடகொரியாவின் அணுவலு என்பது தனித்து இராணுவ வலிமை மட்டுமானதல்ல. அது ஒரு அரசியல் தனித்துவமும் சிவில் அணுவலிமைக்கானதாகவும் தெரிகிறது. அமெரிக்காவின் அரசியல் இராணுவ ஆதிக்கத்தைக் கட்டுப்படுத்தும் விதத்தில் உருவாக்கப்பட்டதாகவே கொள்ளப் பட்டாலும் அதற்குப் பொருளாதார வலிமையும் உண்டு என்பதை மறுக்க முடியாது. வட கொரிய இராணுவமும் வடகொரிய தலைமைத்துவமும் இணைந்து படிப்படியாக அபிவிருத்தி செய்ததே வடகொரிய அணுவாயுதமாகும். இதன் எதிர்காலம் தனித்து இராணுவ வலிமையாக மட்டும் அமைந்து விடப் போவதில்லை என்பதைக் கருத்தில் கொள்வது அவசியமானது.

வடகொரியாவின் அணுவாயுத எழுச்சிக்கான தந்திரோபாயம் அமெரிக்கா, தென்கொரியா, ஜப்பான், சீனா, போன்ற நாடுகளின் நடவடிக்கையே முக்கியமான விடயமாகும். தற்போது வரை வடகொரிய அரசியல் இராணுவ காரணிகளில் முரண்பட்ட தேசமாகவே பார்க்கப்படுகிறது. குறிப்பாக, அமெரிக்காவின் பாதுகாப்புத் திட்டமிடலின் கீழ் தென்கொரிய, ஜப்பான் நாடுகளில் குவிக்கப்பட்டுள்ள அமெரிக்கப் படைகள் ஒருபுறம் அமைய,

மறுபக்கத்தில் தென்கொரிய இராணுவம் மற்றும் அரசாங்கத்தின் பலத்தையும், ஆளுகைப் பலத்தையும் பேணுகின்றமை என்பன வடகொரியாவுக்கு எதிரானதாகவே தெரிகிறது. அவ்வாறே பிராந்திய ரீதியில் சீனாவும், ரஷ்யாவும் தனித்துவத்தைத் தக்கவைத்துள்ளமை வடகொரியாவுக்கு அழுத்தம் கொடுப்பதாகவே வடகொரியா உணர்கிறது. எதுவாயினும் வளர்ந்து செல்லும் அணுவாயுத வளர்ச்சியின் பட்டியல் மற்றும் கண்டம் விட்டு கண்டம் பாயும் ஏவுகணைப் பெருக்கம் அத்துடன் அணுவாயுத, மூலோபாயம் என்பன அதன் பிரயோகத்தினது எல்லையையும் வாய்ப்பினையும் மட்டுப்படுத்துவதாக தெரிகிறது. இது முதிர்ச்சியற்ற அரசியல் தலைமையினாலும் அமெரிக்காவின் தடைகளினாலும் ஏற்பட்டுள்ளதாக கணிக்கப்பட்டாலும் பிராந்திய அளவில் பெரும் பாதிப்பாகவே அமைந்துள்ளது.

வடகொரியாவின் அணுவாயுத மூலோபாயம் *(1950 2014)*

வடகொரியா அணுவாயுதத்தை மூலோபாயமகவே கருதி செயல்படுத்த ஆரம்பித்தது. வடகொரியாவின் அரசியல் முறைமை அனைத்துமே மத்தியமயப்படுத்தப்பட்டதன் அடிப்படையிலேயே அதிகரிப்பதும் மட்டுப்படுத்துவதும் இல்லாமல் செய்வதும் நிகழ்கிறது.

வடகொரியாவின் இருப்புக்கான மூலோபாயமான அணுவாயுதம் பல கொள்கைகளை அடைவதற்காக அமையப்பெற்றுள்ளது.

- கிம் சந்ததியின் தொடர்ச்சியான தலைமைத்துவத்தின் இருப்புக்கானது.
- அமெரிக்கக்கூட்டணியின் தடைகளை எதிர் கொள்வதற்கானது.
- உள்நாட்டு நெருக்கடிகளைத் தவிர்ப்பதற்கானது.
- தேசத்தின் பொருளாதார அபிவிருத்தியை ஏற்படுத்துவதற்கானது.
- தந்தையர் நாட்டை மீள ஐக்கியப்படுத்துவதற்கானது.

தந்தையர் நாட்டின் விடுதலைக்கான போரும் மீள்உருவாக்கம். *(1950 -1960)*

- ஜப்பான் மீதான அமெரிக்காவின் அணுவாயுதத் தாக்குதல் வடகொரியாவுக்கும் அதன் தலைமைக்கும் பெரும் அச்சுறுத்தலாக இருந்தது.
- KPA உடனான ABC உடன்படிக்கை (Atomic, Biological and Chemical Agreement) இத்தகைய ஆயுதங்களை உருவாக்கக் கூடாது என்ற Armistice Agreement செய்து கொள்ள நிர்ப்பந்திக்கப்பட்டது.
- இதனால் வடகொரியா Atomic Weapons Training Center, Ikilchu எனுமிடத்தில் அமைத்துக்கொண்டது. அது வடகொரியாவின் தற்காப்புக்கானதும், தாக்குதலுக்கானதாகவும் அமையும் என்ற எதிர்பார்ப்பு காணப்பட்டது.
- வடகொரியா தனது சொந்தத் தொழில்நுட்பத்தினைக் கொண்டு அடிப்படை வேலைகளை அபிவிருத்தி செய்து கொண்டது. இதன் விஞ்ஞானபூர்வமான அறிவியல் குடும்பத்திற்கு சோவியத்யூனியன் பயிற்சியளித்தது. யுத்தம் முடிவுக்கு வந்ததன் நிலையில் சுயமான அணுவாயுத ஆய்வுத் திட்டத்தை ஆரம்பித்தது.

1950களில் பல அணுவாயுதத் திட்டத்துக்கான உடன்படிக்கைகளை சோவியத்யூனியனுடன் மேற்கொண்டது. வடகொரியாவின் முன்னாள் தலைவர் சுங் இதில் அதிக கவனம் செலுத்தினார். பல்கலைக்கழகங்கள், விஞ்ஞான கல்லூரிகள், ஆய்வு மையங்கள் என்பவற்றை அணுகி அதனை விருத்திசெய்ய சுங் முயன்றார். இதற்கான நிதியின் ஐந்து வருட திட்டமிடலில் 1956-1961 வரை ஒதுக்கியிருந்தார்.

அணுவாயுதத் தடைக்குப் பின்னர் பதிலீடாக உயிரியல் ஆயுதம்(1960-1970)

1960களில் தென்கொரியாவுடன் ஏற்பட்ட முறுகல் நிலையை அடுத்து சுங் Four Military Line எனும் திட்டத்தை முன்மொழிந்தார்.
- வடகொரிய மக்கள் அனைவரும் ஆயுதம் தரிக்க வேண்டும்.
- நாட்டை சுற்றி காப்பரண் அமைத்தல் வேண்டும்.
- சிப்பாய்களுக்கும் படைகளுக்கும் பயிற்சியளித்தல் வேண்டும்.
- ஆயுதங்களை நவீனமயப்படுத்தல் வேண்டும்.

அதுமட்டுமன்றி, 1960களின் பிற்பகுதியில் ஏற்பட்ட எதிர்ப்புணர்வும் கொரியாக்குடாவின் கொதிநிலையும் கொரில்லா யுத்தத்தை மேற்கொள்ள வேண்டிய நிலைக்கு வடகொரியா தள்ளப்பட்டது. தென்கொரியாவிலிருந்து வடகொரியாவுக்குள் தாக்குதல் நிகழ்த்திய அமெரிக்கப்படைகள் மீது பதுங்கி இருந்து தாக்குதல் நடவடிக்கைகளை வடகொரியா மேற்கொள்ளத் தொடங்கியது. குறிப்பாக, 1968இல் அமெரிக்கா Puebloஐ கைப்பற்றியது. அமெரிக்க EC121m எனும் விமானத்தை 1969இல் சுட்டு வீழ்த்தியது. இக்காலப்பகுதியில் அமெரிக்காவின் அணுவாயுதத்தினால் வடகொரியா அதிக நெருக்கடியைச் சந்தித்தது. கொரியாக்களை இணைக்கும் போரில் அதிக அச்சுறுத்தலை அமெரிக்கா வடகொரியாவுக்குக் கொடுத்தது.

இக்காலப்பகுதியில் வடகொரியா அணுவாயுதத்திற்கான மூன்று பிரதானப் படிகளை ஆய்வுரீதியாகவும் கட்டுமானரீதியாகவும் கவனம் செலுத்தியது.

1. சோவியத் யூனியனிடம் விஞ்ஞானிளையும் தொழில் நுட்பவியலாளரையும் தனிப்பட்டரீதியில் குறிப்பிட்ட எண்ணிக்கையில் பயிற்சிக்கு அனுப்பியது.

2. சோவியத்யூனியனுடன்செய்துகொண்ட உடன்படிக்கையின் பிரகாரம் ஏழு ஆண்டுப் பொருளாதார திட்டமிடல் அடிப்படையில் முதலாவது அணுவாயுத தயாரிப்புக்கான பணிக்கான அழைப்பினை விடுத்தது. 1967இல் இரு அணுவாயுத ஆய்வுகளை மத்திய நிலையத்தினை (Atomic Energy Research Center) Pakchon and Yongbyonஇல் நிறுவியது. இதன்பிரகாரம் 0.1mw அணுவை செறிவூட்டும் ஆய்வினை மேற்கொண்டு மருத்துவத்திற்கும் தொழில்நுட்பத்திற்கும் தயார் செய்தது.

3. இரண்டாவது பொருளாதாரக்குழுவும் பாதுகாப்புக்கான விஞ்ஞானக்கல்விஅமைப்பும்இணைந்து அணுவாயுதத்தை தயாரிப்பதற்கான அமையத்தை உருவாக்கி தயாரிப்புக்கான ஒப்புதலை அளித்தன. இந்த Second Economic Committee and Academy of Defense Science அமைப்பு வடகொரியாவின் இராணுவ தொழில்நுட்பத்திற்கான கட்டமைப்பை ஏற்படுத்தியது. ஆனால் தனக்குள்ளேயே அதிக

சவால்களுக்கு இவ்அமையம் முகங்கொடுக்க வேண்டிய அரசியல் நெருகடி காணப்பட்டது.

வடகொரியா கைத்தொழில் மற்றும் விவசாய விடயங்களின் அளவையும் தரத்தையும் அதிகரிக்கும் நோக்குடனும் வடகொரிய இராணுவத்தை நவீனமயப்படுத்தும் விதத்திலும் உள்நாட்டுத் தயாரிப்பில் ஆயுதங்களைத் தயாரிக்கும் நோக்கிலும் இரசாயன உற்பத்தியைப் பெருக்கத் திட்டமிட்டது. இரசாயான ஆயுதங்களின் அதிகரிப்பானது அமெரிக்காவினது அணுவாயுத நெருக்கடிக்கு, பதிலானதாக அமையும் என்ற எதிர்பார்க்கையுடன் செயல்பட திட்டமிட்டது. அமெரிக்காவின் நெருக்கடியைத் தடுக்கும் விதத்தில் நிலத்திற்குக் கீழ் கட்டமைப்பை ஏற்படுத்தி இரசாயன மற்றும் அணுவாயுதத்தைத் தயாரிப்பதற்கான பயிற்சியை வடகொரிய மக்கள் படைக்கு அடுத்து வந்த தசாப்தத்தில் நிறைவு செய்தது. வடகொரிய அரசாங்கம் சோவியத் யூனியன் NBC தற்காப்புக்காக தயாரிக்கும் பயிற்சியை மிகச்சிறியளவிலான பிரிவினருக்கு வழங்கியது. 1970 மத்தியில் வடகொரியா NBC பாதுகாப்புத் திட்டத்திலும் தடுப்பு நடவடிக்கைக்காக *Chemical War Fare* வலுவைக் கொண்ட நாடாக மாறியது. வடகொரியா இரசாயன ஆயுதங்களுக்குப் பதிலாக அணுவாயுதத்தை உற்பத்தி செய்தது என்பதை விட அமெரிக்காவின் நெருக்கடியால் உருவாக்கியது எனக் கூறுவது பொருத்தமானதாக அமையும். இதனால் வடகொரியாவின் இராணுவம் வலிமையானதாக மாறியது.

அரசியல் மற்றும் இராஜதந்திரத்தின் அடையாளமாக வடகொரியாவின் அணுவாயுதம்.

வடகொரிய இராணுவம் கொரில்லா யுத்தமுறைமையிலிருந்து வலுவான மரபுவழி இராணுவமாக மாறியது. 1980-1988 வரை *Iraq-Iran* போர் பல அனுபவத்தை வடகொரியாவுக்கு ஏற்படுத்தியது. குறிப்பாக, ஆட்லறி மற்றும் கண்டம் விட்டு கண்டம் பாயும் ஏவுகணைகளின் முக்கியத்துவத்தை உணர்த்தியது. இதனால் வடகொரிய இராணுவத்தின் பல விடயங்களை இணைத்துக் கொண்டது. குறிப்பாக இரசாயன ஆயுதம், புதிதாக அறிமுகமான ஆட்லறி முறைமை, தரைப்படை நவீனமயமாக்கம், இராணுவத்தின் விரிவாக்கம், குறுந்தூர ஸ்கட் (Scud) ஏவுகணைகள் என்பன வடகொரிய இராணுவத்தைப் பலப்படுத்தின. 1980களின் மத்தியில்

சோவியத் யூனியனின் ஒத்துழைப்புடன் நவீன ஆயுதங்களைக் கொண்ட நாடாக மட்டுமன்றி பொருளாதார உதவிக்கும் இவ்வுறவு வழிவகுத்தது.

1970களில் தொடங்கி 1980களில் இரண்டாவது கட்டத்தை அபிவிருத்தி செய்யும் மூலோபாயத்தினை வடகொரியா வகுத்தது. இரண்டாவது கட்டத்தில் இரசாயன மற்றும் அணுவாயுத செறிவூட்டலுக்கான நடவடிக்கைகளில் ஈடுபடத் தொடங்கியது. புளூட்டோனியத்தினைத் தயாரிக்கும் திறனை உருவாக்கிக் கொண்டது. இக்காலப்பகுதியில் 1980களின் நடுப்பகுதியில் அணுவாயுதத்திற்கான வடிவத்தையும் ஏவுகணை வெடிப்பு முறைகளையும் உருவாக்கும் நம்பிக்கையில் இருந்தது.

Pyongyang ஏவுகணைத் திட்டமானது புதிய கட்டத்தை நோக்கி செயற்பட்டது. மூன்றாவது கட்டத்தில் அணுவாயுதம் தயாரிப்பதற்கான 200mw உரேனியத்தைப் பாதுகாக்கும் நிலையத்தைக் கொண்டதாக வடகொரிய மாறியது. இக்காலப் பகுதியில் ஸ்கட் B வகை ஏவுகணைகளையும், உள்நாட்டுத் தயாரிப்பான குறுந்தூர, நடுத்தூர, நீண்டதூர ஏவுகணைகளைத் தயாரித்து KPA இணைப்பதில் வெற்றி கண்டது. அவ்வாறே அணுவாயுதத்தை ஏவும் Delivery System என்பவற்றையும் உருவாக்கியது.

சீனா, ரஷ்யா அமெரிக்காவின் அணுவாயுத மற்றும் ஏவுகணை Delivery System இணைத்துக்கொள்வதில் கவனம் செலுத்தியது. அத்துடன் அரசியல் ரீதியான அழுத்தமும் நெருக்கடியினாலுமே அணுவாயுதம் பற்றிய எண்ணம் ஏற்பட்டதாக சுங் தெரிவித்தார். ஆனால் 1985இல் NPT இல் வடகொரியா ஒப்பமிட்டது. சர்வதேச அரசியல் நெருக்கடியாலேயே வடகொரியா அத்தகைய உடன்பாட்டில் கையெழுத்திட நேர்ந்தது குறிப்பிடத்தக்கது.

மீள் ஆரோக்கியமான மூலோபாயம் (1989 -2000)

1989களுக்குப் பின்பான காலப்பகுதியில் அதிக மாற்றங்கள் உலகளாவிய ரீதியிலும் வடகொரியாவிலும் நிகழ்ந்தன. வடகொரியாவின் தந்தையென போற்றப்பட்டவர் கிம் இல் சுங் 1994இல் காலமானார். சோவியத் யூனியன் வீழ்ச்சியடைந்தது. சீனா தென்கொரியாவுடன் உறவு கொள்ள ஆரம்பித்தது. சீனாவின் புதிய ஆட்சியும் வடகொரியாவுடனான பொருளாதார முதலீடுகளை

பாதித்தது. அக்காலத்தில் அமெரிக்க அணுவாயுதத்தை எல்லைப்படுத்தப்பட்ட உற்பத்திப் பொருட்களுக்காக (*Fissile*) மட்டும் பிரயோகிப்பது என்ற அடிப்படையில் புரிந்துணர்வு உடன்பாட்டில் 1994இல் வடகொரியா ஒப்பமிட்டது. மீளவும் சிறந்த உறவுக்கு வழிவகுத்தது. இதனால், மூன்றாவது பரிந்துரைகளுக்கான திட்டத்தின் *Pyongyang* திட்டத்தின் அணுவாயுத உட்கட்டமைப்பினால் உருவாக்கப்பட்ட அணுவாயுதத்தை உருவாக்க முடியாத நிர்ப்பந்தம் ஏற்பட்டது.

வடகொரியா 1994 உடன்பாட்டை நிராகரித்துவிட்டு எதிர்கால பாதுகாப்பு மூலோபாயத்தை வகுக்கும் போக்குடன் செயல்பட ஆரம்பித்தது. அணுவாயுதத்திற்கான ஆய்வுகளும் அபிவிருத்தியும் தொடர்வதெனவும் குறுந்தூர, நெடுந்தூர ஏவுகணைப் பரிசோதனைகளை தற்காலிகமாக (*Moratorium*) நிறுத்துவதெனவும் அமெரிக்காவுடன் உடன்பட்டுக்கொண்டது. இக்காலப்பகுதியில் அணுவாயுதம் தொடர்பான பயிற்சியையும் விரிவுரைகளையும் தனது விஞ்ஞானிகளுக்கு வெளிநாட்டிலிருந்து விசேடத் தகைமையுடையவர்களை அழைத்து சுதேசக் கல்வித்திட்டத்தில் இணைத்துக்கொண்டது. இதன்வரிசையில் 1990களில் பாகிஸ்தான் பிரதமர் பெனாசீர் பூட்டோவுடன் பாகிஸ்தான் விஞ்ஞானி *AQ Khan*ஐ வடகொரியா அழைத்திருந்தது. 1990களின் இறுதிப்பகுதியில் வடகொரியா யுரேனியத்தைப் பதப்படுத்தும் நிகழ்வுக்கு பாகிஸ்தானுடனான உறவினை முதன்மைப்படுத்திக்கொண்டது. இது அணுவாயுதத்தை வடிவமைப்பதற்கான முன்னேற்றகரமான வேலைத்திட்டமாக அமைந்திருந்தது. அணுவாயுதத்தை வடகொரியா உருவாக்கும் திட்டத்திற்கு அதிக ஒத்துழைப்பினை வழங்குவதற்கு ஈரான் முன்வந்ததுடன் அதிக நம்பிக்கையுடைய நாடாக காணப்பட்டது.

அமெரிக்காவின் பாலைவனத்தாக்குதலின் போது வடகொரியா இரசாயன ஆயுதங்களைத் தயாரிப்பதா? அணுவாயுதத்தைத் தயாரிப்பதா? என்ற குழப்பத்தில் அணுவாயுதமே பொருத்தமான மூலோபாயம் எனத் திட்டமிட்டது. இது அமெரிக்காவின் நெருக்குவாரத்தை எதிர்கொள்வதாகவும் அமையுமென கருதியது. கொரியக்குடாவில் அமெரிக்காவின் அணுவாயுத நெருக்குவாரத்தைத் தடுக்க வடகொரியாவிடம் அணுவாயும் அவசியமானது என்ற நிலை வலுவடைந்தது.

ஈராக்கில் நிகழ்ந்த இழப்பீடுகளுக்குப் பின்பு பெரும் படையையும், பலமான ஆயுதமும் தேசத்தின் பாதுகாப்பையும் சுதந்திரத்தையும் பேண அணுவாயுதம் தான் உதவும் என்ற அனுபவம் வடகொரியாவுக்கு ஏற்பட்டது. ஈராக்கின் அணுவளம் 2000ஆம் ஆண்டில் வடகொரியாவிடம் அணுவாயுதம் தேவை என்பதை மேலும் வலுப்படுத்தியது. இதனால் கண்டம் விட்டு கண்டம் பாயும் ஏவுகணையை உருவாக்க திட்டமிட்டதுடன் அதற்கான பரிசோதனைக்குரிய தனியான அலகினை உருவாக்கியது. 2002இல் வடகொரியா வெளிவிவகார அமைச்சர் தெரிவிக்கும் போது, ‘வடகொரியா அணுவாயுதத்தை வைத்திருப்பது என்பது தேசத்தின் பாதுகாப்பினையும் இறையாண்மையையும் அமெரிக்காவின் நெருக்கடிக்குள்ளிலிருந்து பாதுகாப்பதற்கான தெனக்’ குறிப்பிட்டார்.

2000 - 2014 எழுச்சி

கிம் ஜோங் இல் இறந்த பிற்பாடு அணுவாயுதத்தைத் தயாரிப்பது தொடர்பில் அதிக கரிசணை கொண்ட நாடாக வடகொரியா மாறியது. குறிப்பாக, லிபியா மீது அமெரிக்கா ஏற்படுத்திய அச்சுறுத்தலும் UMD திட்டமும் அதனை அடுத்த ஏழு ஆண்டுகளில் 2011 மார்ச்சில் லிபியா மீது தாக்குதலை அமெரிக்க மேற்கொண்டது. அவ்வாறே 2007இல் சிரியாவில் வடகொரியாவின் தொழில்நுட்பத்துடன் இணைந்து கட்டமைக்கப்பட்ட அணுஉலையை *(Nuclear Reactor)* இஸ்ரேல் தாக்கி அழித்தது. இதனால் புதிய தலைமையான கிம் உன் அணுவாயுதமே வடகொரியாவின் பாதுகாப்பிற்கும் பொருளாதாரத்திற்கும் அவசியமானது என்ற முடிவின் அடிப்படையிலேயே அணுவாயுத சோதனை மேற்கொள்ளப்பட்டது. அணுவாயுத்தினை அடிப்படையாய்க்கொண்டு மேலும் உருவாக்கக்கூடிய ஆயுத தளபாடங்களுக்கான திட்டமிடலை வகுத்து பரிசோதனைகளுக்கு வடகொரியா தயாரானது.

- வடகொரியாவின் பாதுகாப்பு மூலோபாயத்தில் ஏவுகணைகளை பரிசோதிப்பதற்கான *Missile Training Guidance Bureau*வை அமைத்து தரைப்படை, விமானப்படை, விமான எதிர்ப்புப்படை, கடற்படைக்கான பயிற்சிக்கான ஒப்புதலை வழங்கியது.

- வடகொரியாவுக்கு அவசியமான இடம்விட்டு இடம் மாறும் நீண்டதூரத் தாக்குதல் ஆயுதங்களான IEBM (*Intermediate Range Ballistic Missile*), *KN08*, ICBM (*Inter Containented Ballistic Missile*), குறும் ஏவுகணை (*Cruise*) என்பவற்றைத் தாங்கிச் செல்லும் நீர்மூழ்கிகளையும் கப்பல்களையும் கொள்வனவு செய்தல் அல்லது உற்பத்திக்கான அபிவிருத்தி நடவடிக்கையில் ஈடுபடுவதைத் தீர்மானித்தது.
- முக்கியமாக அணுவாயுதத் தயாரிப்புக்கான யுரேனியத்தையும், சிறியளவில் புளுட்டோனியம் உற்பத்திக்கான உலைகளையும் நவீன வகை ஆயுதங்களையும் தயாரிப்பதற்கான வளர்ச்சியை மேற்கொண்டது. அதில் மூன்று அணுவாயுதப் பரிசோதனைக்கு ஏவுகணை தயார் செய்வதற்காகவும் *Warhead*ஐ அடையாளப்படுத்தி வரைந்திருந்தது.
- முடிந்த ஐந்து வருடத்தில் வடகொரியா ஏவுகணைகளின் தரத்தையும் அளவையும் தாக்குதல் திறனையும் வளர்த்துள்ளது. இது மரபு யுத்தத்திற்கும், அணுவாயுத யுத்தத்திற்கும் அரசியல் ரீதியில் சவால்விடுமளவுக்கு வளர்ந்துள்ளது.

கடந்த ஐந்து ஆண்டுகளில் அணுவாயுதம் வடகொரியாவின் பெரும் அரசியலாக மாறியுள்ளது. அமெரிக்க, ரஷ்யா போன்ற நாடுகளுக்கு அவற்றின் அணுவாயுதத்திற்கும் அரசியல்ரீதியில் சவால்விடுமளவிற்கு வளர்ந்துள்ளது.

அணுவாயுதம் - 2020

2013இல் *Supreme People's Assembly (SPA)* வடகொரியாவின் அணுவாயுதம் எதிரிகளின் தாக்குதலைத் தடுப்பதற்கும், எதிர்த்துத் போரிடுவதற்காகவும் உருவாக்கப்பட்டது எனக்குறிப்பிட்டது.

வடகொரியா வகுத்துள்ள முக்கியமான விடயமாக,

1. சிறிய அளவிலான 20 அணுவாயுதங்களை எதிர்காலப் பயன்பாட்டுக்காக சேகரித்துள்ள வடகொரியா ஆரம்பநிலைத் தாக்குதல் இலக்காக வடகிழக்கு ஆசியாவை அவசரநிலைத் தாக்குதலுக்குரிய ICBM வலுவையும் கொண்ட ஏவுகணைகளை வைத்துள்ளது.

2. எத்தகைய நெருக்கடியையும் எதிர்கொள்ளக்கூடிய விதத்தில் மிக எவலுவான 50 அணுவாயுதங்களைக் கொண்டு செல்லக்கூடிய ஏவுகணைகளை வலுவான ICBM நெருக்கடியை எதிர்கொள்ளத் தயாராக உள்ளது. இது கடல்மட்டத்துக்கு சமனானதாகவும் உள்ளது.
3. 100க்கு மேற்பட்ட ஆயுதங்களை வடகிழக்காசியாவையும் அமெரிக்காவையும் இலக்கு வைத்து சேமித்து வருகிறது.

1.கீழ்மட்ட தாக்குதல் மூலேபாயம்:

தென்கொரியா, ஜப்பான், அமெரிக்காவை இலக்கு வைத்த 20 N.W 1000bm கொண்டு தடுப்பொன்றைக் கட்டியுள்ளது.

2.நடுத்தர தாக்குதல் மூலோபாயம்:

50 N.W கொண்டிருப்பதுடன் 1020 Kilo ton வீச்சு எல்லையையும் கொண்டதாக உள்ளது. இது அசையும் ஏவுகணை முறைமையை உள்ளடக்கியிருப்பதுடன் புதிய வள Musudan IRBM கொண்ட ஏவுகணைகளையும் கடலிலிருந்து தாக்குதல் திறனையும் கொண்டதாக அமைந்துள்ளளது. மேலும் KN08 அசையும் ICBM மற்றும் 24 கடல்மட்ட BM ஏவுகணைகளையும் கொண்டதாகத் திட்டமிட்டுள்ளது.

3.நீண்டதூரத் தாக்குதல் மூலோபாயம்

100 அணுவாயுதங்களைக் கொண்ட தாக்குதல் திட்டத்தை 2020இல் வகுத்துள்ளது. நவீன ஏவுகணைத் திட்டத்தையும் கொண்டுள்ளது. இவை Scud, Musudan, IRBM, KN08, ICBM பதிலானதாகவும் அதிகமாக கடல்மட்ட BM ஏவுகணையாகவும் வடிவமைக்கப்பட்டுள்ளன.

முடிவாக, வடகொரியா தனது எதிரிகளை இலக்கு வைத்து அவற்றின் நெருக்கடியை எதிர்கொள்ளவே அணுவாயுதத்தைத் தயார்செய்து வைத்துள்ளது. இது சாதாரண மக்களையோ, நாடுகளையோ அச்சுறுத்துவதற்காக இல்லை என்பதையும் அதன் அறிக்கை உறுதிப்படுத்துகின்றன.

வடகொரியாவின் அணுவாயுதம் மற்றும் ஏவுகணைத் திட்டமும்

2012ஆம் ஆண்டு உன் ஆட்சிக்கு வந்த பிற்பாடு 7 ஆண்டுகளில் 80 ஏவுகணைகள் பரிசோதிக்கப்பட்டுள்ளன. 2016இல் இரு

அணுவாயுதங்களை வடகொரியா பரிசோதித்திருந்தது. 26BM பரிசோதனையும் நிகழ்த்தப்பட்டது. 2017இல் 18BM பரிசோதனை; அதில் 05 தோல்வியடைந்தன. இதில் 02; அதாவது ஜூலை மற்றும் நவம்பரில் நிகழ்த்திய ஏவுகணைகள் ICBM வகையைச் சேர்ந்தவை. ஏனையவை குறுகிய ஏவுகணைகள் மே04 மற்றும் 09ஆகிய திகதிகளில் பரிசோதித்தது. 2017 செப்ரம்பரில் ஒரு அணுவாயுதப் பரிசோதனை செய்துள்ளதாக தகவல் உண்டு. 2018இல் ஐ.நா. சபை தடைவிதித்தல் என்ற பரிசோதனையையும் மேற்கொள்ளவில்லை என உன் அறிவித்தார்.

அணுவாயுத பரிசோதனை

03செப்ரம்பர் 2017அன்று வடகொரியா Hydrogen அணுகுண்டினைப் பரிசோதித்துள்ளதனை அறிவித்தது. ICBM பரிசோதனையையும் மேற்கொண்டது. 2006ஆம் ஆண்டுக்குப் பின்பு ஐந்து தடைவை அணுவாயுத வெடிப்பினை செய்திருந்தது. அமெரிக்கா உட்பட உலக நாடுகள் வடகொரியா பல தடவை வலிமையான அணுவாயுதத்தைப் பரிசோதித்துள்ளதாகத் தெரிவித்தது. வடகொரியா அறிவிப்பின் பிரகாரம் ICBM மூலமான அணுவாயுதப் பரிசோதனை வெற்றிகரமாக மேற்கொள்ளப்பட்டது.

2018 ஏப்ரல், அணுவாயுதப் பரிசோத்னைக்கான நீண்ட இலக்குகள் நிறைவடைந்துள்ளதாக வடகொரியா அறிவித்தது.2009களில் செய்யப்பட்ட உடன்படிக்கைக்கு மாறாக அணுவாயுதத் தயாரிப்புக்கான புளூட்டோனியம், யுரேனியம் என்பவற்றை செறிவூட்டும் நடவடிக்கையில் வடகொரியா ஈடுபட்டு வருகிறது. அமெரிக்கப் புலனாய்வு தகவல்களின்படி 35 அணுகுண்டினைத் தயார்செய்வதற்கான வளங்களை வடகொரியா கொண்டுள்ளது என்றும் ஆண்டுக்கு மேலதிகமாக 07 அணுகுண்டினைத் தயார் செய்யும் பலத்துடன் உள்ளது என்றும், தெரிவித்துள்ளது. இதே நேரம் வடகொரியாவிடமுள்ள அணுவாயுதத்தின் வலிமையைப் பின்வரும் அட்டவணை மூலம் அறிய முடிகிறது. அதன் தாக்குதல் திறன் மற்றும் தாக்குதல் எல்லை பற்றிய விபரங்களும் அதனை அடுத்த விபரணப்படத்தில் முழுமையாகக் காட்டப்பட்டுள்ளன.

NUCLEAR STRIKE TARGETS ACCORDING TO NORTH KOREAN SOURCES

Location	Target	Arsenal	Value
United States	"US mainland"	Nuclear	Countervalue
United States	"Major American cities"	Nuclear	Countervalue
United States	Manhattan	Nuclear	Countervalue
United States	The White House	Nuclear	Countervalue
United States	The Pentagon	Nuclear	Countervalue
Asia-Pacific	"US military bases in the operational theatres in the Pacific"	Nuclear	Counterforce
Asia-Pacific	Guam, Hawaii	Nuclear	Counterforce
Asia-Pacific	US nuclear aircraft carrier	Nuclear	Counterforce
South Korea	Targets in the "operation theatres of South Korea"	Nuclear	Counterforce
South Korea	"US military bases in South Korea", Osan, Gunsan, Busan	Unspecified	Counterforce
South Korea	Pyeongtaek, Jungwon, Degu, Gyeryongdae	Unspecified	Counterforce
South Korea	Seoul	Unspecified	Countervalue
South Korea	"Blue House" and "reactionary governmental agencies"	Unspecified	Countervalue
Japan	"US military bases in Japan and Okinawa"	Nuclear	Counterforce
Japan	Yokosuka, Misawa, Okinawa	Unspecified	Counterforce
Japan	"Japanese mainland": Tokyo, Osaka, Yokohama, Nagoya, Kyoto.	Unspecified	Countervalue

(ஆதாரம்: www.nti.org/northkorea.)

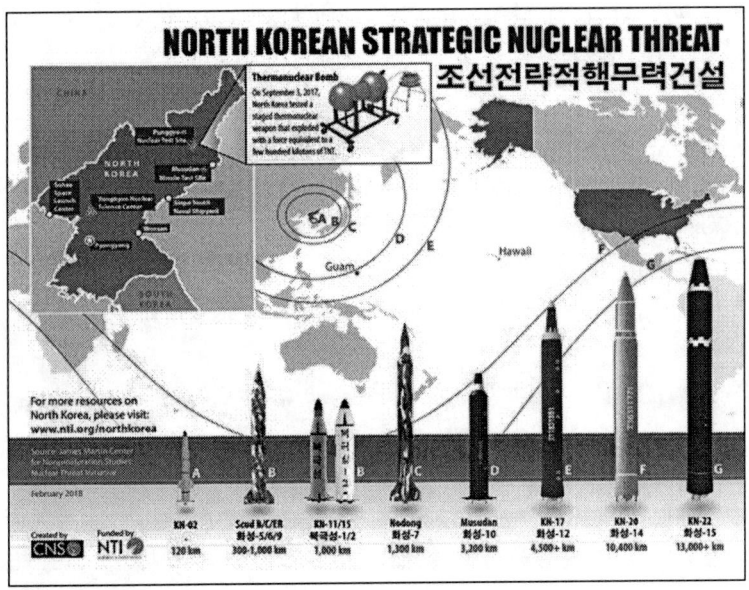

(ஆதாரம்: www.nti.org/northkorea.)

முடிவுரை

வடகொரியா, அணுவாயுதக் கட்டமைப்பினை உருவாக்குவதில் அதிக பிரயத்தினத்தை கிம் சந்ததி மேற்கொண்டிருந்ததை அவதானிக்க முடிந்தது. அமெரிக்காவைக் கையாண்டது மட்டுமல்ல, முன்னாள் சோவியத் யூனியனுடன் கொண்ட நெருக்கமான உறவையும் ஒத்துழைப்பினையும் சரியான முறையில் வடகொரியா கையாண்டுள்ளது. பல தசாப்த கால முயற்சியின் விளைவாக 2017 செப்ரெம்பரில் இலக்கினை அடைந்தது. அதுவே வடகொரியாவின் இருப்பினை உத்தரவாதப் படுத்தியுள்ளது. ஈராக், லிபியா, சிரியா போன்று வடகொரியாவை அமெரிக்கா கையாள முடியாது இருப்பதற்கான காரணமே அதன் அணுவாயுதம்தான். வடகொரியா அணுவாயுதத்தை இராணுவத் தேவைக்கானதாக மட்டும் கருதாது தற்போது சிவில் பாவனைக்கும் பிரயோகப் படுத்தும் தொழில் நுட்பத்தை நோக்கி நகரத் தொடங்கியுள்ளது. இது வடகொரியாவின் செழிப்பிற்கும் எதிர்காலத்திற்கும் வாய்ப்பான சூழலை ஏற்படுத்தக் கூடியதாக அமையும். வடகொரியா தனது அணுவல்லமையை ஈரான் சிரியா போன்ற நாடுகளுடன் பகிர்ந்து கொள்வதில் கவனம் செலுத்தி வருகிறது.

Reference

Joseph S. Bermudez (Jr). (2019). 'North Korea's Development of a Nuclear Weapons Strategy'. UsKorean Institute SAIS. United state of America. www.uskoreainstitute.org.

Trence Roehrig. (2016). 'North Korea Nuclear Weapons and the Stability Instability Paradox'. The Korean Journal of Defense Analysis. 28 (2). 18-11-98.

Congressional Research Service. (2021). 'North Korea's Nuclear Weapons and Missile Programs'. In Focus.

Chung Min Lee. (2009). 'The Evaluation of the North Korean Nuclear Crises: Implications for Iran'. Security Study Center. Brussels.

வடகொரியா-அமெரிக்க முரண்பாடும் புவிசார் அரசியலும்

அறிமுகம்

இப்பகுதி புவிசார் அரசியலை அதிகம் உள்ளடக்கிய பகுதியாக பரிசீலனைக்கு உட்படுத்தப்படுகின்றது. காரணம், வடகொரியாவின் அரசியல் இருப்பு என்பது அதன் புவிசார் இருப்பாகவே அமைந்துள்ளது. முன்னாள் சோவியத் யூனியனாலும் தற்போது ரஷ்யாவினாலும் சீனாவினாலும் அரணமைக்கப்பட்டுள்ள வடகொரியா மேற்குறித்த இரு நாடுகளினதும் அரசியல் நலன்களுக்கூடாகக் கட்டமைக்கப்பட்டுள்ளது. வடகொரியாவின் நலன் என்பது, ரஷ்யாவினதும், சீனாவினதும் நலன்களுக்கு உட்பட்டதாகவே அமைந்திருக்கின்றது. அதனால் வடகொரியாவின் இருப்பு இருநாடுகளினதும் பலத்தைப் பிரதிபலிப்பதாகும். ஏறக்குறைய வடதென் கொரியாக்கள் முதலாளித்துவத்திற்கும், சோசலிசத்துவத்திற்குமானதாக பங்கு போடப்படுகின்ற போது அமெரிக்கா, முன்னாள் சோவியத் ஒன்றியம் என்பன ஒன்றுக்கு மேற்பட்ட போர்களை எதிர்கொண்டிருந்தன. இறுதியில், வடகொரியா முன்னாள் சோவியத் ஒன்றியத்தாலும், சீனாவாலும் கட்டமைக்கப்பட்டது என்பது அதன் புவிசார் அரசியலின் இருப்பாகவே உள்ளது. எனவே தான் இப்பகுதி புவிசார் அரசியலின் உரையாடலாக விளங்குகின்றது. இதேபோன்று தென்கொரியாவும் ஜப்பானும் அமெரிக்காவின் கட்டுப்பாட்டில் உள்ள ஒக்கினா தீவும் இப்புவிசார் அரசியலின் இன்னொரு முனையாக விளங்குகின்றது. எனவே வடகொரியா, தென்கொரியா, ஜப்பான் மட்டுமன்றி ரஷ்யா, சீனா, அமெரிக்கா என்பவற்றின் உரையாடலுக்குள் இப்பகுதி வடகொரியாவின் இருப்பை அடையாளப்படுத்த முனைகிறது.

பிராந்திய மட்டத்தில் இரண்டு பிரதான நாடுகளான சீனாவும், ரஷ்யாவும் வடகொரியாவை ஆதரித்து வருகின்றன. இரு நாடுகளுடனும் வடகொரியா கொண்டுள்ள உறவு நான்காம் அத்தியாயத்தில் அதிகம் ஆராயப்பட்டுள்ளது. குறிப்பான அரசியல் விடயங்களை புரிந்து கொள்வதாக இப்பகுதி அமைந்துள்ளது. அதன் பிரகாரம் வடகொரியா தலைவர் ஹிம் ஜோங் உன், ரஷ்ய ஜனாதிபதிக்கு இடையிலான கடிதப் பரிமாற்றங்கள் மற்றும் தொலைபேசி உரையாடல்களின் உள்ளடக்கங்கள் இரு நாடுகளுக்குமான உறவின் முக்கியத்துவத்தை எடுத்துக் காட்டுகின்றன. 2018களில் புடினுக்கு கிம் ஜோங் உன் எழுதிய கடிதத்தில் அமெரிக்காவின் மேலாதிக்கம் மற்றும் அதற்கெதிரான எச்சரிக்கை கடிதம் மூலம் சிறப்பு தூதுவரினூடாக நேரடியாக புடினிடம் கையளிக்கப்பட்டுள்ளது. அதில் அமெரிக்காவின் முக்கிய நகரங்களைக் குறிவைத்து எந்த நேரத்திலும் அணுவாயுதங்களால் தாக்குதல்களை முன்னெடுக்க வடகொரியா தயாராக உள்ளது எனக் குறிப்பிட்டுள்ளது என்பதை ஜனாதிபதி புடின் தெரிவித்துள்ளார். அமெரிக்க விமானங்கள் வடகொரியாவின் வான் பரப்பில் தாழ்வாகப் பறந்தமை சர்ச்சையைத் தந்த செய்தியாகும். அமெரிக்கா தனது இறைமையை மீறியுள்ளதாகவும் பதிலுக்கு வடகொரியா எச்சரித்திருந்தது.

ஹிம் ஜோங் உன் சீன விஜயம்

வடகொரிய ஜனாதிபதி ஹிம் ஜோங் உன் சீனாவுக்கு 2018, மார்ச் 2528 திகதி வரை மேற்கொண்ட விஜயம் கொரியக்குடா அரசியலில் தந்திரோபாய நகர்வாகப் பதிவாகியிருந்தது. இந்த விஜயம் ஆரம்பத்தில் மிக இரகசியமாகப் பேணப்பட்ட போதும் ஊடகங்களின் தேடலின் வாயிலாக ஊகிக்கப்பட்ட பின்பு தெரியவந்தது. நான்கு நாட்கள் சீனாவில் தங்கியிருக்கும் வடகொரிய ஜனாதிபதியின் பயணம் அதிக முக்கியத்துவத்தை வெளிப்படுத்தியது. வடகொரிய ஜனாதிபதி கிம் ஜோங் உன்னின் முதலாவது சீனப் பயணமாகவும் அமைந்தது.

மேற்கத்தேச ஊடகங்களும் அரசியல் தலைவர்களும் வடகொரிய ஆட்சியாளர் பற்றிய தவறான ஊகங்களை கடந்த பல ஆண்டுகளாக வெளிப்டுத்தி வந்தனர். அவை அனைத்தையும் தகர்க்கும் விதத்தில் அமெரிக்காவுடன் பேசவும் அணுவாயுதங்களையும், ஏவுகணைகளையும் பரிசோதிக்கும் நடவடிக்கையை மட்டுப்படுத்தவும் உள்ளதாக ஜனாதிபதி ஹிம்உன் அறிவித்தார். இதன் பிரதிபலிப்பாக இரு நாட்டு அதிகாரிகள் மட்டத்தில் பின்லாந்தின் தலைநகரான கெல்சிங்கில் முதல் கட்ட சந்திப்பு நிகழ்ந்தது. அமெரிக்கா, வடகொரிய, தென்கொரிய அதிகாரிகள் இரு நாட்கள் சந்தித்துப் பேசியுள்ளனர். 18 பேர் அடங்கிய குழுவின் உரையாடல் ட்ரம்ப்-ஹிம் சந்திப்புக்கான முன் முயற்சியாகக் கருதப்பட்டது. அந்தச் சந்திப்பில் வடகொரிய வெளிவிவகார அதிகாரிகளுக்கு திருப்தி இல்லாது விட்டாலும் பேச்சுக்களை குழப்பாது நடந்துகொண்டதைக் காணமுடிந்தது.

இத்தகைய இராஜதந்திர முயற்சியை அடுத்து தென்கொரியத் தலைமை வடகொரியத் தலைமையுடன் பேச்சுவார்த்தை மேற்கொள்ள வேண்டுமென;க கோரியிருந்தது. அதனை ஏற்றுக் கொண்ட வடகொரிய ஜனாதிபதி உன் அதற்கான பூர்வாங்க நடவடிக்கைக்கு வழிவகுத்தார். அதன் பிரகாரம் இரு நாட்டு உயர் அதிகாரிகளுக்கிடையே ஆலோசனைக் கூட்டம் நடத்துவதற்கு வடகொரியா சம்மதம் தெரிவித்தது. இதனை அடுத்து இரு நாடுகளையும் சேர்ந்த ஆறு அதிகாரிகள் அடங்கிய குழு உரையாடியிருந்தது. 2018 மார்ச் 29 திகதி சமாதான எல்லைக் கிராமமான பான்முன் ஜோவில் சந்தித்து உரையாடியிருந்தனர். இதன் போது வட–தென் கொரிய தலைவர்கள் ஏப்ரல் மாத முற்பகுதியில் சந்திப்புக்கான ஆயத்தங்கள் பற்றிய ஆலோசனைகள் நடந்தேறியிருந்தன.

இத்தகைய வட–தென் கொரிய சந்திப்புக்கான கோரிக்கைகள் தென் கொரியாவின் தந்திரமாக அமைந்தாலும் அமெரிக்காவினது நோக்கத்தினை சரிசெய்வதற்கான சந்திப்பாகவே தெரிந்தது. காரணம் அமெரிக்காவின் காங்கிரஸ் தரப்பினரது எச்சரிக்கையை அடுத்து உடனடியாகவும் முதல் சந்திப்பாகவும் அமெரிக்க ஜனாதிபதி–வடகொரிய ஜனாதிபதி சந்திப்பு அமையக் கூடாதென கருதினர். இதனாலேயே வட–தென் கொரிய சந்திப்புக்கு தயாராகின.

அதில் வடகொரியாவின் நடவடிக்கை எவ்வாறு அமையும் என்பதைப் பொறுத்தும் உரையாட வேண்டிய விடயம் பொறுத்தும் சரியான உத்திகள் வகுப்பதற்கு அமெரிக்கா திட்டமிட்டிருந்தது.

அத்தகைய நடவடிக்கையை மிக இலகுவாகவும் எந்தவித முரண்டு பிடிப்புமின்றி வடகொரியா ஒப்புதல் அளித்தமை வடகொரியத் தரப்பின் உத்தியை தெளிவாக உணரவைத்திருந்தது. அது மட்டுமல்லாது ஜப்பானையும் இணைத்துக் கொள்வதில் தமக்கு ஆட்சேபனை இல்லை என்ற சாரம்பட வடகொரிய வெளிவிவகார அதிகாரிகள் தெரிவித்தமை கவனிக்கத்தக்கது. இதன் மூலம் பேச்சுவார்த்தை சாத்தியமாக வேண்டும் என்பதில் கவனமாக வடகொரியத் தரப்பு செயல்பட்டதை காணமுடிந்தது.

பொதுவாக சர்வதேச அரசியல் தந்திரங்களாலும் சூழ்ச்சிகளாலும் நகர்த்தப்படுவதுண்டு. அதிலும் மேற்குலகம் மிகத் தந்திரமாகவே ஒவ்வொரு நகர்வையும் மேற்கொள்ளும். அதனை எதிர்கொள்வதென்பது தனியான கலையாகும். அமெரிக்காவைப் பொறுத்தவரை போரில் சரிப்படுத்த முடியாதுள்ள ஒவ்வொரு விடயத்தையும் பேச்சுவார்த்தை மேசையில் வைத்து தந்திரத்தினால் கையாளும் திறனைக் கொண்டது. வடகொரியாவை ஈராக்,லிபியத் தலைவர்களை வீழ்த்தியது போல் வீழ்த்திவிட முடியாது என்பதை உணர்ந்து கொண்டதன் பிரதிபலிப்பே பேச்சுவார்த்தைக்கு முன்வந்தது. பேச்சுவார்த்தை மேசையிலேயே வடகொரியாவை கையாளமுடியுமென்ற அடிப்படையில் சந்திப்புக்கள் அரங்கேறிவருகின்றன. இத்தகைய அமெரிக்க தரப்பின் உத்திகளை முறியடிக்கு திட்டத்துடன் இயங்க முயலும் வடகொரியா சீனா நோக்கி நகர்ந்துள்ளது.

இவ்வகை உபாயத்திற்குள்ளேயே ஹிம் உன்னின் சீன விஜயம் பார்க்கப்படவேண்டும். தென்கொரிய பேச்சுவார்த்தை குழுவினர் அமெரிக்கா, ஜப்பான்,சீனா,ஆகியநாடுகளின் வெளிவிவகார அமைச்சுக்களது உரையாடலை பெப்ரவரி 2018இல் மேற்கொண்டனர். அந்த சந்திப்பில் வடகொரியாவுடனான பேச்சுவார்த்தை பற்றியும் அதன் உத்தரவாதங்கள் பற்றியும் அந்த நாடுகளுக்கு எடுத்துக் கூறினர்.

ஹிம் உன் சீனாவில் விடுத்துள்ள அறிவிப்பானது அமெரிக்க,தென்கொரிய என்பன வடகொரியாவின் நல்லெண்ண

முயற்சிக்கு ஒத்துழைத்தால் அணுவாயுத சோதனை விவகாரம் தீர்க்கப்படும் என குறிப்பிட்டுள்ளார். இதில் அணுவாயுத சோதனை விவகாரம் தீர்க்கப்படும் என்று மட்டுமே குறிப்பிட்டிருந்தார். இன்னோரு அர்த்தத்தில் பார்த்தால் அணுவாயுத பலத்தின் மீது நின்று கொண்டு அமைதி முயற்சியில் வடகொரியா ஈடுபடுவதாகவும் அணுவாயுத பரிசோதனையை எதிர்காலத்தில் மேற்கொள்ளாது கைவிடலாம் என்றும் குறிப்பிட்டதுடன் சமாதானமான ஒத்துழைப்பு அமெரிக்க,தென்கொரியா தரப்பிலிருந்து கிடைத்தால் மட்டுமே சாத்தியமானது என்பதையும் வெளிப்படுத்துவதாக உள்ளது. அத்தகைய தகவலை சீனாவில் வைத்து வெளிப்படுத்துவதென்பது தென்கொரியாவுக்கு அமெரிக்கா போல் வடகொரியாவுக்கு சீனா என்கின்ற செய்தியையும் மறைமுகமாக தெரியப்படுத்தியிருந்தது.

அத்தகைய உறவை வெளிக்காட்டும் விதத்தில் ஹிம் உன் கருத்துக்கள் அமைந்திருந்தன. குறிப்பாக இது தான் எனது முதல் சீனப் பயணம். வடகொரிய சீனவுடனான நட்புணர்வை மதித்து நடப்பது எனது வாழ்வின் உன்னத கடமைகளில் ஒன்றாகும் எனக் கூறியிருந்தார். அவ்வாறே சீன ஜனாதிபதி ஜின் பிங்கும் இச்சந்திப்பினை *'Great Hall of the People in Beijing'* அரங்கில் ஏற்பாடு செய்திருந்தார். இது வரலாற்று முக்கியத்துவமிக்க அரங்கம் என்பதுடன் பிறநாட்டுத் தலைவர்களுக்கு கொடுக்கப்படும் உயரிய கௌரவமாகவும் கருதப்படுகின்றது. அமெரிக்க ஜனாதிபதி ட்ரம்ப் இதே அரங்கிலே வரவேற்கப்பட்டார் என்பது நினைவு கொள்ளத்தக்கது.

இரு நாட்டு தலைவர்களது சந்திப்பின் போதும் அமெரிக்க–வடகொரியப் பேச்சுவார்த்தை பற்றியும் கொரியக் குடாவில் நிலவிவரும் சமாதானத்திற்கான முன்னேற்றம் குறித்தும் கலந்துரையாடியுள்ளனர். ஏறக்குறைய அமெரிக்காவுடனான பேச்சுக்களுக்கான முன் ஆயத்தமாகவே அமைந்திருந்தது. அதனை எப்படி கையாளவேண்டும் என்பதனையும் சீனப் பயணத்தின் மூலம் ஹிம் திட்டமிட்டார். அமெரிக்காவுக்கும், தென்கொரியாவுக்கும் விசேடமாகவும் உலகத்திற்கு பொதுவாகவும் செய்தியை வெளிப்படுத்திய பயணமாக அமைந்துள்ளது. வடகொரிய மிகச்சிறிய நாடு. பொருளாதாரத்திலும் வாழ்க்கைத் தரத்திலும் பலவீனமான தேசம். சர்வாதிகார ஆட்சி நிலவுவதாக மேற்குலகம்

குற்றம்சாட்டும் நாடு. வறுமையும் பொருளாதார நெருக்கடியும் அதிகமுள்ள நாடு. ஆனால் இராஜதந்திரத்தையும் இராணுவத்தையும் முதலீடாகக் கொண்டு நிமிர முயலுகின்ற நாடு. அணுவாயுத பலத்தைவைத்துக் கொண்டு தனது தேசத்தை நிரந்தரமாக பாதுகாக்க முடியுமென்ற நிலையை ஏற்படுத்திவருகின்றதுடன் அதனை பயன்படுத்தி பொருளாதார–அரசியல் உறுதிப்பாட்டை சாத்தியப்படுத்த முயலுகின்ற தேசம். இதே நேரம் அமெரிக்க ஜனாதிபதி வடகொரியத் தலைவரை சந்திப்பதற்கு ஆர்வமாக உள்ளார் என்ற செய்தியை உன் இன் சீன விஜயம் நிறைவு பெறும் சந்தர்பத்தில் தெரிவித்துள்ளார் என்பதுவும் கவனத்திற்குரிய விடயமாகும். இது ஹிம் உன்னின் விஜயத்தின் பாதிவழியைப் பூர்த்தி செய்துள்ளதை அப்போது உணர்த்தியிருந்தது.

வடகொரியா பற்றி மேற்கு ஊடகங்கள் வெளிப்படுத்தும் தகவல்கள் மிக மோசமானவையாக சித்தரிக்கப்பட்டிருந்தன. குறிப்பாக, வடகொரியத் தலைவரை அராஜகத்தின் உச்ச தலைவராகவும், தேசமாகவும் காட்டமுயலுகின்றன. இன்றைய தகவல் யுகத்தில் மேற்குலக ஊடகங்கள் அதிகம் தமது பொய்த்தகவல்களை ஏனைய தேசங்களின் மக்களிடம் நம்பவைக்க முடியாது திண்டாடுகின்றன. ஈராக், ஆப்கானிஸ்தான் போர்க்காலங்களைப் போல் இன்றைய யுகம் இல்லை. ஆனால் என்றுமே அச்சு ஊடகங்கள் தம்மில் தங்கியிருக்கும் மக்கள் கூட்டத்தை மேற்குலக பொய்த்தகவல்களை வழங்குவதன் மூலம் ஏமாற்றுகின்றன. குறிப்பாக, மேற்குலகம் திட்டமிட்டு சித்தரிக்கும் பொய்த் தகவல்களை சரியென ஏற்காது சீர்தூக்கிப் பார்த்து சரியானதை வெளிப்படுத்த வேண்டிய நிலை தவிர்க்க முடியாததாகும்.

வடகொரியாவில் ஏனைய கம்யூனிஸம் அல்லது சோஸலிஸம் எனக் கூறிக் கொண்ட நாடுகள் போன்ற நிலை காணப்படுகின்றது என்பதற்காக அது சர்வாதிகாரத்தின் உச்சமானதென அந்த நாட்டை நேரடியாக தரிசிக்காது கூறிவிட முடியாது. மக்களது வாழ்க்கை பற்றி விமர்சனங்களில் அரைபங்குக்கு அதிகமானவை போலித்தனமானவை. அந்த மக்கள் அமெரிக்க ஆதிக்கத்தை எதிர்க்கத் தயாராகிவிட்டனர். இயலாமை என்பதற்கு அப்பால் அவர்களின் சுய நிர்ணயத்திற்கான போராட்ட குணத்தையே இது

காட்டுகிறது. தோற்றுப் போனாலும் தமது அடையாளத்துக்காகவும், தமக்குத் தோன்றும் நியாயத்திற்காகவும் போராடுகின்றவனே சிறப்பான தேசியவாதியாவான். ஏகாதிபத்தியம், முதலாளித்துவம் என்றெல்லாம் உரைக்கும் நாற்காலி உலகம் முழுவதுமுள்ள சோஸலிஸ நாடுகள் வடகொரியாவில் மக்கள் கூட்டத்தினை கவனத்தில் கொள்வதாக தென்படவில்லை. இவர்கள் எல்லோரும் மறைமுகமான முதலாளித்துவத்தின் கூலிகளேயன்றி கொள்கைக்கானவர்கள் அல்ல.

குவாம் தீவும் அமெரிக்காவும்

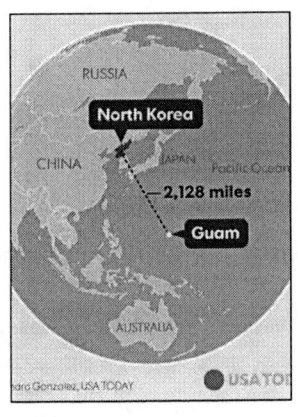

கொரிய விவகாரம் தொடர்பாக படிப்படியாக போர் திட்டங்களுக்கும் தயார்ப்படுத்தல்களுக்கும் மத்தியில் ஆத்திரமூட்டும் வார்த்தைகள் நிகழ்ந்தன. வடகொரியா – தென்கொரியா – அமெரிக்கா – சீனா ஆகிய நான்கு நாடுகளும் வடகொரிய, அமெரிக்கப் போர் தொடர்பான சர்ச்சைக்குள் சிக்கியிருந்தன. இது குவாம் தீவு மீதான தாக்குதலைப் பொருத்து அமையுமென ஊடகங்கள் கருத்துக் கொண்டிருந்தன. குவாம் தீவிலும் அமெரிக்க இராணுவ வல்லமையை அழிக்கப் போவதாக வடகொரியத் தலைவர் கிம்ஜோங் உன் 09.08.2017இல் தெரிவித்திருந்தார். அமெரிக்காவும் உலகமும் ஆச்சரியத்துக்குள் தள்ளப்பட்டன. அமெரிக்கா ஜனாதிபதி பெரும் எச்சரிக்கை ஒன்றினை வட கொரியா மீது செலுத்தியதுடன் அமெரிக்க இராணுவத்தை உசார் நிலைக்குட்படுத்தினார். அவ்வாறே வடகொரிய இராணுவத் தளபதியும் தாக்குதல் நிகழ்த்தத் தயாரானதுடன் உத்தரவுக்காகக் காத்திருந்த நிகழ்வுகள் பதிவாகின.

இத்தகைய உத்தரவுக்கான தயார்ப்படுத்தல்கள் பரஸ்பரம் அதிர்ச்சியை ஏற்படுத்தியிருந்தன. ஆனால் வடகொரியாவின் இத்தகைய அறிவிப்பு அமெரிக்க நகர்வை அவதானிப்பதற்கானது என்றே தோன்றுகிறது. அதற்கான ஆதாரங்களை புலனாய்வுத் துறைகளும், இராணுவ ஆய்வாளர்களும் உறுதிப்படுத்தியிருந்தனர்.

அதாவது வடகொரியா மிகத்தெளிவாக போரை எதிர்பார்ப்பது மட்டுமன்றி; அமெரிக்காவின் தாக்குதல் விவேகத்தையும், உத்திகளையும் நகர்வையும் அவதானிக்கின்றது என்பதைக் காட்டுவதாகவே அந்த எச்சரிக்கை அமைந்திருந்தது.

அமெரிக்காவும் ஆத்திரமூட்டும் எச்சரிக்கைகளை செய்ததே அன்றி, யுத்தத்தைத் தொடக்க எத்தனிக்கவில்லை. அதாவது, இரு தரப்புகளும் பரஸ்பரம் போரை மேற்கொள்ளத் தயாராக இல்லாத சூழலே காணப்பட்டது.

குவாம் தீவு மீதான தாக்குதல் எச்சரிக்கை வடகொரியாவின் உத்தியாக அவதானிக்கப்படும் போது சீனாவும் அதில் பங்கெடுத்து வருவதைக் காணலாம். காரணம், இத்தகைய இழுபறித் தன்மையும், ஆத்திரமூட்டலும் ஒரு போதும் போரை சாத்தியப்படுத்தி விடாது. போர் எப்போதும் அமைதியான சூழலில் திடீரென சாத்தியப்படும் என்பதில் சீனாவுக்குத் தெளிவுள்ளது. அதுமட்டுமின்றி, சீனா அப்போது எழுந்துள்ள இடைவெளியைப் பயன்படுத்திக் கொண்டு தென்கொரியாவைக் கையாள முனைந்தது.தென்கொரியா தனது அனுமதியின்றி அமெரிக்கா தன்னிச்சையாக செயல்படக்கூடாது என அறிவித்திருந்தது. வடகொரியாவுடன் போரை விரும்பவில்லை. மாறாக, அந்த நாட்டுடன் அமைதிப் பேச்சுவார்த்தை நடாத்தவே விரும்புவதாக தென்கொரிய ஜனாதிபதி மூன் ஜே இன் தெரிவித்திருந்தார் குவாம் தீவினை ஏவுகணை செலுத்தி அழித்துவிடப் போவதாக வடகொரியா எச்சரித்ததன் விளைவாகவே தென்கொரியா அமெரிக்காவைக் கட்டுப்படுத்த முயன்றதை அவதானிக்க முடிந்தது. இதே உத்தியை தான் சீனாவும் மேற்கொண்டு வருகிறது. அமெரிக்கா,வடகொரியா ஆகிய இரு தரப்புகளும் ஆத்திரமூட்டும் செய்திகளை வெளியிடுவதைத் தவிர்க்குமாறு சீனா வலியுறுத்தி வருகிறது.

அமெரிக்காவும், தென்கொரியாவும் இராணுவப் பயிற்சிகளை நிறுத்த வேண்டும் எனவும் அதற்கு சமமாக வடகொரியா ஏவுகணைப் பரிசோதனைகளைக் கைவிட வேண்டுமெனவும் சீனா கோரியிருந்தது.சீனாவின் நடவடிக்கை மத்தியஸ்தம் அல்லது இரு தரப்புகளுடனும் சமரசம் செய்ய முனைகிறதையும் வடகொரியாவுக்கு சமமாக அமெரிக்காவை கையாளும் உத்திகளை சீனா வகுத்து வருவதையும் காணமுடியும். இதனால் அமெரிக்காவின்

நடவடிக்கைகள் நெருக்கடிக்குத் தள்ளப்படுவது தவிர்க்க முடியாதது எனக் கணக்கிடப்பட்டது.

இதனால் தான் குவாம் தீவு மீதான தாக்குதல் எச்சரிக்கை உத்தி மட்டும் என்று கருதப்படுகிறது. இதனால் கொரியப் பிராந்திய இராணுவ வலுவிலுள்ள பலவீனங்கள் உணரப்பட்டுள்ளன. இதனால் அமெரிக்காவின் நகர்வுகளின் உண்மைத் தன்மைகளை வடகொரியா உணர்ந்தது போல் அமெரிக்காவும் செயல்படுகிறது. ஆனால் வடகொரியா இப்படியான எச்சரிக்கைகளை இரண்டாவது தடவை வெளியிட்டுள்ளது. இதனால் அமெரிக்கத் தரப்பு அதிகப் பிரயத்தனத்தை மேற்கொண்ட நிலைமையை மாற்றி விவேகத்துடன் தாக்குதலை ஆரம்பிக்கவும் வாய்ப்பிருந்தது.

போரின் வெற்றி எப்போது தாக்குதல் உத்தியிலேயே தங்கியுள்ளது. முன்கூட்டிய தாக்குதல் மட்டுமன்றி, சரியான தாக்குதலை நிகழ்த்துவதிலும் தங்கியுள்ளது. இதனால் வடகொரியா சரியான தாக்குதலை செய்வதற்கு முயலுகிறதா என்ற சந்தேகம் தோன்றியது. அமெரிக்காவின் வல்லமையை சுரண்டிப்பார்க்க முயலுகிறது. இதனூடாக தெளிவான உத்தியுடன் நகர முயலுகிறதைக் காணமுடிந்தது.

இதே நேரம் அமெரிக்காவின் அளவு சார் சொத்துரிமைச் சட்டத்தை மீறிய வகையிலும் சர்வதேச வர்த்தகச் சட்டங்களை மீறிய வகையிலும் சீனா நடாத்தி வரும் முறைகேடுகளைக் கண்டறிந்து நடவடிக்கை எடுக்குமாறு அமெரிக்க வர்த்தகச் அமைச்சுக்கு ஜனாதிபதி ட்ரம்ப் உத்தரவிட்டுள்ளமை கொரியக் குடா அதீதமான அரசியல் தளமாக மாறியுள்ளதை உணர்த்தியது. இதன் மூலம் அமெரிக்கா கொரியக் குடாவுக்கு வெளியே கொரிய முரண்பாட்டை எடுத்துச் செல்ல ஆரம்பித்தது. இது ஒரு வகையான சர்வதேச அரசியல் மையமாகவும் மாறியிருந்தது. இன்னோர் வகையில் கூறுவதானால், அமெரிக்க-சீனா போட்டியின் பிரதான மையமாக கொரியக் குடா மாறியிருந்தது எனலாம். இதில் நிகழும் அனைத்து அரசியல் பிரவாகமும் உலகிலுள்ள அரசியல் மாறுதலுக்கு பிரதான கட்டுப்பாட்டு நிலையமாகவே தெரிந்தது.

இதில் ஒரு உலக யுத்தத்திற்கான விளிம்பு நிலைப் போட்டி தான். அதனை ஒரு போதும் வேறு தளத்தில் வைத்துப் பார்க்க முடியாது. வட கொரியா ஒரு தாக்குதலை நிகழ்த்துமாக இருந்தால்

பேராசிரியர் கே.ரீ.கணேசலிங்கம்

பாரிய மோதலுக்கு வழியமைக்கும். அதனை உலக யுத்தமாக மாற்றுவதும் மாற்றாது தடுப்பதும் சீன,அமெரிக்க கைகளிலுள்ளது. ஆனால் அதனை எட்டவிடாது தடுத்தலும் பாரிய யுத்தம் ஒன்றுக்கான பரப்பாக இது அமைந்திருந்தது.

இத்தகைய பரப்பில் கூட இராஜதந்திரத்தையும், யுத்ததந்திரங்களையும் பயன்படுத்திக் கொண்டு அரசுகள் தங்கள் நலன்களை நோக்கி பாய்கின்றன. யுத்தத்தின் விளிம்பில் நின்று கொண்டு அரசியலும், தந்திரமும் பேசும் உலக அனுபவம் ஒன்றுக்குள் கொரியப் பிரதேசம் காணப்பட்டது. இது உலகிலுள்ள ஒவ்வொரு அரசியல் தலைமைக்கும் ஒரு அனுபவப் பாடமாகவே விளங்கிக் கொள்ள வேண்டும்.

இதில் குவாம் தீவு தொடர்பான சில மட்டுப்படுத்தப்பட்ட அளவில் தகவல்களை நோக்குவது அவசியமானது.

மேற்குப் பசுபிக் கடல் பகுதியில் அமைந்துள்ள ஒரு தீவே குவாம் தீவாகும். இதன் பூர்வீகக் குடிகளாக சமோரோக்கள் கி. மு.2000 ஆண்டளவில் குடியேறியதாகவும், பின்னர் போத்துக்கீசர்கள் நாடுகாண் பயணத்தில் கண்டறிந்ததாகவும், 1898 இல் அமெரிக்கர்கள் இத்தீவைக் கைப்பற்றி தற்போது வரை ஆளுகை செய்து வருவதாகவும் வரலாற்றுத் தகவல்கள் உறுதிப்படுத்துகின்றன. இதன் நிலப்பரப்பு 210 சதுர மைல் எனவும், இதன் தலைநகரம் அகத்னாவாகவும் இங்கு வாழும் மக்கள் அமெரிக்க குடியுரிமை பெற்றவர்கள் எனவும் தெரியவருகிறது. இரண்டாம் உலக போர்க்காலத்தில் இத்தீவினை ஜப்பான் கைப்பற்றியதாகவும் பின்பு ஜப்பான் சரணடைந்த பின்பு அமெரிக்கா மீளவும் இத் தீவை தனது சொந்தக் கட்டுப்பாட்டில் 1944 யூலை 21 இல் கொண்டுவந்ததாகவும், அத்தினத்தையே சுதந்திர நாளாக அந்த மக்கள் கொண்டாடுவதாகவும் தகவல்கள் உண்டு. தற்போது பாரிய படைத்தளம் ஒன்றினை அமெரிக்க நிறுவி பராமரித்து வருகிறது. இதன் பொருளாதாரம் சுற்றுலாத் துறைமை மையப்படுத்தி உள்ளது. ஆண்டுக்கு 1.1 மில்லியன் சுற்றுலாப்பயணிகள் வருகை தரும் அழகுத் தீவாக உள்ளது. சுற்றுலாத் துறையை கவரும் விதத்தில் பாரிய கட்டமைப்புக்களை ஆட்சித் துறை மேற்கொண்டுள்ளது.

புடின்-கிம் சந்திப்பு

வடகொரியா-ரஷ்யத் தலைவர்கள் சந்தித்த நிகழ்வு முக்கியம் பெற்ற புவிசார் அரசியலாக தெரிகிறது. சோவியத் யூனியன் காலத்தில் நிலவிய இரு நாடுகளுக்குமான உறவு பின் பலவீனப்பட்டு மீண்டும் ஆரம்பித்துள்ளமை கவனிக்கத்தக்க விடயமாகும். ரஷ்யாவின் துறைமுக நகரமான கிழக்குப் பகுதியில் அமைந்துள்ள விலாடிமோஸ்டாக் அருகே உள்ள தீவான ரஸ்கியில் 25 ஏப்ரல் 2019 அன்று ரஷ்ய ஜனாதிபதி விளாடிமிர் புடின் வடகொரியத் தலைவரான கிம் ஜோங் உன்னை சந்தித்த நிகழ்வு வரலாற்று முக்கியம் பெற்றுள்ளது. விளாடிமின் புடினும் கிம் ஜோங் உன்னும் முதல்முறையாக சந்தித்துள்ளமை வரலாற்று நிகழ்வாக பதிவாகியுள்ளது. குறிப்பாக அமெரிக்கத் தலைவருடனான இரண்டாவது சந்திப்பு இடைநடுவில் முறிந்த பின்பு அமெரிக்காவின் எதிரி நாடான ரஷ்யாவுடன் வட கொரியத் தலைவர் சந்தித்தமை அதிக முக்கியம் பெற்றதாக அமைந்திருந்தது. அதிலும் புடின் அமெரிக்கக் கொள்கைகளை உலகளாவிய ரீதியில் தகர்த்துவரும் நிலையில் இந்தச் சந்திப்பு நிகழ்ந்துள்ளது. அதனால் அதிமுக்கியம் பெற்ற விடயமாக அமைந்துள்ளதாக சர்வதேச ஆய்வாளர்கள் குறிப்பிட்டிருந்தனர்.

இந்தச் சந்திப்பில் அணுவாயுத ஒழிப்புக் குறித்து உரையாடியுள்ளதாகவும் அது பற்றிய செய்திகள் முன் கூட்டியே வெளியாகியிருந்ததுவும் கிரம்ளின் தகவல்கள் உறுதிப்படுத்தி யிருந்தன. வியட்னாம் தலைநகரான ஹனோ சந்திப்பின் அமெரிக்க-வடகொரியத் தலைவர்கள் கைவிட்ட உரையாடலுக்கான பிரதிபலிப்பாக அமையவுள்ளதாக எதிர்பார்க்கப்படுகிறது என ரஷ்ய ஜனாதிபதியின் செய்தித் தொடர்பாளர் தெரிவித்திருந்தார். அது மட்டுமன்றி, இரு நாடுகளின் தலைவர்களும் இரு நாடுகளுக்குமான நீண்ட உறவினைப் பற்றி நீண்ட நேரம் உரையாடியதுடன் வரலாறு முழுவதும் இரு நாடுகளும் ஒன்றாகப் பயணித்ததைப் புடின் நினைவுகூர்ந்ததாகவும் தகவல்கள் வெளியாகியுள்ளன. கொரியக்

குடாவில் காணப்படும் பதற்றத்தை தணிப்பதற்கான அனைத்து நடவடிக்கையையும் புடின் மேற்கொள்வதாக உறுதியளித்திருந்ததாகவும் தெரியவந்திருந்தது.

கொரியத் தீபகர்ப்பத்தில் நிலவும் கொதிநிலையை எப்படி சரி செய்வது என்பது பற்றிய உரையாடலே அதிகம் காணப்பட்டதாக தெரியவந்தது. குறிப்பாக அமெரிக்க-வடகொரியப் போர் பதற்றம் மற்றும் பேச்சுவார்தை முறிவு என்பனவற்றால் ஏற்படவிருந்த நிகழ்வுகளைத் தடுப்பதற்கு ரஷ்யா செய்ய வேண்டியவற்றைச் சிந்திப்பதாகவே இச்சந்திப்பு அமைந்திருந்தது. இது பற்றிய புரிதலை ரஷ்யா ஏற்படுத்துமெனவும், அதற்கான பயணமாகவே தனது விஜயம் அமைந்துள்ளது எனவும் கிம் தனது உரையில் குறிப்பிட்டிருந்தார். ஏற்ெகனவே நீண்டதும் ஆழமானதுமான உறவும் நட்பும் இருநாடுகளுக்கும் உண்டெனவும் அதனை மேலும் பலப்படுத்தும் நோக்குடனேயே பயனள்ள சந்திப்பாக அமைந்துள்ளதெனவும் அவர் மேலும் தெரிவித்தார். கைவிடப்பட்ட அணுவாயுதப் பிரச்சினையையும் நின்றுபோன பேச்சுவார்த்தையையும் மீள ஆரம்பிக்க ஆறு நாடுகளை உள்ளடக்கிய பேச்சுவார்த்தைக் குழு கொரிய தீபகற்பத்தில் பிரச்சினைக்குக் தீர்வாக அமையுமென ரஷ்ய ஜனாதிபதியின் பேச்சாளர் டிமிட்ரி பெஸ்கோவ் குறிப்பிட்டிருந்தார். 2003 தொடக்கம் வடகொரியா, தென்கொரியா, சீனா, ஜப்பான், ரஷ்யா மற்றும் அமெரிக்கா என்பன அணுவாயுதம் பற்றிய பேச்சுக்களை மேற்கொண்டு வந்தன. இதுவே சிறந்ததும் தற்போதைய உத்தியெனவும் அவர் குறிப்பிட்டிருந்தார்.

இந்தச் சந்திப்பின் உள்நோக்கம் எப்படியானதாக அமையும் என்பது கவனிக்கப்பட வேண்டிய விடயமாகும். என்னதான் இரு தலைவர்களும் கைலாகு கொடுத்துப் பேசிக் கொண்டவை இவைதான் எனக் கூறிக்கொண்டாலும், சர்வதேச அரசியலில் அவற்றுக்கு அப்பால் சில விடயங்கள் மற்றும் உள் நோக்கங்கள் காணப்படுவது இயல்பானதே! அதனை புரிந்து கொள்வது அவசியமானது. கிம்ஜப் பொருத்தவரை அமெரிக்காவுக்கு அடுத்தபடியான அரசு ரஷ்யா என்பதில் தெளிவு அதிகமுண்டு. மற்றது சீனா என்பதும் கிம் அறியாததல்ல. ஆனால் சீனாவோ மென் அதிகாரம் என்ற போர்வைக்குள் செயல்படும் அரசாகவே தன்னை வடிவமைத்து வருகிறது. ரஷ்யா அப்படியானதல்ல. வெளிப்படையாக போருக்குத்

தயாரான அரசு என்பதிலும் இராணுவ பலத்தைப் பிரயோகிக்கக் கூடிய ஆட்சியாளனாக புடின் இருப்பதுவும் பொருத்தமான நட்பு நாடு என கிம் கருதுகின்றார். அதே நேரம் இப்பிராந்தியத்தின் புவிசார் அரசியலை நன்கு பயன்படுத்தும் வல்லமையில் கிம் விளங்குகின்றார். இதன் பிரதிபலிப்பே அவர் சீனா ரஷ்யா என்ற பலமான அரசுகளை முன்னத்திக் கொண்டு செயல்படும் துணிச்சலைக் கொண்டவராக உள்ளார். அது வட கொரியத் தலைவர்களுக்கே உள்ள காலம் காலமான உத்தியாகவே உள்ளது. சோவியத் யூனியனின் தலைவர்களால் வடிவமைக்கப்பட்ட வடகொரியா பின்பு சீனாவால் பாதுகாக்கப்பட்டு வந்தமை அந்நாட்டின் தலைமைகளின் புவிசார் அரசியல் அறிவின் பிரதியாகவே உள்ளது. அதனை நன்கு விளங்கிக்கொண்ட தலைமுறையாகவே கிம் காணப்படுகின்றார்.

மேலும், அமெரிக்காவுக்கு எதிர்த் திசையில் செயல்படுவதன் மூலமே தன்னையும் தனது பிராந்தியத்தையும் பாகாக்க முடியுமென வட கொரிய ஆட்சியாளர்கள் கருதுகின்றனர். அதற்கு அமைவாகவே ரஷ்யாவின் நட்பினைப் பலப்படுத்துவதன் மூலம் தெளிவான ஒரு அரணை தாம் உருவாக்கிக் கொள்ளமுடியுமென கிம் உணர்கின்றார். அதிலும் அமெரிகாவுடனான பேச்சுக்களில் முன்வைக்கப்பட்ட வற்றைப் பற்றி பேசவுள்ளதாகவே ஊடகங்கள் மத்தியில் கருத்துக் கூறியிருந்தமை கவனிக்கத்தக்கது. ஒரு அணுவல்லரசின் இருப்பினை நிராகரித்து விட்டு தனித்து இருக்க முடியாது என்பதை உணர்ந்த கிம் இன்னோர் வலுவான அணுவல்லரசை தடுப்புச் சுவராக நிறுத்துவதில் வெற்றி கண்டுள்ளார். இது தனித்து அணுவிவகாரமாக இல்லாது விட்டாலும் வட கொரியாவின் பாதுகாப்பின் பிரதிபலிப்பாகவே பார்க்கப்படவேண்டும்.

வடகொரியத் தலைவர் அணுவாயுதமற்ற பிராந்தியமாக கொரியக் குடாவை உருவாக்கப் போவதாகவோ அல்லது அதனை அதற்கான பேச்சுக்களில் ஈடுபடப் போவதாகவோ கூறிக் கொண்டாலும் வடகொரியாவின் பாதுகாப்பும் இருப்பும் அணுவாயுதத்திலேயே உள்ளது என்பதை நிராகரிக்கமுடியாது. அதனை உணராத தலைவராக கிம் இருக்க முடியாது. அதனால் ரஷ்யாவுடனான உரையாடல் அனைத்தும் அமெரிக்காவுக்கு எச்சரிக்கை செய்வதுடன் அமெரிக்க நட்பு நாடுகளான ஜப்பான்

தென்கொரியாவுக்கு எச்சரிக்கை கலந்த சமிச்சையாகவே அமைந்துள்ளது. ஜப்பானின் தற்போதைய போக்கு இராணுவ வல்லமையைக் கொண்ட அரசாக எழுச்சி பெறுவதற்கான அனைத்து உத்திகளையும் கொண்டதாக உருவாக்கப்படுகிறது. அதுவும் அமெரிக்காவின் உதவியுடன் நிகழ்த்தப்படுகிறது. அதனை வெறுமையான இராணுவ அதிகாரமாகப் பார்க்க முடியாது. மீளவும் எழுச்சி பெறும் உலகளாவிய இராணுவ அச்சுறுத்தலாகவே அமையும் என்ற எதிர்பார்க்கை வடகொரியாவுக்கு மட்டுமல்ல, உலக நாடுகளுக்குமுண்டு. அதனால் அதனை எல்லாம் முறியடிக்கும் விதத்தில் தனது இராணுவ வல்லமையையும் நட்பு நாடுகளையும் உருவாக்க வேண்டிய பொறுப்புடன் வட கொரியா காணப்படுகிறது.

இதன் மூலம் தெளிவான பொருளாதார வலிமையை வளர்த்துக் கொள்ள வேண்டுமென வடகொரியா கருதுகிறது. ஏற்கெனவே ரஷ்யா நெருக்கடியான காலத்தில் பலமான பொருளாதார ஒத்துழைப்பினை வடகொரியாவுக்கு அளித்துள்ளது. கடந்த பல வருடங்களாக வடகொரியாவில் எழுந்த உணவுத் தேவையையும் வேலையின்மையையும் நிரப்பும் நாடுகள் பட்டியலில் இரண்டாவது இடத்தில் ரஷ்யா காணப்பட்டது என்பது கவனிக்கத்தக்கது. அதனை மேலும் பலப்படுத்தவும் ரஷ்யாவின் பொருளாதார ஒத்துழைப்பை வலுப்படுத்தவும் இந்தச் சந்திப்பை கிம் மேற்கொண்டிருக்க வாய்ப்பு அதிகமாகும். சீனா, ரஷ்யா, சிரியா, ஈரான் எனும் அரசியல் பலம் பொருளாதார உத்தியுடன் வடிவமைக்க வாய்ப்பு அதிகரிப்பதாக மேற்கு ஊடகங்கள் கருத்து வெளியிடுகின்றன. அந்த வகைக்குள்ளேயே வடகொரியத் தலைவரின் ரஷ்ய விஜயம் அமைந்துள்ளது.

இதில் புடினைப் பொருத்தவரை பலமான புவிசார் நட்பு நாடாக வடகொரியாவைப் பார்ப்பதேயாகும். ரஷ்யாவின் இருப்புக்கும் அதன் நிலையான இராணுவ எழுச்சிக்கும் உலகளாவிய இராணுவ வல்லரசாவதற்கும் கொரியாவின் ஒத்துழைப்பு அவசியமானது. அது மட்டுமன்றி, வடகொரியாவுடனான, நட்பினால் அதிக புவிசார் பாதுகாப்பினை அடையப் போகும் நாடுகளில் சீனாவுக்கு அடுத்தபடியாக ரஷ்யா காணப்படுகிறது. அத்துடன் அமெரிக்க சக்திகளுக்கும் அமெரிக்காவுக்கும் சவால்விடும் ஓர் அரசை நட்பு கொள்வது என்பது புடினைப் பொருத்து வலுவான

அரசியல் அடைவாகவே உள்ளது. இது அமெரிக்காவின் உலகளாவிய ஆதிக்கத்திற்குப் பெரும் சவாலாகவே உள்ளது. அமெரிக்கா மேற்காசியாவை இழந்தது போல் கொரியக் குடாவையும் நெருக்கடிக்குத் தள்ளுமளவுக்கு ரஷ்ய-வடகொரியத் தலைவர்களின் சந்திப்பு வாய்ப்பாக அமைந்திருந்தது. வடகொரியா -ரஷ்யத் தலைவர்களது சந்திப்பு இரு தேசங்களின் உலகளாவிய பலத்தை மேலும் அதிகரிக்க செய்திருந்தது. வடகொரியாவுக்கு அதிக பாதுகாப்பினைத் தந்தது. மிதக்கும் அணுக்கப்பலைத் தயாரித்துள்ள ரஷ்யாவுடனான நட்பு கொரியக் குடாவின் அதிகாரச் சமநிலையை மாற்றத்துக்குள்ளாக்கியுள்ளதைக் காணலாம்.

முடிவுரை

புவிசார் அரசியல் வடகொரியாவுக்குரிய தனித்துவங்களை அதிகம் கொண்டது. வடகொரியா புவிசார் அரசியலாலும் பூகோள அரசியலாலும் ஒருங்கே கட்டமைக்கப்பட்டுள்ளது. புவிசார் அரசியலில் சீனாவும் ரஷ்யாவும் முக்கிய பங்கெடுக்கும் தேசங்களாக இருப்பது போல் அத் தேசங்களின் பூகோள அரசியல் பலமும் வடகொரியாவுக்கான பாதுகாப்பு அரணாக உள்ளது. இதனால் வடகொரியா அத்தகைய இரு தேசங்களையும் முன்னிறுத்திக் கொண்டு அமெரிக்காவையும் பிராந்திய அரசுகளையும் எதிர்கொள்வது போல் இரு அரசுகளும் வடகொரியாவைக் கையாளுவதன் வாயிலாக அமெரிக்காவையும் ஏனைய சக்திகளையும் தமது நலனுக்கேற்ப பயன்படுத்திவருகின்றன. பரஸ்பரம் இத்தகைய கூட்டும் இயங்கியல் பலமும் அனைத்து நெருக்கடியையும் வெற்றி கொள்ள உதவுகின்றன. அரசியல், பொருளாதார, இராணுவத் தேவைகளை மட்டுமல்ல, சமாதான உரையாடலையும் வடகொரியா புவிசார் அரசியல் நலன்களுக்கு அமைவாகக் கையாளுகிறது.

கொரியக் குடாவும் அமைதிப் பேச்சுக்களும்

அறிமுகம்

கொரியக் குடாவும் அமைதிப் பேச்சுக்களும் எனும் பகுதி இராஜதந்திரத்தை மையமாகக் கொண்டது. சர்வதேச அரசியல் ஆய்வாளர்களான கோக்கிங் (Hocking) மற்றும் சிமித் (Smith) ஆகிய இருவரும் விழுமியங்களும் மரபுகளும் சார்ந்த சர்வதேச நடத்தை இராஜதந்திரப் பிரயோகத்தின் உயர்புள்ளியாகவுள்ளது எனவும், அவை அமைப்பினூடான உரையாடலையும் சமாதானப் படுத்தலையும் முன்மைப்படுத்திச் செயற்படும் வல்லமையுடையது என்றும் இராஜதந்திரம் பற்றிய முன்மொழிவை வெளிப்படுத்தினர். இத்தகைய வெளிப்பாடுகளைக் கொண்டதாக வடிவமைக்கப்பட்ட வடகொரியாவினது அமைதிப் பேச்சுவார்த்தைகள் அமெரிக்கா மற்றும் தென் கொரியாவை அதிகம் பிரதிபலித்தாலும் ஜப்பான், சீனா, ரஷ்யா போன்ற நாடுகளும் ஐக்கிய நாடுகள் அமையமும் ஈடுபடுத்தப்பட்ட போக்கினைக் காணக் கூடியதாக உள்ளது. அத்துடன் உலக நாடுகளதும் ஆட்சியாளர்களதும் கவனமும் கருத்தொருமைப்பாடும் கொரியக் குடாவின் பிரதிபலித்திருந்தன.

வடகொரியாவும் அமெரிக்காவும் பேச்சுவார்த்தையை ஓர் இராஜதந்திரமாகப் பயன்படுத்திக் கொண்டதுடன் புவிசார் அரசியலிலும் பூகோள அரசியலிலும் நிலவிய போக்கினை மையப்படுத்தியதாக வடிவமைக்கப்பட்டிருந்தது. இதில் நாடுகளுக்கும் ஆட்சியாளருக்கும் அவற்றின் நலன்களுக்கும் ஏற்றதாக அமைந்திருந்ததுடன் அரசியல், பொருளாதார, இராணுவ வியூகங்களை கொண்டதாகவும் அமைந்திருந்ததைக் காணமுடிந்தது.

அமெரிக்க-வடகொரிய நலன்கள் மோதிக் கொண்டவற்றை உலகம் வெளிப்படையாக அவதானித்த போதும் அதன் பின்புலத்தில் இருந்த அரசுகளின் நலன்களையும் அவற்றின் விருப்புக்களையும் இப்பகுதி ஆராய முயலுகிறது. குறிப்பாக ரஷ்யா, சீனா, ஜப்பான், தென்கொரிய ஆகிய நாடுகளது எண்ணங்கள் பேச்சுவார்த்தைகளில் பிரதிபலித்திருந்ததைக் கண்டு கொள்ள முடிந்தது.

குளிர்கால ஒலிம்பிக் தொடர் - 2018

விளையாட்டினை இராஜதந்திரமாகப் பயன்படுத்தும் மரபு உலக நாடுகளின் தலைவர்களிடம் காணப்படும் சிறப்பான அரசியலாகப் பார்க்கப்படுகிறது. 1970களில் சீனா – அமெரிக்கா உறவை ஏற்படுத்துவதில் விளையாட்டே காரணமாக அமைந்தது. அதனை Ping – Pong இராஜதந்திரம் என அழைத்தனர். அத்தகைய ஓர் இராஜதந்திர நகர்வு கொரியத் தலைவர்களிடையே நிகழ்ந்துள்ளது. வடகொரியா மீது அமெரிக்கா போர் உத்தியை சரிவர சாத்தியப்படுத்த முடியாத நிலை ஏற்பட்டுவிட்டது என முன்னைய பகுதிகளில் தெளிவுபடுத்தப்பட்டுள்ளது. அத்தகைய புரிதலுடன் மேலும் ஒரு பின்னடைவை அமெரிக்கக் கூட்டணி நாடுகள் எதிர் கொண்டன. ஐ.நா. வின் தடையை மீறி சீனா – வடகொரியாவுக்கு எண்ணெய் பரிமாற்றம் செய்தமை தொடர்பாக வெளிவந்த காட்சிகள் மூலம 2017 அக்டோபர் முதல் ஒரு வருட காலப்பகுதிக்குள் அமெரிக்க உளவுத்துறையின் செயற்கைக் கோள் 30 தடவைக்கு மேல் படம் பிடித்துள்ளது என தென்கொரிய ஊடகம் தகவல் தந்துள்ளது. நேரடி யுத்தத்தினை விட ஊடக யுத்தமே அபாயமானது. இத்தகைய குற்றச்சாட்டினை சீனாவின் பாதுகாப்பு அமைச்சகத்தின் செய்தித் தொடர்பாளர் சென் யாங் மறுத்துள்ளார். அத்தகைய தகவல் முழுவதும் பொய்யானது என குறிப்பிட்டுள்ளார்.

ஐ.நா.வின் தீர்மானத்திற்கு ஆதரவாக செயற்பட்ட சீனா 90 சத வீத மாக வடகொரியாவுக்கான எண்ணெய்யை விநியோகித்துள்ளது. சீனாவின் கொள்கலன் மூலம் கடலில் உள்ள வடகொரியா கப்பல்களுக்கு எண்ணெய் விநியோகிக்கப்படும் காட்சிகளை ஆதாரமாகக் கொண்டு தென்கொரிய ஊடகங்களே அவ்வகைச் செய்திகளை வெளியிட்டுள்ளன. அது மட்டுமன்றி, வடகொரியாவின் நான்கு கப்பல்கள் எந்தத் துறைமுகத்திலும் தரித்து நிற்கமுடியாத தடை உத்தரவையும் ஐ.நா. விதித்துள்ளது. அமெரிக்கா

கூட்டணியின் நீண்ட நாள் குற்றச்சாட்டுக்கு ஆதாரங்கள் கிடைத்துள்ளது. டுவிட்டரில் அமெரிக்க ஜனாதிபதி ட்ரம்ப் குறிப்பிடும் போது சீனா-வடகொரிய உறவின் பொய்யான தகவல்கள் வெளிப்படையாகப் பிடிபட்டது என தெரிவித்துள்ளார். சீனாவின் பின்புலத்திலேயே வடகொரியா செயற்படுகின்றமை அதன் புவிசார் அரசியல் பலத்தைத் தவறாகக் கணக்குப் போட்ட அமெரிக்காவுக்கு ஆபத்தானதேயாகும். சீனாவின் எல்லைக்குள் அமெரிக்காவின் ஆதிக்கம் வளர்வதனை சீனா ஒரு போதும் அனுமதிக்காது என்பதையும் புரிந்து கொள்ளுதல் வேண்டும்.

சீனா – வடகொரியா எல்லை ஊடாக அனைத்து வடகொரியத் தேவையையும் நிறைவு செய்யும் வலிமை சீனாவுக்குண்டு. அது கடலில் வைத்து எண்ணெய்யைப் பரிமாற்றம் செய்ய வேண்டும் என்பதன் அவசியப்பாடு விளங்கிக் கொள்ள முடியாதுள்ளது. இத்தகைய தகவலை எதிரி நாட்டுக்கு சரிவர பரிமாற்றப்பட வேண்டும் என்ற நோக்கமோ அல்லது எண்ணெய்யை இலகுவாக அவ்வாறு தான் பரிமாற்ற முடியுமென்பதோ அல்லது சீனப் பாதுகாப்பு அமைச்சின் தொடர்பாளர் குறிப்பிடுவது போல் பொய்யான தகவலாகவோ கூட அமையலாம் என்பதைத் தெரியப்படுத்துவதற்கானதோ என்ற குழப்பம் ஏற்படுகிறது. இது எதுவாயினும் அமெரிக்கக் கூட்டணிக்கு நெருக்கடியான செய்தியாகவே அமைந்திருந்தது.

இத்தகைய சூழலைக் கையாளும் தன்மையில் எழுந்ததே குளிர்கால ஒலிம்பிக் போட்டிக்கான அழைப்பு. 2018இல் தென்கொரியாவில் குளிர்கால ஒலிம்பிக் போட்டி நடைபெற உள்ள நிலையில் வடகொரியாவைப் பங்கேற்க வைப்பதற்கான உயர்மட்ட பேச்சுக்களை நடத்த தென்கொரியா அழைப்பு விடுத்தது. 2018 பெப்ரவரி மாதம் இடம்பெறவுள்ள போட்டியில் வடகொரியாவின் அணி பங்குபற்றியது. பதற்றமான உறவை சுமூகமாக மாற்றுவதற்கு உதவும் வாய்ப்பாக இது அமையும் என தென்கொரிய ஜனாதிபதி அப்போது குறிப்பிட்டுள்ளார். இரு நாட்டுப் பிரதிநிதிகளும் சமாதான கிராமமென அழைக்கப்படும் பன்முன் ஜோமில் சந்தித்தனர். ஜோமில்லே கொரியர்கள் வரலாற்று முக்கியத்துவம் வாய்ந்த பேச்சுக்களை கடந்த காலத்தில் நடாத்தியுள்ளனர். இது இருநாடுகளுக்குமான எல்லையோரக் கிரமமாகும்.

இருநாடுகளுக்குமான நிறுத்தப்பட்டிருந்த தொலைபேசி உரையாடலை மீண்டும் தென்கொரிய – வடகொரியத் தலைவர்கள் ஆரம்பித்தனர். 2015 ஆம் ஆண்டுக்குப் பின்னர் நிறுத்தப்பட்ட பேச்சுவார்த்தைகள் மீள ஆரம்பிப்பதில் முனைப்பாகவுள்ள இரு நாட்டுத் தலைவர்களும் கொரியப் பிராந்தியத்தை அமைதியான பிராந்தியமாக மாற்ற உதவ திட்டமிட்டனர்.

இராஜதந்திர உரையாடல்கள் எப்போது அரசுகளிடையே சுமூகத்தன்மையையும் தெளிவான அமைதியான போக்கையும் சாத்தியப்படுத்தும். ஆயுதத்தினால் சாதிக்கமுடியாத அரசியலை இராஜதந்திரம் சாதித்துவிடும் எனபது நினைவுகூரத்தக்கது. இத்தகைய இராஜதந்திர உரையாடலுக்குப்பின்னால் இரு தரப்புகளின் மீதான அரசியல் அழுத்தங்களும் சமகால நிர்ணயங்களும் காரணமாக கொள்ளமுடியும். வடகொரியத் தலைவர் கிம் ஜோன் உங் திரும்பத் திரும்ப அமெரிக்க இராணுவ பலத்துக்கு சமமாக வளர்ச்சியடைவதே வடகொரியாவின் நோக்கம் என்கிறார். அது சாத்தியமானதோ இல்லையோ என்பதல்ல முக்கியம்; ஒரு நாடு அத்தகைய முயற்சியில் ஈடுபடத் தயாராகிவிட்டதென்பதே சரியான தகவலாகும்.

தென்கொரியத் தலைமை ஜோ வடகொரியாவை அழிப்பதல்ல நோக்கம்; மாறாக, ஒரு சுமூகத்தன்மையை நோக்கி இரு தேசங்களையும் நகர்த்துவது எனத் தெரிவித்ததன் மூலம் மிகத் தந்திரமான தலைமையாகவும் விளங்கியிருக்கின்றமை குறிப்பிடத்தக்கது. ஆனால் வடகொரியாவுடன் மோதுவதற்கு தென்கொரியத் தலைமை விரும்பவில்லை எனபது அதன் அறிக்கைகளினதும் பேச்சுக்களினதும் காணக்கூடிய விடயமாகும்.

27.05.2018 இல் வடகொரியாவின் ஆக்கபூர்வமான பதிலை அடுத்து பேச்சுவார்த்தை நடப்பதற்கான சாத்தியப்பாடு இருப்பதாக தனது ட்விட்டர் பக்கத்தில் அமெரிக்க ஜனாதிபதி டொனாட் ட்ரம்ப் அறிவித்தார். சிங்கப்பூரில் இடம்பெறவுள்ள சந்திப்பை ஆவலுடன் எதிர்பார்த்துள்ளோம். இதில் நிர்ணயிக்கப்பட்ட திகதி 2018 ஜுன் 12 மற்றும் சிங்கப்பூர் எனும் இடம் ஆகியவற்றில் எந்த மாற்றமும் கிடையாது என்று ட்ரம்ப் தெரிவித்தார். இக்காலப்பகுதியில் வரலாற்று முக்கியத்துவம் வாய்ந்த சந்திப்பொன்று வடகொரிய-தென்கொரியத் தலைவர்களுக்கிடையே நிகழ்ந்தது.

இராஜதந்திரப்போர்

கொரியக் குடாவில் சுவாரசியமாக இராஜதந்திர நகர்வுகள் நடந்தேறி வருகின்றன. இதில் தென்கொரியா, வடகொரியா, ஜப்பான்,அமெரிக்கா என்பன நேரடியாகவும் சீனா, ரஷ்யா மறைமுகமாகவும் செயல்படுவது இந்நூலில் பலதடவை சுட்டிக்காட்டப்பட்டுள்ளது. அதில் சமாதான பேச்சுவார்த்தையிலும் அத்தகைய நாடுகளின் செல்வாக்கு காணப்பட்டது. சமாதானம் என்பது இராஜதந்திர நகர்வாகவே உள்ளது. போரில் வெல்ல முடியாதவற்றை சமாதானம் மூலம் வெற்றி கொள்வதே மேற்குலக இராஜதந்திரமாக உள்ளது. அந்த வகையில் கொரிய விவகாரத்தில் நிகழ்ந்துவரும் இராஜதந்திர அரசியல் பற்றிய புரிதல் சர்வதேச கற்கையில் பிரதான விடயமாகும்.

2018இல் சிரியா ஜனாதிபதிக்கு ஆதரவான படையினருக்கு வடகொரியா இரசாயன ஆயுதங்களை வழங்குவதாக ஐ.நா சபை குற்றச் சாட்டியது. அதனை அமெரிக்காவும் ஆமோதித்தது. இதனை மறுத்துரைத்த வடகொரியாவின் வெளிவிவகார செய்தித் தொடர்பாளர் அமெரிக்க அனைத்து போர் நெறிமுறைகளையும் மீறி எத்தனையோ தடவை நடந்து கொண்டுள்ளது. அது தன் மீதான தவறுகளை மறைக்க அடுத்தவர்கள் மீது பிரச்சினையைத் திருப்பிவிடுகிறது. சிரியா மற்றும் ரஷ்யாவுடன் எந்தவித ஆயுத ஒப்பந்தங்களையும் வடகொரியா செய்துகொள்ள வில்லை என்று தெரிவித்திருந்தது.

இவ்வகைக் குற்றச்சாட்டுகளும் மறுதலிப்புக்களும் நிகழ்ந்து கொண்டிருக்கும் போது தென்கொரியாவுடன் நட்புறவைப் பேண விரும்புவதாக வடகொரியா தெரிவித்தது. அதாவது, தென்கொரியாவுடன் தேசிய மறு இணைப்பு எனும் புதிய வரலாற்றை எழுதப் போவதாக வடகொரியாவின் தலைவர் ஹிம் ஜோங் உன் அறிவித்ததாக வடகொரியாவின் அரச ஊடகம் தெரிவித்தது. குளிர்கால ஒலிம்பிக்குக்குப் பின்னர் வடகொரியாவின் அழைப்பின் பேரில் தென்கொரியப் பிரதிநிதிகளுக்கு மார்ச் 06,2018அன்று இரவு நேர விருந்தளித்த உன், இத்தகைய விருந்துபசாரத்தின் போதே மேற்படி வரலாற்று மீள் இணைப்பைப் பற்றிக் குறிப்பிட்டிருந்தார்.

இத்தகைய சந்திப்பின் பின்னான அரங்கை தென்கொரியர்கள் கையாளத் தொடங்கினர். குறிப்பாக, வடகொரியா சென்று திரும்பிய தென்கொரியப் பிரதிநிதிகள் வெள்ளை மாளிகையில் ஜனாதிபதி ட்ரம்ப் உடனான சந்திப்பில் சில விடயங்களை தென்கொரியப் பாதுகாப்பு ஆலோசகர் சங் உய்யங் தெளிவுபடுத்தினார். கிம் அணு ஆயுதங்களை நீக்கம் செய்ய ஒப்புக் கொண்டிருந்தார். கிம்மை நேரடியாகச் சந்தித்து உரையாட தாம் தயாராக இருப்பதாக அமெரிக்க ஜனாதிபதி ட்ரம்ப் அப்போது கூறினார். 2018 மேயில் ட்ரம்ப் கிம்மைச் சந்திப்பது பற்றி அப்போது முடிவெடுக்கப்பட்டது. அமெரிக்க ஜனாதிபதி சந்திக்க மிகுந்த ஆர்வமாக இருப்பதாக கிம் அப்போது அறிவித்தார் என தென்கொரியப் பிரதிநிதிகள் குறிப்பிட்டனர். அதற்கு ட்ரம்ப் டுவிட்டரில் பதிலளிக்கும் போது அணுவாயுதங்களை நீக்கம் செய்வது பற்றி தென்கொரியப் பிரதிகளுடன் கிம் பேசியுள்ளார். அதுவெறும் நிறுத்திவைப்பு மட்டுமல்ல. இந்தக் காலகட்டத்தில் வடகொரியா எந்தவித ஏவுகணைச் சோதனையையும் நடத்தாதிருத்தல் வேண்டும். இது நல்ல முன்னேற்றம். ஆனால் இது தொடர்பான ஒப்பந்தம் எட்டப்படும் வரை வடகொரியா மீதான பொருளாதாரத் தடைகள் நீடிக்கும் எனவும் கிங்மை சந்திப்பது பற்றித் திட்டமிடப் பட்டிருப்பதாகவும் குறிப்பிட்டிருந்தார். இத்தகைய தீர்மானம் மிகச் சிறந்த தந்திரோபாயப் பதிவாக அமைந்தது. வெள்ளைமாளிகை மற்றும் பென்டகன் வடகொரியாவின் திடீர் மாற்றத்திற்குப் பொருளாதார நெருக்கடி தான் காரணமென ஆரம்பத்தில் வெளிப்படுத்தியிருந்தன.

இதில் இரண்டு பிரதான விடயங்கள் புரிந்து கொள்ளப்பட வேண்டியவை. அதற்கூடாகவே வடகொரியாவின் நகர்வை விளங்கிக் கொள்ள முடியும். ஒன்று, வடகொரிய பாரிய பகைமையை அமெரிக்கா, தென்கொரியா பொறுத்துக் கொண்டிருந்த நிலையை ஏன் வேகமாக தலைகீழான நிலைப்பாட்டுக்கு மாற்றியது. அப்படி மாறியதா? அல்லது மாறியது போன்று வெளித் தோற்றத்தைக் காட்டுகிறதா? அல்லது தென்கொரியாவுடனான சந்திப்பிற்குப் பின்பு தென்கொரியா வடகொரியாவைப் பயன்படுத்த முயன்றதா? என்ற கேள்விகளுக்கு விடையளித்தல் அவசியமான தொன்றாகும். இரண்டு, வடகொரியாவின் மீதான பொருளாதாரதடை

பாரிய பிரச்சனையாக வடகொரியா கருதுகிறதா? அல்லது சிரியாவுக்கு இரசாயன ஆயுதங்களை வழங்கியதாக ஐ.நா.வின் குற்றச்சாட்டினைக் கையாளுவதற்கு வடகொரியா முயன்றுள்ளதா? என்பதற்கும் விடைதேடுதல் அவசியமானது.

முதலில் வடகொரியாவின் அமெரிக்க–தென்கொரிய உறவுசார்ந்த விடயத்தை அவதானிப்போம். வடகொரியாவைப் பொருத்தவரை அமெரிக்காவைத் தவிர்த்து தென்கொரியாவுடன் உறவுமுறையைப் பேணவே விரும்பியது. அதற்கான அறிவிப்பினையே வடகொரியா வெளியிட்டது. இதனால் அமெரிக்காவினைத் தவிர்த்துக் கொள்ளவும் சுமூக நிலையை சாத்தியப்படுத்தவும் விரும்பியது. தென்கொரியாவே தனது தந்திரத்தினால் அமெரிக்காவை வடகொரியாவுடன் இணைத்து விடவிருப்பம் கொண்டதுடன் கொரியக் குடாவில் நிகழும் அனைத்தையும் உடனுக்குடன் அமெரிக்காவுக்குத் தெரியப்படுத்தி வருகிறது. காரணம், தென் கொரியா தனித்து வடகொரியாவை எதிர்கொள்வது சவாலான விடயமாக கருதுவதுடன் அமெரிக்காவை தொடுத்து விடுவதன் மூலமே தனது பாதுகாப்பினைத் தக்கவைக்க முடியுமென தென்கொரியா கணக்குப் போடுகிறது.

இது ஒரு வகை இராஜதந்திரப் போர். இதன் ஆரம்பகட்டம் குளிர்கால ஒலிம்பிக்கில் தொடங்கியது. வடகொரியா-தென்கொரியக் கூட்டை நிராகரிக்கும் அமெரிக்கா வடகொரியாவை தென்கொரியா வுடன் மோதவிடாது விட்டாலும் நெருக்கமான உறவு ஏற்படக் கூடாது எனத் திட்டமிடுகிறது. அதற்கான அனைத்து நடவடிக்கையை யும் அமெரிக்கா எடுத்து வருகிறது. உண்மையிலேயே வடகொரியாவின் அணுவாயுதத்தால் தென் கொரியாவுக்கும் கொரியக் குடாவுக்கும் ஆபத்தெனில் அந்த பிராந்திய நாடுகளுடனேயே வடகொரியா பேசவேண்டும். சுமூக உறவைப் பேண வேண்டும். ஏன் அமெரிக்கா நுழைகிறது என்பது கேள்விக்குரியது தான். இப்பிராந்தியத்தின் பதற்றத்தைத் தணியவிடாது வைத்துக் கொள்வதே அமெரிக்க பொருளாதார இராணுவ,அரசியல் பலப்பிரயோகத்திற்கு உகந்ததென அமெரிக்கா கருதுகிறது. மறுபக்கத்தில் ரஷ்யாவின் ஹைப்பர்சொனிக்கின் வருகை அமெரிக்காவின் போர் முனைப்புக்களை தடுத்துள்ளது. அமெரிக்கா எப்போதும் ஆயுதப் போர் நெருக்கடியைச் சந்திக்குமாக

இருந்தால் இராஜதந்திரப் போரை ஆரம்பிக்கும். ஒருவகையில் வடகொரியாவின் உட்கட்டமைப்பினுள் பலத்தையும் பலவீனத்தையும் அளவீடு செய்வதற்கு அமெரிக்க இராஜதந்திரப் போரை முழுமையாக திறந்து விட நினைக்கிறது. ரஷ்யா–சீனா–வடகொரியா உறவையும் நன்கு விளங்கிக் கொண்டு அமெரிக்கா தனது பலத்தை சரிப்படுத்தப் பார்க்கிறது. இத்தகைய இராஜதந்திரப் போரில் வடகொரியா–தென்கொரியா மட்டுமல்ல; அமெரிக்கா, ஜப்பான், ரஷ்யா,சீனா எனும் அரசுகளும் அவற்றின் பிராந்திய சர்வதேச மட்டத்திலான அரசியல், பொருளாதார, இராணுவ நலன்கள் குவிந்துள்ள போராக உள்ளது.

இரண்டாவது அமெரிக்க ஐ.நா.சபையில் மட்டுமன்றி உலகநாடுகளே எதிர்க்கும் நிலையிலும் 22 ஏவுகணைப் பரிசோதனைகளையும் அணுவாயுதப் பரிசோதனைகளையும் மேற்கொண்ட வடகொரியா பொருளாதார நெருக்கடியினால் தான் பேசவருகிறது என்ற ட்ரம்பின் டுவிட்டர் பக்கச் ெசய்தியை உண்மையான காரணமாக பார்க்க முடியுமா என்பது சந்தேகமானதே. சீனா, ரஷ்யாவுடன் நெருக்கமானப் பொருளாதார உறவை கொண்டுள்ள நாடு வடகொரியா. அது மட்டுமன்றி, அமெரிக்க எதிர்ப்பு நாடுகள் அனைத்துடனும் வடகொரியா உறவு வைத்துள்ளது. எனவே இது ஒரு பொருளாதாரமோ அல்லது இரசாயன ஆயுதத்தினை சிரியாவுக்கு கைமாறியதற்கானதோ மட்டுமல்ல; மாறாக, இராணுவரீதியில் வடகொரியா பலமடைந்து விட்டது. அணுவாயுத வலுவுள்ளது மற்றும் கண்டம் விட்டுகண்டம் பாயும் ஏவுகணைகளைக் கொண்டுள்ள நாடு. இராணுவபலத்தில் நின்று கொண்டு உலக வல்லரசுகளுடன், அயல் நாடுகளுடன் உரையாடத் திட்டமிடுகிறது. உலக அரசியலில் பலக் கோட்பாடே முதன்மையானது. அதுவே தென்கொரியாவை மட்டுமல்ல, அமெரிக்காவையும் பேச்சுக்களில் சந்திக்கும் வல்லமை கொண்டுள்ள நாடாக மாற்றியுள்ளது. அதனை எப்படி இராஜதந்திரத்தால் தோற்கடிப்பதென அமெரிக்காவின் கணக்கு நீளுகிறது.

இதன் பிரதிபலிப்பாகவே ட்ரம்பின் டுவிட்டர் பக்கம் அமைந்திருந்தது. வடகொரியாவுடன் அணுவாயுத ஒப்பந்தம் நிறைவேறினால் உலகத்திற்கே நல்லது எனும் கருத்தை ட்ரம்ப் பதிவு செய்தார். வெள்ளைமாளிகை வடகொரியாவுடன்

மேற்கொள்ளவுள்ள உடன்பாட்டின் சரத்துக்களைத் தயார் செய்கின்றது என்றும் தெரிவித்தார். அவ்வாறே அமெரிக்காவின் மத்திய புலனாய்வு இயக்குநர் வடகொரியாவுடன் பேச்சுவார்த்தை நடத்துவதில் இருக்கும் சவாலை அமெரிக்க நிர்வாகம் கூர்மையாக அவதானித்து வருகிறது. அதன் ஆபத்தினை நன்கு அறிவோம் என்றார். ஜனநாயகக் கட்சியின் செனற் உறுப்பினர் பேச்சுவார்த்தையை வடகொரியா தனக்கு சாதகமாகப் பயன்படுத்திக் கொள்ளும் என்ற அச்சம் தனக்கு உள்ளதாகத் தெரிவித்திருந்தார்.

ட்ரம்ப் இன்னோர் டுவிட்டர் பதிவில் வடகொரியாவுடனான பேச்சுவார்த்தையில் பயன் ஏதும் கிடைக்காமல் போகலாம் என்றும் குறிப்பிட்டிருந்தார். இதேநேரம் மே 2018 பேசவுள்ளதாக அமெரிக்க பெருமெடுப்பில் சந்திப்புக்கான நடவடிக்கையை மேற்கொண்டு வந்தது. இவை அனைத்தும் தென்கொரியா தூதுக்குழு தெரிவித்த கருத்திலிருந்தே ஆரம்பமானது. வடகொரியா ட்ரம்புடனான சந்திப்பைப் பற்றி எந்தப் பதிலையும் வழங்கவில்லை என்ற செய்தியும் அதன் முக்கியத்துவத்தை வடகொரியா எப்படி கையாளுகிறது என்பதைக் காட்டிது. தென்கொரியா இராஜதந்திரிகள் சீனா, ஜப்பான் நாட்டுத் தலைவர்களுடன் பேச்சுவார்த்தை பற்றிய ஆலோசனை நடாத்தி வந்தனர் என்பதுவும் கவனிக்கப்பட வேண்டி விடயமாகும்.

வடகொரியாவின் நகர்வுகள்

கடந்த 70ஆண்டுகளாக பகைவர்களாக செயல்பட்ட வட–தென் கொரியத் தலைவர் உலகத்தை வியப்பில் ஆழ்த்திய சந்திப்பு ஒன்று 27 ஏப்ரல் 2018 இல் நடந்து முடிந்தது. அதிலும் வடகொரியத் தலைவரின் தென்கொரியத் தலைவருடனான உரையாடலின் போது வெளிப்படுத்திய வார்த்தைகள் மிக ஆச்சரியத்தைத் தந்தன. ‘நாம் இரு தேசங்களும் ஒரே இரத்தம், ஒரேமொழி, ஒரேநாடு என்பதாகும்.’ இந்தச் சந்திப்பு வடகொரியர்கள் பற்றிய பதிவை மாற்றியுள்ளது. இது ஒரு இராஜதந்திர சந்திப்பாகவே பார்த்தல் வேண்டும்.

வடகொரியத் தலைவர் கிம்ஜோங்உன் மற்றும் தென் கொரிய ஜனாதிபதி மூன்ஜோஇன் இருவரது சந்திப்பும் அதிக நம்பிக்கையை உலகத்தின் மத்தியில் ஏற்படுத்தியது. அவர்களது உரையாடல் விட்டுக்கொடுப்புடனான நடத்தைகள், பரஸ்பரம், உரையாடிய விடங்கள் அனைத்துமே கொரியர்களுக்கு மட்டுமல்ல, உலகத்திற்கே

வியப்பாகவும் நம்பிக்கையாகவும் அமைந்திருந்தன. அது மட்டுமன்றி, அணுவாயுதங்களை இனி உற்பத்தி செய்யவில்லை என்பதை உறுதிப்படுத்தும் வகையில் ஐ.நா.வின் கண்காணிப்பில் உற்பத்தித் தளத்தை அழிக்க வடகொரியா திட்டமிட்டதாகச் செய்திகள் வெளியாகியிருந்தன. அணுவாயுதங்களை முற்றாக கைவிடத் தயாராக உள்ளதென்பதுடன் அமெரிக்கா தான் தென்கொரியாவில் குவித்து வைத்துள்ள இராணுவத்தினை முற்றாக விலக்கிக் கொள்ள வேண்டும் எனவும் வடகொரியா கோரியதாக தென்கொரிய ஊடகங்கள் செய்தி வெளியிட்டிருந்தன. அது மட்டுமன்றி, அவ்வாறு அமெரிக்கா படைகளை விலக்கிக் கொள்ளாது என தென்கொரியா தெரிவித்துமிருந்தது. இதனை விளங்கிக் கொள்ள வடகொரிய அதிபர் கிம் ஜாங் உன்னின் அறிவிப்பைப் பற்றி மேற்குலக ஊடகங்களும் ஆய்வாளர்களும் என்ன கூறுகிறார்கள் என்பதை முதலில் அவதானிப்பது அவசியமானது.

அமெரிக்கா அரசின் சிரேஷ்ட அதிகாரி எவன்ஸ் ரெவரே (*Evans Revere*) என்பவர் குறிப்பிடும் போது, இது அமெரிக்கா முன்வைத்துள்ள நெருக்கடியிலிருந்து விடுபடுவதற்கான வடகொரியாவின் நடவடிக்கையாக அமைந்துள்ளது என்றார். மேலும் அவர் வாசிங்டன் போஸ்ட் (*The Washington Post*) பத்திரிகைக்குத் தெரிவித்த கருத்தில் இது அமெரிக்காவை வேறுபட்ட பல திசைகளுக்குள் ஈர்க்க முயலுகின்றது; ஆனால் முடிவில் எதுவுமேயில்லாத நிலையை ஏற்படுத்தும் எனக் குறிப்பிட்டிருந்தார். அதுமட்டுமன்றி, இத்தகைய முடிவுகளை முன்வைத்துவிட்டு அமெரிக்காவின் படைகளை தென்கொரியாவிலிருந்து விலக்கிக் கொள்ள நிர்ப்பந்திக்கலாம். அவ்வாறே ஜப்பானிலிருந்தும் குறிப்பாக ஒக்கினாவா, குவாம் தீவு போன்ற பகுதிகளில் குவிக்கப்பட்டுள்ள அமெரிக்கப் படைகளையும், மேற்குபசுபிக்கில் நிறுத்தப்பட்டுள்ள விமானதாங்கிக் கப்பல் படையையும் விலக்கிக் கொள்ள அமெரிக்காவைக் கோரமுடியுமெனக் குறிப்பிட்டிருந்தார். இதுமட்டுமன்றி, இப்பிராந்தியத்தில் தென்கொரிய ஜப்பானுடன் இணைந்து அமெரிக்கா மேற்கொள்ளும் பயிற்சிகளையும் போர் ஒத்திகைகளையும், கொரியக் குடாவில் ஏற்படுத்தப்படும் போர் அச்சுறுத்தல்களையும் அமெரிக்கா கைவிடவேண்டுமென கோருவதற்கான வாய்ப்பு அதிகமுண்டு எனக் கூறினார்.

அக்கருத்தை மேலும் வலுப்படத்தும் விதத்தில் முன்னாள் பிரித்தானிய இராஜதந்திரி ஜேம்ஸ் எட்வர்ட் ஹோரே (*James Edward Hoare*) குறிப்பிடும் போது வடகொரியா இப்பிராந்திய எண்ணத்துடன் மிக நீண்டகால இலக்குகளுடன் அணுவாயுதம் பற்றிய பேச்சுக்களை முதன்மைப்படுத்தியிருக்க முடியும். மேலும் அவர் தெரிவிக்கும் போது, இது இருதரப்புக்கும் சாத்தியமற்றதொன்றாகும். வடகொரியா வேறு ஏதும் திட்டத்துடன் இத்தகைய விடயத்தை முன்வைத்திருக்கலாம். இது ட்ரம்ப் நிர்வாகத்திற்கு பொருத்தமற்ற ஒரு விடயமாகவே உள்ளது. வடகொரியாவைப் பொறுத்தவரை சாத்தியமற்ற உத்தரவாதம். ஒருபோதும் அணுவாயுதம் பற்றிய அறிதலை அல்லது புரிதலை அந்த நாடு அழித்துவிட முடியாது எனக் குறிப்பிட்டிருந்தார்.

மேலும் ஹோரே தெரிவிக்கும் போது பேச்சுவார்த்தை சட்டரீதியானதும் பலமானதுமாகும். அமெரிக்க உலகத்திற்கு தனது அதிகாரத்தையும் வலுவையும் தெளிவாக வெளிக்காட்ட வேண்டியுள்ளது. வடகொரியாவே வல்லரசுடன் நீண்டகாலத்திற்கு அரசியல் விளையாட்டினை மேற்கொள்ளப் போகின்றது. சதாம் உஷ்ஷன் கேணல் கடாபி போன்றவர்களின் அனுபவத்தை கண்டு கொண்ட வடகொரியா தவிர்க்க முடியததாது என்பதை தெரிந்திருக்கலாம். வடகொரியா அமெரிக்கா தங்கியிருக்க விரும்புகிறது எனக் கூறலாம் எனத் தெரிவித்திருந்தார். அமெரிக்க ஜனாதிபதி உடனடியாகவே பேச்சுவார்த்தைக்கு ஒப்புலளித்துள்ளார். ஆனால் இது ஆபத்தானது. நெருக்கடிமிக்கதாக மாறும். ஆரம்பத்தில் உயர்மட்ட சந்திப்புடன் முடித்துக் கொண்டு நீண்ட தயாரிப்புக்களுடன் பேசுவது சிறப்பானதாக அமையும் என்றார்.

இன்னோர் அமெரிக்க இராஜதந்திரி கிறிஸ்டோபர் ஹில் (*Chris topher hill*) குறிப்பிடும் போது, வடகொரியா கொரியக் குடாவில் அமெரிக்கா குவித்துவைத்துள்ள படைகளையும் ஆயுதத் தளபாடங்களையும் நீக்குவது மட்டுமன்றி சக்திவள உதவியையும், பொருளாதார ஒத்துழைப்பையும், பிராந்திய மட்டத்தில் அங்கீகாரத்தையும் சமாதான உடன்படிக்கையையும் கோரலாம். அப்படியான சந்தர்ப்பத்தில் அமெரிக்கா அவற்றை வழங்க முடியாதெனக் கூறமுடியுமா?

நொட்டிங்காம் ரின்ற் பல்கலைக்கழக அரசறிவியல் போராசிரியர் அமெரிக்காவையும் அதன் நட்பு நாடுகளையும் இராணுவரீதியான

குறைப்புக்குரிய உடன்படிக்கைக்கு வருமாறு வடகொரியா நிர்ப்பந்திக்க முடியும். இதனையே அணுவாயுதக் குறைப்புக்குப் பதிலீடான கோரிக்கையாகவும் இலக்காகவும் அமையப் போகிறது என்றார். மேலும் சமூகநலத்திட்டங்களுக்காகவும், பொருளாதார அபிவிருத்தியை அடைவதற்காகவும் வடகொரியா முன்னுரிமை வழங்கியுள்ளது என்ற பிரச்சாரத்தினை உலக அரசாங்கங்கள் முன்வைக்க முயலும். இதனால் வடகொரியா பிரஜைகள் மீது வெளியுலகிலுள்ள நாடுகள் நெருக்கடியை ஏற்படுத்துவதனாலேயே அணுவாயுதத்தினை இதுவரை வைத்துக் கொள்ள முயன்றதாகவும் வடகொரியா பிரச்சாரம் செய்யவாய்ப்புள்ளது என்றார். அவர் மேலும் தெரிவிக்கும் போது அணுவாயுதமே வடகொரியாவை அமெரிக்காவிடமிருந்தும் அதன் நட்பு நாடுகளது அச்சுறுத்தல் களிலிருந்து பாதுகாப்பதற்கும் உத்தரவாதத்தைப் பெறுவதற்கும் ஏற்ற அம்சமாகும். அவ்வகையில் மூன்று உத்தரவாதங்களை வடகொரியா கோரமுடியும். முதலாவது பிராந்தியரீதியான பாதுகாப்பை கொரியா சார்ந்து அடைதல். இரண்டாவது, இராணுவ இடைத் தொடர்பாடல்களை அமெரிக்காவுடனும் அதன் நட்பு நாடுகளுடனும் ஏற்படுத்திக் கொள்வது. மூன்றாவது, அமெரிக்காவின் தலைமையில் வடகொரியாவின் பராம்பரிய கொரியன் கலாசாரத்தினை கிம் உன் ஆட்சிக் காலப்பகுதியில் பாதுகாப்பதற்கான அரணை ஏற்படுத்துதல் என கிறிஸ்ரோபர் குறிப்பிட்டிருந்தார்.

எனவே மேற்குலக ஆய்வாளர்கள் அமெரிக்காவை எச்சரித்தது போன்றே வடகொரியாவின் நடவடிக்கை அமையவுள்ளதென்பது உணரப்பட்ட தகவலாகும். ஆனால் அதனை தென்கொரியாவும் சேர்ந்து செயல்படுவதே கவனிக்கப்பட வேண்டிய விடயமாகும்.

அதேநேரம் இன்னோர் சாரார் வடகொரியா எதிர்நோக்கியுள்ள பொருளாதாரப் பிரச்சனைக்குத் தீர்வைத் தரக்கூடியதாக அதன் நடவடிக்கைகள் அமையும் என எதிர்பார்த்தனர். வடகொரியாவின் பொருளாதார வளங்களும் தென்கொரியாவின் தொழில்நுட்பமும் ஒன்று சேருவதென்பது கொரியப் பிராந்தியத்தின் பொருளாதார சுபீட்சத்தை சாதகமானதாக்கும். தென்கொரியாவின் பொருளாதார வாய்ப்புக்களையும் சந்தர்ப்பங்களையும் வடகொரியா பயன்படுத்துவதுடன் இரண்டு தேசங்களுக்குமான வர்த்தக வாய்ப்புக்கள் பிராந்தியத்திலேயே அதிகரிக்கக் கூடியதாக அமையும்.

இதன் மூலம் நிரந்தரமான அமெரிக்க ஆக்கிரமிப்பை வடகொரியா தவிர்த்துள்ளது. அணுவாயுதத்தைக் காட்டி அச்சுறுத்தி விட்டது போல் அணுவாயுதத்தைக் கைவிடுவதாக கூறிக் கொண்டு நிரந்தர சமாதானத்தையும் அமைதியையும் அரசியல் பொருளாதார இருப்பையும் தக்கவைத்துள்ளது.

அமெரிக்காவின் வியூகம்

வடகொரிய – அமெரிக்க பேச்சுவார்த்தை காலம் பிற்போடப்பட்டு வந்தது. அது ஒருவகை மேற்குலகத்தின் தந்திரோபாயமாகவே அமைதிருந்தது. ஆரம்பத்தில் மே மாதத்தில் எனக் தெரிவித்த இரு தரப்புகளும் பின் யூன் எனத் தெரிவித்தன. குறிப்பாக, இரு நாடுகளுக்குமான சந்திப்பு தென்கொரியாவில் அல்லது ஜப்பானில் என்ற நிலைமாறி சிங்கப்பூர், மொங்கோலியா, சுவிஸ்லாந்து என்றெல்லாம் சந்திப்புக்கான இடமும் திகதியும் ஒத்தி வைக்கப்பட்டு வந்தன. கொரியக் குடாவில் நிலவி வரும் அமைதியைக் குலைக்க அமெரிக்கா செயல்படுவதாக வடகொரியா குற்றச்சாட்டியுள்ள செய்தியாகப் பதிவாகியிருந்தது. அணுவாயுதங்களை வடகொரியா கைவிடும் வரை பொருளாதாரத் தடையை அகற்ற முடியாதென அமெரிக்கா தங்களை வேண்டுமென்றே தூண்டும் வகையில் செயல்படுவதாக வடகொரியாவின் வெளிவிவகார அமைச்சு அதிகாரி தெரிவித்திருந்தார்.

சுமூகமான நிலையை நோக்கி நகர்ந்து கொண்டிருக்கும் போது அமெரிக்கா இப்பகுதியில் படைகளைக் குவித்து வருவதாகவும், தனது பொருளாதாரத் தடை நடவடிக்கை காரணமாகவே வடகொரியா அணுவாயுதத்தைக் கைவிட முன்வந்ததாகவும் அமெரிக்கா தெரிவித்து வருவது தவறான கருத்தெனவும் வடகொரியா குறிப்பிட்டிருந்தது.

இதனால் கொரியாக்களுக்கிடையிலும் கொரியாக் குடாவிலும் நிலவும் அமைதியானது சீனாவுக்கு இலாபகரமானதாக அமைந்துள்ளது. அது அமைதியான சூழலிலேயே உலகத்தை தனது கட்டுப்பாட்டுக்குள் கொண்டு வரும் விந்தையை கொண்டுள்ளது. இதனைத் தகர்ப்பதற்கு உலகத்தினை ஒரு போர்ப் பதற்றத்துள் வைத்திருப்பதே அமெரிக்காவின் நலன்களுக்கு எப்போதும் இலாபகரமானது. போர்த்தளபாடங்களின் விற்பனை அதனால்

ஏற்படும் வருமானம் என்பதுடன் வல்லரசுக்கான இயல்பான வலு போர் ஒத்திகையும் தயாரிப்புமாகும். அதனை நோக்கி உலகத்தினை நகர்த்துவது அமெரிக்காவின் இருப்புக்கு எப்போது வலுவைக் கொடுக்கும். போர்பதற்றத்தால் உலக நாடுகள் அச்சுறுத்தப்படுவதுடன் சிறிய நாடுகள் வல்லரசுகளின் கட்டுப்பாட்டிற்குள்ளும், நட்புக்குள்ளும் இயங்கும் நிலை ஏற்படுத்துவது வழமையானது. இதுவே அமெரிக்க ஆதிக்கத்தை நிரந்தரமானதாக்கும்.

ஜப்பானை இப்பிராந்தியத்தில் வலுமிக்க சக்தியாக எழச் செய்வது அமெரிக்காவின் பிரதான நோக்கமாகும். அதற்கு இப்பிராந்தியம் போர்ப்பதற்றத்துடன் காணப்படுவதும் அதனை முன்வைத்து ஜப்பானை இராணுவரீதியில் பலப்படுத்துவதும் அதனைக் கண்காணிக்கவும் கட்டுப்பாட்டில் வைக்கவும் தனது படைகளை ஜப்பானின் நிலப்பரப்பில் வைத்திருப்பதும் அமெரிக்காவின் இலக்காகும். அதனை வெற்றிகரமாக கடந்த காலப்பகுதியில் செயல்படுத்தி வந்தது. அமெரிக்க – ஜப்பானியக் கூட்டு அதற்கு அடிப்படை வடகொரியாவின் ஏவுகணைப் பரிசோதனையும் அணுவாயுதப் பரிசோதனையும் ஆகும். இதனால் அமெரிக்க – ஜப்பானிய இராணுவ வளர்ச்சி பல மடங்காக அதிகரித்தது. சீனாவுக்கு நெருக்கடி கொடுக்கும் வகையில் ஜப்பான் தென் கொரியா, வியட்நாம், மலேசியா, சிங்கப்பூர் தாய்லாந்து என்பவற்றை வளர்க்கத் திட்டமிட்டது. அமெரிக்கா தென்சீனக்கடல் விவகாரத்தில் அப்பிராந்திய நாடுகள் சீனாவுக்கு எதிரான அணுகுமுறைக்கு அமெரிக்காவே காரணமாகும். இத்தகைய நாடுகளினை அணியாக்குவதும் இராணுவரீதியில் வளர்ச்சியடையச் செய்வதும் அமெரிக்காவின் நலனுக்கு உகந்ததாகும். அமெரிக்கா எப்போதும் எல்லைகள் தன்னை நோக்கி வருவதற்கு முன்பு எல்லைகளை நோக்கி நகர்ந்துவிடும். இதனை இரண்டாம் உலக யுத்தம் முதல் ஆரம்பித்து இன்றுவரை கடைப்பிடித்து வருகிறது. இத்தகைய தந்திரோபாயமே அமெரிக்காவை உலக வல்லரசாக்கியது. அதனைத் தக்கவைப்பதற்கே படைகளையும், கடற்படையையயும் உலகம் முழுவதும் பரப்பியுள்ளது.

மிக முக்கியமானதுமான விடயமாக இப்பிராந்திய அரசியலில் அமெரிக்கா, சீனா, ரஷ்யா, எனும் மூன்று சக்திகள் சம்பந்தப்பட்டன. மூன்றுமே தங்கள் தங்கள் தனித்துவத்தை நிலைநிறுத்தப்

போராடுகின்றன. அதில் சீனா – ரஷ்யா ஓரணியிலும் அமெரிக்க ஓரணியாகவும் செயல்படுகிறது. அதனால் சீன – ரஷ்யா – வடகொரியாவின் நலன்களை ஊடறுத்து அமெரிக்கா இப்பிராந்தியத்தைத் தக்கவைக்க போராடுகிறது. கொரியக் குடா, தென்சீனக் கடல், கிழக்குச் சீனக்கடல், இந்தோ பசுபிக் பிராந்தியம், இந்து சமுத்திரப் பிராந்தியம் என இப்பகுதி ஒன்றேடொன்று தொடர்பும் இணைவும் கொண்டது. அமெரிக்காவினது வலையமைப்பில் மேற்படி பகுதிகள் ஒவ்வொன்றும் இன்னொன்றுடன் பின்னிப் பிணைந்தது. இத்தகைய தொடர்பில் ஒரு பகுதி துண்டிக்கப்பட்டாலே அமெரிக்காவின் படைகளுக்கும், இராணுவக் கடற்படை முகாம்களுக்கும் ஆபத்தானதாக அமையுமாயின் முழுப் பிராந்தியங்களும் நெருக்கடிக்குள்ளாகும் நிலை தவிர்க்க முடியாததாகும்.

ஒக்கினாவா தீவு முதல் டீயோகோகார்சியா தீவு வரையான பட்டி (Belt) அமெரிக்காவின் கண்காணிப்பிலும் கட்டுப்பாட்டிலுமுள்ளது. எனவே அதனை இழப்பதென்பது இந்தோ பசுபிக் கடல் பிராந்தியமும் தரைப்பிராந்தியமும் பாதிப்புக்குள்ளாகும். குறிப்பாக, வர்த்தக நடவடிக்கை, இராணுவ ஆயுதத் தளவாட விநியோகம், கடற்படைக் கப்பல்களின் ரோந்துப் பணிகள், படை நகர்வுகள், படைகளுக்கு வேண்டிய ஆயுதப் பரிமாற்றங்கள் இப்பாதையூடாகவே கைமாற்றப்படுகின்றன. அமெரிக்கா மீதான தாக்குதலைத் தடுக்கவும் பயங்கரவாத மற்றும் கடற்கொள்ளையைக் கட்டுப்படுத்தவும், வல்லரசுப் பலத்தைப் பேணவும் இப்பகுதி அமெரிக்காவுக்கு உயிர் மையமாகும்.

மேற்காசியாவை இழந்தாலும் இப்பிராந்தியத்தை அமெரிக்கா இழக்க விரும்பாது. மேற்காசியாவில் இஸ்ரேலின் நட்பு இருக்கும் வரை அமெரிக்கா வீழ்ந்து விடாது. ஆனால் இப்பிராந்தியம் அவ்வாறானதல்ல. ஒரு ஜப்பானே அதிக அமெரிக்க நெருக்கமுடைய நாடு. அதனையும் அமெரிக்காவே கடந்த காலத்தில் கட்டுப்படுத்தி வைத்திருந்தது. இராணுவமும் அதற்கான மனோநிலையும் ஒரே நாளிலோ அல்லது ஒரே ஆண்டிலோ சாத்தியப்படாது. ஜப்பானை என்னதான் அமெரிக்கா பலப்படுத்தினாலும் இஸ்ரேல் போல் எழுச்சி அடைவதற்குக் கால அவகாசம் தேவைப்படும். அது அடுத்து வரும் தசாப்தங்களில் ஜப்பான் தயாராகிவிடும். அதுவரை

இப்பிராந்தியத்தை அமெரிக்கா தனது வியூகத்தின் கீழேயே வைத்துக் கொள்ள விரும்புகிறது. மேற்காசியாவில் ஓர் இஸ்ரேல் போல் கிழக்காசியாவில் ஒரு ஜப்பான் என அமெரிக்காவின் கணக்கு விரிகிறது. ஆனால் யூதர்கள் போன்றவர்கள் அல்ல ஜப்பானியர்கள். மொங்கோலியரின் இராணுவ மூர்க்கத்தனத்திற்கு எல்லை உண்டு. ஆனால் யூதர்களிடம் அந்த எல்லை மட்டுப்படுத்த முடியாது.

பனிப்போர் காலம் முழுவதும் இஸ்ரேலும் ஜப்பானும் அமெரிக்காவுடனே பயணித்தன. இஸ்ரேல் அமெரிக்காவின் கட்டுப்பாடுகளை மீறி தனது இருப்பைத் தக்க வைத்தது. ஜப்பான் கட்டுப்பட்டு பாதுகாப்பான பொருளாதார தளத்தில் எழுச்சி பெற்றது. இஸ்ரேல் மீறிக் கொண்டு இராணுவ ரீதியில் வளர்ந்தது. அமெரிக்காவுக்கு இத்தகைய இடைவெளியே கிழக்காசியாவில் காணப்படுகிறது.

கொரியக் குடாவின் அமைதி என்பது அமெரிக்காவுக்குக் கட்டுப்பட்டதாகவே அமைய வேண்டும் என்பதில் வெள்ளைமாளிகை கவனமாகச் செயல்படுகிறது. அமெரிக்க நிர்வாகத் துறை எதனைக் கூறினாலும் புலனாய்வுத்துறையும் பென்டகனும் எடுக்கும் முடிவே இறுதியானதாகும். கொரியாக்களும், ஜப்பானும் ஒன்றிணையாதென்பது அமெரிக்காவின் நிகழ்ச்சி நிரலுக்குள்ளாலேயே சாத்தியமாக வேண்டும் என்பதே அதன் வியூகமாகும்.

உலக அரசியலில் வடகொரியா

வடகொரியாவின் சைபர் (*Cyber*) நடவடிக்கைகள் தொடர்ந்து கொண்டிருக்கின்றன. வடகொரியாவின் அரச உளவாளிகள் என சந்தேகிக்கப்படும் நபர்கள் நாட்டுக்கு வெளியே கைது செய்யப்பட்டுக் கொண்டிருந்தனர். இச்சந்தர்ப்பத்தில் ஐக்கிய நாடுகள் சபையின் பாதுகாப்புப் பிரிவு வடகொரிய விவகாரம் தொடர்பான உரையாடலையும் மேற்கொண்டிருந்தது. அதில் ஐ.நா.செயலாளரும், வடகொரிய நிரந்தரப் பிரதிநிதியினது செயலாளரும், கலந்து கொண்டனர். அந்த சந்திப்பில் ஐ.நா. பொதுச்செயலாளர் அந்தோனியோ குற்றோஸ் குறிப்பிடும் போது, கொரிய தீபகற்பப் பகுதியில் நிலைமை மிகப் பதற்றமாக உள்ளது. இதனால் உலக அமைதிக்கும் பாதுகாக்கும் அச்சுறுத்தல் ஏற்பட்டுள்ளது என்றார். ஐ.நா. செயலாளரின் இவ்வாறான உரையென்பது உலகத்தினால்

மிகத் தெளிவாக உணரப்பட்டதொன்றாகவே இருப்பது உண்டு. அப்படியாயின், செயலாளரது அறிவிப்பு, 'ஐக்கிய நாடுகளின் அரசியல் விவகாரத்துக்கான விசேட பிரதிநிதி வடகொரியாவுக்கு விஜயம் செய்த பின்பு போருக்கான வாய்ப்பினை இல்லாது செய்துள்ளோம்' என்று தெரியப்படுத்தியதற்கு மாறானதாக அமைந்திருந்தது.

கடந்த காலங்களிலும் ஐ.நா.வின் பங்கு சில நாடுகள் மீது போரை நிகழ்த்துவதற்கான வழிமுறைகளை வகுத்துக் கொண்டது போலவே இந்நடவடிக்கை அமைந்துள்ளது. ஆப்கானிஸ்தான், ஈராக் மீதான ஐ.நாவின் தலைமையிலான போர்க்கள் அமெரிக்காவினால் தயார் செய்யப்பட்டது. ஐக்கிய அமெரிக்காவை உலக வல்லரசாக அறிவிக்க ஐக்கிய நாடுகள் சபை செயல்பட்டது போன்றே அமைந்திருந்தது. அத்தகைய முயற்சியில் பொது செயலாளர் ஈடுபடுவதனைக் காட்டுவதாகவே ஐ.நா. நடவடிக்கையை அளவிட வேண்டியுள்ளது. ஐக்கிய அமெரிக்காவின் நடவடிக்கைகளில் சில பலவீனங்களை 20162019 காலப்பகுதியில் அடைந்திருந்தது. அதிலும் உக்ரெயின், மற்றும் சிரியா விவகாரம் அமெரிக்காவுக்குக் பாரியப் பின்னடைவாக அமைந்திருந்தன. அதனை சரி செய்ய வடகொரிய விவகாரத்தினை பயன்படுத்திக் கொள்ள அமெரிக்க நிர்வாகம் விரும்பியது.

மறுபக்கத்தில், ஐக்கிய அமெரிக்காவின் வெளிவிவகாரச் செயலாளர் ரெக்ஸ்டில்லர்சனின் கருத்து சில உள்விவகாரங்களை வெளிப்படுத்தியிருந்தது. முன் நிபந்தனைகள் இல்லாது வடகொரியாவுடன் எந்த நேரமும் பேச்சுவார்த்தை மேற்கொள்ள அமெரிக்கா தயாராக இருப்பதாக அறிவித்திருந்தார். 'அட்லாண்டிக் கொள்ளைகள் நிலையத்தின் கூட்டத்தில் அவர் உரையாற்றும் போது அணுவாயுத வடகொரியாவை ஏற்க முடியாது. நாம் சந்திப்போம்; பேசுவோம். பின்பு இணைந்து பணியாற்றுவதற்கான வரைபடத்தை வரைய ஆரம்பிப்போம்' என்று குறிப்பிட்டிருந்தார். வடகொரியா எந்தவித அணுவாயுதத்தினையும் பரிசோதிக்காமல் சில காலம் செயல்படுவது நல்லதெனவும் வலியுறுத்தியிருந்தார்.

டில்லர்சனின் கருத்து வெளியான சில மணிநேரத்தில் வெள்ளை மாளிகை ஜப்பான், 'சீனா தென்கொரியாவுக்கு மட்டும் வடகொரியாவின் நடவடிக்கை பாதுகாப்பற்ற சூழலை

ஏற்படுத்தவில்லை. உலக நாடுகளுக்கே பாதுகாப்பற்றதாக அமைந்துள்ளது' என அறிவித்தது. இதில் டில்லர்சனின் விருப்பினையும் அமெரிக்க ஜனாதிபதியின் கருத்தினையும் உணர முடிகின்றது. இரண்டு தரப்புகளுமே முரண்பட்டுக் கொண்டே அமெரிக்க பயணிக்கின்றன என்பதை புரிந்து கொள்ள முடிகிறது. ஜனாதிபதியின் நடவடிக்கைகள் போரை நோக்கியதாக அமைந்துள்ளமையூடாக பதற்றம் அதிகரிப்பதற்கு காரணமாக அமைந்துள்ளன. மறுபக்கத்தில் ஐ.நா.வுக்கான வடகொரியாவின் நிரந்தரப் பிரதிநிதி ஜாசாங்நாம் பேசும் போது உலகிலேயே மிகவும் சக்தி வாய்ந்த அணு ஆயுத மற்றும் இராணுவபலம் கொண்ட நாடாக வடகொரியா உருவெடுக்கும் என தெரிவித்தார். ஒரே நேரத்தில் இராணுவ ரீதியாகவும் பொருளாதார ரீதியாகவும் வடகொரியா தொடர்ந்து முன்னேறி வருகிறது. உலகில் மிகவும் சக்திவாய்ந்த நாடாக உருவெடுத்த பின்பு அதே பாதையில் பயணிப்போம் அதே நேரம் எந்தவொரு நாட்டுக்கோ பிராந்தியத்துக்கோ வடகொரியா அச்சுறுத்தலாக இருக்காது. அணுவாயுதத்ததையோ, அதன் தொழில்நுட்பத்தையோ அணுவாயுதத்திற்கான மூலப் பொருட்களையோ சட்டவிரோதமாக ஏனைய நாடுகளுடன் பரிமாற்றிக் கொள்ள மாட்டோமென உறுதியுரையளித்திருந்தார்.

வடகொரியப் பிரதிநிதியின் உரையில் ஒரு தெளிவும் நிதானமும் காணப்படுகின்றதென்பதை வெளிப்படுத்தியிருந்தது. பாதுகாப்புச் சபையில் உரையாற்றும் போது இராணுவ வலிமையான நாடு வடகொரியா என்பதை அவரது உரை சுட்டிக் காட்டியிருந்தது. அதே நேரம் வல்லரசுகளுக்குச் சமமான வல்லமையையும் வடகொரியா பெற்றுள்ளது என்பதனை ஐ.நா.வுக்கும் உலக நாடுகளுக்கும் அவரது உரை தெளிவுபடுத்தியது.

ஏனைய நாட்டுத் தலைவர்களை அமெரிக்கா வேட்டையாடும் போது அவர்களின் பலத்தினை இலகுவாகவும், தெளிவாகவும் உணரக்கூடிய நிலை காணப்பட்டது. அதுமட்டுமன்றி, ஊடகங்களை மேற்குலகம் தனது கைகளில் வைத்துக் கொண்டு தவறானதும், பொய்யானதுமான தகவல்களைப் பரப்பி பெரும் அபாயகரமான தலைவர்களாக சித்தரித்து, அதனை அந்த நாட்டு மக்கள் முன்வைத்தது. அதனால் போரை இலகுவாக நிகழ்த்த முடிந்தது. சதாம் உசைன் இரசாயன ஆயுதங்களை பயன்படுத்தினார் எனக்கூறிய

அமெரிக்காவும் ஐ.நா. சபையும் இறுதியில் அப்படி ஏதும் தடயம் கிடைக்கவில்லை என தெரிவித்ததே அன்றி சதாமையும் அந்த ஆட்சியையும் அந்த மக்களுக்கு மீளளிக்க முடியவில்லை. அவ்வாறு வடகொரியாவைக் கையாள முடியவில்லை. அதற்கு மிகப் பிரதான காரணம் வடகொரியாவை அமெரிக்காவுக்குப் பொறியாக மாற்றும் உத்திக்குள் ரஷ்யா, சீனா களமிறங்கியிருந்தன என்பது ஏற்ெகனவே தெளிவுபடுத்தப்பட்டுள்ளது.

குறிப்பாக, தட் ஏவுகணைத் தடுப்பு அமைப்புக்குப் பதிலீடான ஏவுகணைத் தொழில்நுட்பத்தினை சீனா அறிமுகப்படுத்தயுள்ளது. தனது இராணுவத்திற்கு எந்தவிதத் தடையையும் தாண்டி இலக்கினைத்தாக்கும் ஏவுகணையை சீனா இராணுவம் வைத்துள்ளது என்பது தட் இன் வெற்றியைத் தகர்ப்பதாக இருந்தது. அது மட்டுமன்றி, அமெரிக்காவின் கவனம் முழுவதும் கொரியாக் குடாக்குள் குவிந்திருக்க ஏனைய பிராந்தியங்களை 'ஒரே சுற்று ஒரே பாதை' எனும் திட்டத்தால் இலகுவாக சுற்றிவளைத்துவிடலாம் எனவும் சீனா கணக்குப் போட்டிருந்தது. இதனை சரிவர சீனா செய்து முடிப்பதற்கு அமெரிக்காவின் நகர்வை ஓரிடத்தில் நிறுத்துதல் வேண்டும். அதன் இராணுவ,பொருளாதார பலம் வளர்ந்தாலும் கவனம் ஓரிடத்தில் குவிந்திருப்பது தமக்கு சாதகமென சீனா புலமையாளர்கள் ஆட்சியாளர்கள் கருதுகின்றனர். ஆனால் அமெரிக்க ஜனாதிபதிக்குப் புறம்பான அமெரிக்க ஆட்சித்துறையும், புலனாய்வும் வடகொரியாவை வைத்துக் கொண்டு தென்சீனக்கடல். கிழக்கு சீனக்கடல் உட்பட இந்தோ-பசுபிக் பகுதியை முழுமையாகக் கைப்பற்றி சீனாவைத் தோற்கடிக்க முனைந்திருந்தது. ரஷ்யா உக்ரெயினில் கொடுத்த பதிலடியை ஜீரணிக்க முடியாத அமெரிக்க நிர்வாகம் சிரியாவில் ரஷ்யாவிற்கு ஏற்பட்ட இழப்பினால் நிமிர்வடைந்திருந்தது.

தலைவர்களின் உறுதிப்பாடு

அமெரிக்க–வடகொரிய உரையாடலின் பிரதிமைகளை முன்னுக்குப் பின் முரண்பாடான நிகழ்வுகளைக் காட்டும் சம்பவங்கள் பல நிகழ்ந்து கொண்டிருந்தன. குழப்பத்திற்குப் பின்பு மீண்டும் பேச்சுவார்த்தைக்கான தயார்ப்படுத்தல்கள் நிகழ்ந்தன. எப்படி கொரியாக் குடாவில் போர்ப்பதற்றம் நிலவியதோ அவ்வாறே அமைதிக்கான உச்சிமகாநாடும் பதற்றமாகவே

காணப்பட்டது. இதில் அமெரிக்க ஜனாதிபதியாக இருந்த டொனால்ட் ட்ரம்ப்ன் ஆளுமை சார்ந்த அத்தகைய குழப்பம் நிலவியதைக் காணமுடிந்தது. அதாவது, ட்ரம்ப் வடகொரியத் தலைவருக்கு எழுதிய கடிதம் வெளிப்படுத்திய செய்தி பேச்சுவார்த்தை முடிந்ததெனப் பதிவாகியிருந்தது. 25.05.2018 இல் வடகொரியாவின் ஆக்கபூர்வமான பதிலை அடுத்து பேச்சுவார்த்தையை ரத்து செய்வதாக ட்ரம்ப் 27.05.2018 அறிவித்தார். வடகொரியாவின் ஆக்கபூர்வமான பதிலை அடுத்து பேச்சுவார்த்தை நடப்பதற்கான சாத்தியப்பாடு இருப்பதாக தனது ட்விட்டர் பக்கத்தில் திடீரென அமெரிக்க ஜனாதிபதி அறிவித்திருந்தார். சிங்கப்பூரில் இடம்பெறவுள்ள சந்திப்பை ஆவலுடன் எதிர்பார்த்திருப்பதாகத் தெரிவித்திருந்தார். இதில் நிர்ணயிக்கப்பட்ட திகதி, இடம் ஆகியவற்றில் எந்த மாற்றமும் கிடையாது என்று ட்ரம்ப் தெரிவித்திருந்தார்.

வடதென் கொரிய எல்லையில்
இரு நாட்டு தலைவர்கள்

இதேநேரம், 26.05.2018 அன்று இராணுவம் விலக்கப்பட்ட பகுதியில் வடகொரிய தென்கொரிய ஜனாதிபதிகள் திடீரென சந்தித்தனர். இதனை அடுத்து, தென்கொரிய ஜனாதிபதி வாஷிங்டனுடன் தொடர்பு கொண்ட பின்பு ஜனாதிபதி ட்ரம்ப் மேற்குறிப்பிட்டவாறு தெரிவித்தார் என ஊடகங்கள் குறிப்பிட்டன. முதலில் தென்கொரியாவுடன் பேசவே முடியாதென வடகொரியா அறிவித்தாகச் செய்திகள் பதிவாகியிருந்தன. ஆனால் ட்ரம்ப் உச்சி மகாநாட்டை ரத்து செய்வதாக அறிவித்த பின்பும் வடகொரியத் தலைவருடன் பேச விரும்புவதாகவும் பிறிதொரு திகதியில் சந்தித்துப் பேசலாம் எனவும் தனது கடிதத்தில் குறிப்பிட்டிருந்தார். இதற்குப் பதிலளிக்கும் விதத்திலேயே வடகொரியத் தலைவர் தென்கொரியத் தலைவரைச் சந்தித்தார். ட்ரம்ப் உடனடியாக தனது ரத்து செய்த பேச்சுவார்த்தையை மீண்டும் உச்சி மகாநாட்டைக் குறித்த திகதியிலேயே நடத்துவதென உறுதியளித்தார்.

ட்ரம்ப், கிம், முன் ஆகிய மூவரது ஆளுமைகளும் மோதிக் கொள்கின்றன. இதில் முன் ஜே அமெரிக்காவின் தீர்மானம்

எடுக்கும் செய்முறையைக் கையாளும் வல்லமை உடையவராகக் காணப்படுகின்றார். அவ்வாறே கிம் பேச்சுக்களைக் குழப்பவும், பின்னர் ஆரம்பிக்கவும் வல்லமை உடையவராக தன்னைக் காட்டிக் கொண்டிருந்தார். ஆனாலும் அணுவாயுதத்தினை ஒழிக்க விரும்பும் தலைவராக கிம் என்னும் அறிவிப்பு எதனையும் வெளியிட்டதாக வில்லை என்பதை ஏனைய தலைவர்கள் கவனத்தில் கொண்டதாகத் தெரியவில்லை. ஆனால் கொரியத் தீபகற்பத்திலிருந்து அணுவாயுதங்களை ஒழிக்க வடகொரிய ஜனாதிபதி கிம் ஜோங் உன் விரும்புகிறார் என தென்கொரிய ஜனாதிபதி அறிவித்திருந்தார்.

இதில் வட–தென் கொரியத் தலைவர்கள் அதிகம் முனைப்புடன் செயல்படுகின்றனர். எதிர் எதிர் தலைவர்களானாலும் இருவரும் இணைந்துகொண்டு (Conflict Interest) அமெரிக்க ஜனாதிபதியைக் கையாண்டதை அவதானிக்க முடிந்தது. இவர்களுடன் ஒப்பிடும் போது ட்ரம்ப் பலவீனமான முடிவுகளை எடுக்கும் தலைவராகவே காட்சியளித்தார். அவரது ட்விட்டர் பக்கமே மிக ஆபத்தான தலைவர் என்பதை வெளிக்காட்டியது. ஆரம்பத்தில் ஓரளவு விட்டுக் கொடுப்பை அமெரிக்கத் தரப்பு கொண்டிருந்தாலும் பின்பு மிரட்டி வடகொரியாவைப் பேசவைக்கத் திட்டமிட்டது. அதில் வடகொரியா தெளிவான முடிவை நோக்கிச் செயல்பட்டது. ஆனால் அமெரிக்கா எதிர்பார்க்காத நிலையால் குழப்பமடைந்திருந்தது. அதனாலேயே ஒரே இரவில் தீர்மானத்தை மாற்றுவதற்கு ட்ரம்ப் முடிவெடுத்திருந்தார். இது ஒரு வல்லரசு நாட்டின் தலைவரது முடிவாக கொள்ளமுடியாது. தங்கியிருக்கும் நாட்டின் தலைவர் எடுக்கும் முடிவுக்கு ஒப்பன விடயமாக அமைந்துள்ளது.

இத்தகைய குழப்பத்திற்கான காரணங்களை நோக்குவோம்.

வடகொரிய-அமெரிக்கப் பேச்சுவார்த்தை ஒரு முன்மொழிவாக மட்டுமே; தென்கொரியா கலந்து கொள்ளலாம் எனக் குறிப்பிடப்பட்டிருந்தது. ஆனால் தென்கொரியா கலந்து கொண்டால் இரு நாட்டுத் தலைவர்களது தீர்மானங்களிலும் தென்கொரியாவின் தலையீட்டை அதிகரிக்க வாய்ப்பை ஏற்படுத்தும். தென்கொரியா சார்ந்த விடயங்களில் தனித்து இரு தலைவர்களும் முடிவுகளை எடுக்க முடியாத நிலை ஏற்படும். இது வடகொரியாவையும் அமெரிக்காவையும் நேரடியாக பாதிக்கும்.

வடகொரியத் தூதுக்குழு ஒன்று அமெரிக்கா சென்றிருந்தது. இத்தூதுக்குழுவில் வடகொரியாவின் முன்னாள் உளவுத்துறை

அதிகாரியும் கலந்து கொண்டிருந்தார். இது பேச்சுவார்த்தையை மேலும் பலப்படுத்துகின்ற நிகழ்வாகப் பார்க்கப்பட்டது. வடகொரியா பக்கம் மேலும் பலத்தையும் நம்பிக்கையும் அதிகரித்துள்ளது.

உலகத் தலைவர்களதும் சர்வதேச விதிமுறைகளதும் அவதானிப்புக்குள் உச்சிமகாநாடு நிகழ்த்த திட்டமிடப்பட்டுள்ளது. பேச்சுக்கள் குழம்பிய போது ஐ.நா. செயலாளர் மற்றும் ரஷ்ய-சீனத் தலைவர்களது பேச்சுவார்த்தையின் முக்கியத்துவம் பொருத்த அறிவிப்புக்கள் தெளிவான செய்தியை வெளிப்படுத்தன. எந்த அடிப்படையிலும் பேச்சுக்களைக் குழப்ப முடியாதென அவை வலியுறுத்தியிருந்தன. ஐ.நா.வும் பாதுகாப்பு சபை அங்கத்துவ நாடுகளும் பேச்சுக்களை ஆரம்பிக்க நிர்ப்பந்திக்கப்பட்டன.

பேச்சுவார்த்தைக்கு முன்பே வடகொரியர் தமது அணுவாயுதத் தளத்தை அழித்துள்ளதாகவும் அதனை ஊடகங்கள் முன் பதிவு செய்திருந்தன. இதுவும் வடகொரியாவின் வெளிப்படைத் தன்மைக்கு சான்றாக அமைந்திருந்தது. அது காலாவதியானது, பயன்படுத்த முடியாத கசிவுகளை வெளித்தள்ளக் கூடிய மோசமான நிலையிலுள்ளது என்றெல்லாம் விமர்சனம் ஏற்பட்டாலும் அணு உலைத்தளத்தை வடகொரியா அளித்துள்ளது என்ற செய்தியே மேலோங்கியிருந்தது. அதற்குப் பதிலீடாக அமெரிக்கா அப்பிராந்தியத்தில் என்ன செய்துள்ளது என்பது கேள்வியாக உள்ளது. பதிலுக்கு போர்ப் பயிற்சிகளையும் முன்பின் முரண்பாடான செய்திகளையும் வெளியிட்டு கொண்டிருக்கின்றது. ஜப்பானிய பிரதமருடன் ட்ரம்ப் வடகொரியாவின் அணுவாயுதம் முற்றாக அழிக்கப்பட வேண்டுமென மீண்டும் அறிக்கை தந்திருந்தார்.

எனவே இத்தகைய மாற்றங்கள் அனைத்தையும் மதீப்பீடு செய்தால் என்றுமே கிம் பேச்சுக்களில் ஆவலாக உள்ளார் என்பது தெளிவாகிறது. ‘பேச்சுவார்த்தை என்பது இராஜதந்திரத்தின் ஒரு செயல்பாடு. மிக ஆபத்தானது. எந்த நேரமும் எதுவும் நிகழலாம். பேச்சுக்களால் காலத்தை இழுத்தடிக்கலாம். சிலசக்திகளின் போக்கினை திசை திருப்பலாம். பலவீனப்படுத்தலாம். போர்களை விட ஆபத்தானது’ பேச்சுவார்த்தை என்பது கடந்த காலம் முழுவதும் காணப்பட்ட ஒரு பதிவாகும். அதிலும் ஆயுத வன்முறைகளில் அதிகம் தங்கியிருக்கும் சக்திகள் எதிர்பார்ப்பது போல் பேச்சுக்கள் அமைவதில்லை.

அதிலும் மேற்குலக சக்திகளின் பிரதான உத்தியாக (Negotiation Diplomacy) உரையாடல் இராஜதந்திரத்தினை இராணுவரீதியில் கையாளமுடியாத சக்திகளைக் கையாள பிரயோகித்து வருகின்றன. மேற்குலகத்தைப் போன்று சீனாவின் இராஜதந்திர உத்திகளும் கடந்த இரண்டு தசாப்தத்திற்கு மேலாக வளர்ந்துள்ளதாக ஆய்வுகள் தெரிவிக்கின்றன. ஆனாலும் இரு தரப்புகளுக்கும் ஆபத்தான விடயமே சிங்கப்பூர் உச்சிமாநாடு. இதில் அமெரிக்கா நீண்ட அனுபவத்தையும் இராஜதந்திரத் தேர்ச்சியையும் கொண்டு விளங்குகிறது. சோவியத் யூனியனைத் தகர்த்த இராஜதந்திர ஜாம்பவான்களையும் ஆலோசகர்களையும் கொண்ட பெரும் தேசம் அமெரிக்கா என்பதை நிராகரிக்க முடியாது. வடகொரியாவே இந்த விடயத்தில் கத்துக்குட்டியாகவே உள்ளது. அதற்காக வடகொரியாவை சாதாரணமாக மதிப்பிட முடியாது. அதற்கு பின்னால் சீனா-ரஷ்ய இராஜதந்திரக் குழுமம் உண்டு என்பதையும் கவனத்தில் கொள்ள மேற்குலகம் தவறியதாகவே தெரிகிறது. மேலும் வல்லமை பொருந்திய அமெரிக்காவை ஒரு சிறிய நாடான கியூபாவின் தலைவர் பிடல் காஸ்ரோ சோவியத் யூனியனின் ஏவுகணைகளை வைத்துக் கொண்டு (1962 Missile Crisis) கையாண்டவர் என்பதையும் புரிந்துகொள்ளுதல் வேண்டும்.

பேச்சுவார்த்தைக்கான ஆரம்பகட்டப் போக்கில் ட்ரம்பை விட கிம்ன் கையாள்கை மேலோங்கியுள்ளது. வட–தென் கொரியத் தலைவர்கள் 2018ஆம் ஆண்டு மாத்திரம் ஒருவரை ஒருவர் மூன்று தடவைகள் சந்தித்துள்ளனர். மே26, 2018 இடம்பெற்ற இரண்டாவது சந்திப்பின் பின்பே, ‘அமெரிக்க–வடகொரிய உரையாடல் என்பதை முன்னிறுத்தி வட–தென் கொரியர்கள் நெருக்கமாகினர்’ என்பது உலகிற்குத் தெரிய வந்தது. இதில் மூன் ஜோவின் பங்கு மிகஉயர்வாகவே இருந்தது. அவர் இரண்டு தலைவர்களையும் மாறிமாறி சந்தித்துக் கொண்டு அவை எல்லாவற்றையும் சாதகமாக வெளிப்படுத்திக்கொண்டும் நகர்ந்திருந்தார். அவர் எந்தப் பக்கமும் இழுபடக் கூடிய தலைவராக விளங்குகினார். ஏறக்குறைய அவர் ஒரு முகவர் போன்று காணப்படுகின்றார். இதில் ட்ரம்ப் ஒரு குழப்பவாதியாகக் காட்டிக் கொள்கிறார். ஆனால் அடிக்கடி அரசியல் குத்துக்கரணத்தை வெளிப்படுத்தி நிற்கின்றார். இது ட்ரம்பின் ஒரு பொதுவான இயல்பு என்பதாக மட்டும் நோக்குவது

பொருத்தமா? அல்லது, இத்தகைய நிகழ்வுகளுக்கூடாக சிங்கப்பூர் உச்சி மகாநாட்டைக் குழப்புவது இலாபம் என அமெரிக்கா கருதுவது போன்ற தோற்றப்பாடு காணப்பட்டது.

அமெரிக்க-ஜப்பானியத் தந்திரோபாயம்

வட கொரியாவுக்கும் தென் கொரியாவுக்கும் இடையிலான முறுகல் தணிந்து பரஸ்பரம் இரு நாடுகளும் உறவை மேம்படுத்தும் நடவடிக்கைகளில் ஈடுபட்டு வருகின்ற போக்கொன்றினை அமெரிக்க-வடகொரிய சமாதானப் பேச்சுக்களுக்கு முன் அவதானிக்க முடிந்தது. அதனால் கொரியக்குடா அமைதியான சூழலை நோக்கியுள்ளதைக் காண முடிந்தது. இத்தகைய அமைதியைத் தகர்க்கும் உத்தியில் அமெரிக்க-ஜப்பானிய அரசுகளின் நடவடிக்கையில் காணப்பட்டிருந்தன. இதற்கான பிரதான காரணங்கள் அரசுகளதும் அவற்றின் கூட்டுக்களும் பாதுகாக்கப்படுவதுடன் அதன் நலன்களும் பிரதான அம்சமாக அமைந்திருந்தன.அதனை சற்று விரிவாக விளங்கிக் கொள்ளுதல் அவசியமானது.

குளிர்கால ஒலிம்பிக் போட்டி வெளிப்படுத்திய வட-தென் கொரிய நட்புறவு இரு தரப்புகளையும் நெருக்கமடையச் செய்தது. தென்கொரிய ஜனாதிபதி முதல் அந்த நாட்டு விளையாட்டு வீரர்களும் மக்களும் வட கொரியா விளையாட்டு வீரர்களை வரவேற்றதுடன் கௌரவமளித்த விடயம் வட கொரியத் தலைவரை பாராட்டச் செய்தது. அவ்வாறே வடகொரிய வீரர்களுக்கு அளித்த விருந்து பற்றிய பாராட்டும் வடகொரியத் தலைவரிடமிருந்து வெளியானது. அமெரிக்க தரப்பிலும் மேற்கு ஊடகங்களாலும் கொடிய மனிதனாகச் சித்தரிக்கப்பட்ட வடகொரியத் தலைவர் உன்னின் வெளிப்பாடுகள் அவர் யார் என்பதையும் மேற்கு ஊடகங்களின் செய்கைகளையும் உணரவைத்தன.

அத்துடன் குளிர்கால ஒலிம்பிக் போட்டியுடன் இரு நாட்டு அதிகாரிகளும் பேசுவதற்குத் தயாராகிக் கொண்டனர். அதற்கு வலுக் கொடுக்கும் விதத்தில் வடகொரிய ஜனாதிபதியின் சகோதரி ஹிம் யோ ஜாங் தென் கொரிய ஜனாதிபதியான முன் ஜே இன்னை வடகொரியா வருமாறு அழைப்பு விடுத்திருந்தார். ஜனாதிபதி மாளிகையில் நடந்த சந்திப்பொன்றில் வடகொரிய ஜனாதிபதி உன்

தனது கையெழுத்து பிரதியான கடிதத்தினை அவரது சகோதரியின் மூலம் தென்கொரிய ஜனாதிபதியிடம் கையளிக்கும் போது அழைப்பினை விடுத்திருந்தார். மேலும் இரு நாடுகளும் நெருக்கமாகிவிடும் என்றும், கொரியர்களின் இதயங்களில் பியோங்யாங்கும் சியேலும் நெருக்கமாகி விடுவதுடன் எதிர்காலத்தில் ஒற்றுமை மற்றும் சிறப்பான உறவு ஏற்படும் என்றும் நம்புவதாகவும் வடகொரிய ஜனாதிபதியின் அழைப்பில் குறிப்பிட்டிருந்தார்.

பதிலுக்கு தென்கொரிய ஜனாதிபதியும் வடகொரியாவுடன் சுமூகமான உறவு ஏற்படுத்தப்படும் என்றும் பல பத்தாண்டுக்கிடையில் கொரிய தலைவர்களிடையே நடக்கும் முதல் சந்திப்பென்றும் குறிப்பிட்டார். அப்போது அமெரிக்காவுடனான பேச்சுவார்த்தையில் வடகொரியா ஒத்துழைக்க வேண்டும் என்றும் கேட்டுக் கொண்டார்.

இவ்வாறு இரு தரப்புகளுக்கும் இடையில் சுமூகமான உறவு ஏற்பட்டுக் கொண்டிருந்தது. ஆனால் திடீரென வடகொரிய ஜனாதிபதி ஹிம் உடனடியாக பேச்சுவார்த்தையில் தாம் கலந்து கொள்ளப் போவதில்லை என அறிவித்தார். அது ஒருதலைப்பட்மானதாக அமைந்தது போன்ற தோற்றப்பாடே காணப்பட்டது.

ஆனால் குளிர்கால ஒலிம்பிக் போட்டியில் கலந்து கொண்ட அமெரிக்காவின் உப ஜனாதிபதி பென்ஸ் வடகொரியாவின் குளிர்கால ஒலிம்பிக்கில் கலந்து கொள்ள வருகை தந்த குழுவின் தலைவர் கிம் யோங் நாம் உடன் கைகுலுக்க மறுத்ததுடன் விருந்துபசாரத்திலும் கலந்து கொள்ளாது வெளியேறினார். விருந்து ஆரம்பித்து ஐந்தே நிமிடத்தில் விருந்து நிகழ்ந்த இடத்திலிருந்து வெளியேறிய பென்ஸ் வடகொரியக் குழுவின் தலைவரைப் பார்ப்பதையும் பேசுவதையும் தவிர்த்துக் கொண்டார். இரு நாட்டு வீரர்களும் ஒரே கொரியக் கொடியின் கீழே போட்டியில் கலந்து கொண்டிருந்தனர் என்பதும் குறிப்பிடத்தக்கது. ஐ.நா. வின் பொதுச் செயலாளர் கூட வடகொரிய விளையாட்டுக் குழுவின் தலைமையுடன் கலந்துரையாடினர். ஆனால் அமெரிக்க உப ஜனாதிபதி மட்டும் எல்லாவற்றையும் நிராகரித்து வெளியேறினார்.

அவ்வாறே வடதென் கொரிய நெருக்கத்தினைக் குறித்து எச்சரிக்கை விடுத்த அமெரிக்க ஊடகமான வோசிங்டன் போஸ்ட்

வடகொரியா பக்கம் தென்கொரியா சாய்ந்து விடக் கூடாதென எச்சரித்திருந்தது. பேச்சுவார்த்தை சிறந்த ஜனநாயகப் பண்பெனக் கூறும் அமெரிக்க வடகொரிய விளையாட்டு வீரர்களுடன் கூட உரையாட மறுத்தது. அவர்களுக்குக் கைலாகு கொடுக்க மறுக்கிறது என்பது அதன் ஜனநாயகத்தின் வெளிப்பாட்டின் போலித்தன்மை தெரியவருகிறது. பென்ஸின் தென்கொரியப் பயணமே இருதரப்புகளையும் உடைப்பதாகவே அமைந்திருந்தது. முடிந்த வரை உறவைத் தகர்ப்பதே அமெரிக்கத் தரப்பின் நோக்க அமைந்திருந்தது.

குளிர்கால ஒலிம்பிக் போட்டி ஆரம்பிக்க முன்பு வடகொரியா ஒரு இராணுவ அணிவகுப்பை நிகழ்த்தியது. அதன் போது உரையாற்றிய வடகொரியத் தலைவர் உலகத்தில் தரம் வாய்ந்த இராணுவத்தினை வடகொரியா கொண்டுள்ளது என்று வியந்தார். இதனை அப்போதைய அமெரிக்க ஜனாதிபதியாக இருந்த ட்ரம்ப் ஜப்பானிய பிரதமராக இருந்த அபேயும் தொலைபேசியில் உரையாடிய போது பரிமாற்றிக் கொண்ட செய்தியாகும். அதுமட்டுமன்றி, வடகொரிய அணுவாயுதப் பரிசோதனைய முற்றிலுமாகக் கைவிட வேண்டும். தொடர்ந்துப் பொருளாதாரத் தடையை அமுல்படுத்துவதுடன் வடகொரியா மீது அழுத்தத்தினை அதிகரிக்க வேண்டும் எனவும் உரையாடியிருந்தனர். ஏவுகணைப் பரிசோதனையை நிறுத்துவதுடன், இராணுவ எச்சரிக்கைகளைக் கைவிட வேண்டும் எனவும் இரு தரப்புகளும் கோரிக்கை விடுவதாக தீர்மானித்திருந்தனர்.

இங்கு இரண்டு மிகப் பிரதான விடயங்கள் ஆராயப்பட வேண்டும்.

ஒன்று, வட-தென் கொரியவுக்கான நெருக்கத்தினை அமெரிக்கா விரும்பவில்லை என்பது பிரதானமானது. அதாவது இரண்டு நாடுகளுக்கும் அமைதி சாத்தியமானால் அப்பிராந்தியத்தில் கால் ஊன்றவோ கடற்படை உட்பட தரைப்படை முகாம்களை அமெரிக்கா வைத்துக் கொள்ள முடியாது என்பது முக்கியமான செய்தியாகும். அத்துடன் ஆயுத தளபாட சந்தையும் அதன் வளர்ச்சியும் காணாமல் போய்விடும் என்பதுடன் தென் கிழக்கு, கிழக்காசியா மீதான கண்காணிப்பினைக் கைவிட வேண்டிவருமென அமெரிக்கா அச்சமடைகிறது. இதனால் இப் பிராந்தியம் பதற்றமாக

இருப்பது மட்டுமன்றி, யுத்தத்திற்குத் தயாராகுவது போன்ற செயற்பாடுகளே தொடர்ச்சியான அமெரிக்க வல்லாதிக்கத்தினை சாத்தியப்படுத்தும். இப் பிராந்தியம் அமைதி காக்கப்பட்டால் ஆயுதச் சந்தையின் நிலை முதல்தர ஆயுத வியாபாரியான அமெரிக்காவின் வருமானத்தில் வீழ்ச்சி ஏற்பட்டு விடும். உலகளாவிய பதற்றமே அமெரிக்கத் தலையீட்டையும் பிற அரசுகளுடனான உறவையும் பலப்படுத்தும். அமெரிக்கா ஆயுத விற்பனையால் பெறும் வருமானத்தின் அளவைப் பார்ப்பதன் மூலம் அதனை மேலும் விளங்கிக் கொள்ளலாம்.

ஜப்பான், தென்கொரியா, வியட்நாம், மலேசியா, சிங்கப்பூர் ஆகிய முக்கிய அமெரிக்க நெருக்கமுள்ள நாடுகளுடன் உறவு வைத்துக் கொள்ள வேண்டுமாயின் கொரியக் குடாவில் பதற்றம் அவசியம். வடகொரியா அணு ஆயுதங்களை உற்பத்தி செய்வது பிராந்திய நாடுகளை அச்சுறுத்தவும் ஆக்கிரமிக்கவுமே எனக் கூறிக் கொள்ளும் அமெரிக்கா பிராந்திய நாடுகளை தாம் பாதுகாப்பதாகக் கூறிக் கொண்டு தலையீட்டைச் சாத்தியப்படுத்துகிறது. தலையீடு தொடர வேண்டுமாயின் பதற்றம் தொடர வேண்டும். பதற்றம் தொடர, அமெரிக்கா அனைத்து முயற்சிகளையும் தயங்காது செய்யும் என்பதையே உலகளாவிய தளத்தில் மேற்கொண்டு வருகிறது.

அதற்கான உத்தியில் ஒன்றாகவே அமெரிக்க ஜனாதிபதி ட்ரம்பின் டுவிட்டர் பக்கம் வடகொரியாவின் கோபத்தைத் தூண்டும் விதத்தில் தகவல்களை வெளியிட்டு வருகிறது. ட்ரம்பை பலவீனப்படுத்தி விட்டு அமெரிக்க ஏகாதிபத்திய எண்ணம் வெற்றி பெற விரும்புகிறது. இதில் ட்ரம்பின் பதற்றங்களுக்கு அங்கீகாரம் இல்லாது விட்டாலும், அது ஒரு நெருக்கடி மிக்க குழப்பகரமான உலகத்தினை உருவாக்குகின்றது. அத்தகைய குழப்பத்தில் அமெரிக்கா உலக நாடுகளுடன் உறவினைப் பலப்படுத்தி கொள்ளவும் ஆயுத விற்பனையை சாத்தியப்படுத்தவும் அப் பிராந்தியத்தில் குவிக்கப்பட்ட அமெரிக்கப் படைகளை நிரந்தரமாக்கவும் இராணுவ கடற்படை முகாம்களை தொடர்ந்து அமெரிக்கா பேணவும் விரும்புகிறது.

இதனாலேயே அமெரிக்கா நிர்வாகம் முழுமையாக இரு கொரியாக்களையும் சுமுகமாகப் பயணிக்க விடாது மறுக்கின்றது.

அமைதியும் சமாதானமான சூழலும் எழுச்சி பெற விடாது தடுப்பதுடன், மறைமுகமாக வடகொரியா மீது தாக்குதலை மேற்கொள்ள முயலுகிறது. அல்லது அதற்கான தயாரிப்புக்களை செய்து கொள்வதன் மூலம் ஓர் எச்சரிக்கையை ஏற்படுத்த முயன்றது.

இரண்டு, வட-தென்கொரிய தரப்புகளையும் மோதவிடுவது தவிர்க்கமுடியாத நிலையில் தொடர்ச்சியாகக் கண்காணித்தபடி அமெரிக்க இருக்க விரும்புகிறது. இதனால் சந்தர்ப்பம் வரும் வரை காத்திருந்து தாக்குவது இன்னோர் உத்தியாகும். இதனை செய்வதற்கான காலப்பகுதி முழுவதும் கட்டுப்பாட்டில் இப்பிராந்தியத்தினை வைத்துக் கொள்ள விரும்புகிறது. அதன் மூலம் இரு தரப்புகளையும் பேசவிடாது தடுப்பதுடன் அமைதியில்லாத பிராந்தியமாக ஆக்குதல் அமெரிக்கத் தரப்பின் உத்தியாக தெரிகிறது.

எனவே வட-தென்கொரியாக்களுக்கிடையான மோதலைத் தீவிரப்படுத்த முனையும் அமெரிக்காவின் நடவடிக்கைகள் அதிகரித்துள்ளன. உலகத்தில் அமைதியை விரும்பும் நாடாகக் கூறிக் கொள்ளும் அமெரிக்கா பதற்றத்தையும் கொதி நிலையையும் ஏற்படுத்தி அதனுடாக உலக நாடுகளுடன் உறவினையும் இராணுவ பலத்தையும் விரிவாக்கி வருகிறது. இத்தகைய அமெரிக்க முனைப்பிற்குத் தகவல் யுகம் மேலும் வாய்ப்பான சூழலை ஏற்படுத்தி கொடுத்தள்ளது. இதில் ஜப்பானும் அமெரிக்காவுடன் கூட்டுச் சேர்ந்து பிராந்திய;ப போட்டியினை ஏற்படுத்த முனைகின்றன.வட-தென்கொரியாக்கள் நினைத்தாலும் ஒன்று சேரவோ பேசவோ முடியாத நிலை ஏற்பட்டுள்ளது.

ட்ரம்ப்-ஹிம் சந்திப்புக்கான வாய்ப்பு

அமெரிக்க-வடகொரிய உச்சி மகாநாட்டுக்கான வாய்ப்புக்கள் அதிக இழுபறிக்குள் அப்போது இருந்தன. வடகொரிய அரசியல் தலைமைகள் சிங்கப்பூர் உச்சி மகாநாட்டுக்குச் செல்வதற்கான அணியினை அறிவித்தனர். அதனை ஐக்கிய நாடு சபை அங்கீகரித்திருந்தது. ஆனாலும் அமெரிக்கத் தரப்பு மீள மீள வடகொரியத் தலைமையை மிரட்டுகின்ற பாணியில் அறிக்கைகளை வெளியிட்டு வந்தது. இதனால் இவ்வுச்சிமாநாடு நிகழுமா என்ற சந்தேகம் வலுவடைந்திருந்தது. மேலும் அதனைச் சீர்குலைக்கும் வகையில் அமெரிக்க-தென்கொரிய நகர்வுகள் மேலும் அதிகரித்தன.

அக்காலப்பகுதியில்100 போர் விமானங்கள் பி– 52 ரக குண்டு வீச்சு விமானங்கள் மற்றும் எப் 15 கே ரக ஜெட் விமானங்கள் ஆகியவற்றுடன் தென் கொரியா – அமெரிக்கா இணைந்து இராணுவப்பயிற்சியில் கொரியக் குடாவில் மேற்கொண்டன. இத்தகைய இராணுவப்பயிற்சியை ஆத்திரமூட்டும் நடவடிக்கை என்றும் படையெடுப்புக்கான ஒத்திகை என்றும் வடகொரியா குற்றம் சாட்டியது. ஆனால் தென்கொரியாவோ 1953 இல் அமெரிக்காவுடன் செய்து கொள்ளப்பட்ட பாதுகாப்பு உடன்பாட்டின் அடிப்படையில் பாதுகாப்பு நோக்கத்திற்காக மட்டுமே இத்தகைய இராணுவப் பயிற்சி மேற்கொள்ளப்பட்டதெனக் குறிப்பிட்டிருந்தது. ஆனால் அதனை வடகொரியா ஏற்றுக் கொள்ள முடியாது எனத் தெரிவித்தது. தென் கொரியா பேச்சுவார்த்தைக்குத் தகுதியற்ற நாடு என வடகொரியா தெரிவித்தது. இரு நாடுகளுக்கும் இடையிலான பிரச்சினை தீர்க்கப்படும் வரை தென் கொரியாவுடனான பேச்சுவார்த்தையைத் தொடரமுடியாதென அறிவித்தது. இதனால் இரு நாடுகளுக்குமான பேச்சுவார்த்தையை இரத்து செய்யுமளவுக்கு நிலைமை குறுகிய காலத்தில் அடைந்தது. வடகொரியாவும் அமெரிக்காவும் மீண்டும் பரஸ்பரம் கோபாவேசமான சொற்களைப் பிரயோகிக்கும் மரபினை ஆரம்பித்திருந்தன.

வடகொரியாவின் குற்றச்சாட்டுக்குப் பின்னால் நியாயமான காரணங்கள் உண்டென்பதை ஊடகங்களும் உலக நாடுகளின் தலைவர்களும் கருதினர். குறிப்பாக, அமெரிக்காவுடனான தென்கொரிய இராணுவ ஒத்திகை என்பது பேச்சுவார்த்தை திகதி அறிவிக்கப்பட்ட பின்பு நிகழ்ந்திருந்தது. அது மட்டுமன்றி, தென் வடகொரியத் தலைவர்களின் வரலாற்று முக்கியத்துவம் வாய்ந்த சந்திப்புக்குப் பின்பு நிகழ்ந்திருந்தது.

அந்த வகையில் பார்த்தால் தென்கொரிய – அமெரிக்கத் தரப்பின் விட்டுக் கொடுப்பும் நம்பிக்கையும் போலி என்பது மட்டுமல்ல, இன்னுமே வடகொரியா மீதான சந்தேகம் நிலவுவதாகவே தெரிந்தது. அல்லது சீனா வடகொரியா மற்றும் ரஷ்யாவின் தந்திரோபாய நகர்வுகளை எதிர் கொள்வதற்கான உத்தியாகக் கூட கருத வாய்ப்பிருந்தது. இரு கொரியாக்களும் ஒன்றிணைவது அமெரிக்காவுக்கா சீனாவுக்கா அதிக நலன் என்ற கேள்வி பென்டகனிடம் எழுந்தது. இதனை மேலும் புரிந்துகொள்ள

அமெரிக்கா வடகொரியா தொடர்பில் கொண்டுள்ள உத்திகளை நோக்குவது அவசியமானது.

நல்லெண்ண முயற்சியாக வடகொரியா சிறைபிடித்த இரண்டு அமெரிக்கர்களை விடுதலை செய்தது. அவர்கள் அழைத்து வர வடகொரியா சென்ற அமெரிக்க வெளியுறவுச் செயலாளர் மைக் பாம்பியோ (02.10.2028) வடகொரியா தான் வைத்திருக்கும் அணுவாயுதங்களை வழங்க முன்வந்தால் அமெரிக்கா வாங்கிக்கொள்ளும் என்றார்.

வடகொரியா அணுவாயுதங்களை முழுமையாக கைவிட வேண்டும் என ஒருதலைப்பட்சமாக அமெரிக்கா வலியுறுத்திவருகிறது. ஆரம்பத்தில் அணுவாயுதப் பரிசோதனைகளை நிறுத்த வேண்டுமெனக் கூறிய அமெரிக்கா பின்பு கண்டம் விட்டு கண்டம் பாயும் ஏவுகணைகளின் பரிசோதனைகளைக் கைவிட வேண்டுமெனவும் கேட்டுக் கொண்டது. பின்பு அணுவாயுதமற்ற நாடாக வடகொரியா திகழவேண்டும் என நிபந்தனை விதித்தது.

அணுவாயுதத்தை அழிக்கும் ஒப்பந்தத்தில் சம்மதிக்கவில்லை என்றால், லிபிய ஜனாதிபதி கடாபி நிலை தான் வடகொரிய ஜனாதிபதி ஹிம்முக்கு ஏற்படும் என்று ட்ரம்ப் எச்சரித்தார். ட்ரம்ப் மட்டுமன்றி உப ஜனாதிபதி மைக் பென்ஸ் வெளிவிவகார செயலாளர் மற்றும் பாதுகாப்புச் செயலாளர் அத்தகைய எண்ணத்தை தொடர்ச்சியாக வெளிப்படுத்தி வந்தனர். 'கடாபியின் அழிவை எடுத்துக் கொள்ளுங்கள் நாங்கள் அவரை அழிக்க அங்கு சென்றோம். அணு உடன்படிக்கைக்கு ஹிம் சம்மதிக்கவில்லை என்றால் அந்நிலை மீண்டும் ஏற்படும். ஆனால் ஒப்பந்தத்திற்கு ஹிம் சம்மதித்துவிட்டால் மகிழ்ச்சியாக இருக்கமுடியும்' என்று அமெரிக்க ஜனாதிபதி ட்ரம்ப் தெரிவித்தார்.

இவ்வாறு ஆத்திரமூட்டும் வார்த்தைகளை ட்ரம்ப் வெளியிட்டுக் கொண்டே இருக்கின்றார். பேச்சுவார்த்தைக்கான தலைவராக ட்ரம்ப் தன்னைக் காட்டிக் கொள்ளவில்லை. ஒரு அடாவடியான அயோக்கியத் தனமான சண்டித்தனம் கொண்ட தலைவராக ட்ரம்ப் கருத்துக்களை உதிர்க்கிறார். வடகொரியத் தலைவரை சாதாரண மனிதனாகக் கூட ட்ரம்ப் மதிக்கவில்லை என்பதை அவரது ட்விட்டர் பக்கம் தெளிவுபடுத்துகிறது. ஹிம்மை ஒரு அடிமையாகப் பார்க்கும் போக்கையே ட்ரம்ப் அப்போது கொண்டிருந்தார். ஆனால்

ட்ரம்ப் குறிப்பிடும் ஒரு விடயம் கவனிக்கப்படவேண்டியது. அணுவாயுத உடன்படிக்கைக்கு இணங்காது விட்டால் கேணல் கடாபியின் நிலை ஏற்படும் என்பதாகும். இது எந்த அளவுக்கு சரியானது, அதற்கான வாய்ப்பு உண்டா? என்பதை நோக்குவது அவசியம்.

ஈராக் ஜனாதிபதி சதாம் உசைனும் லிபியத் தலைவர் கேணல் கடாபியும் மேற்காசியாவில் அமெரிக்க விரோதிகளாகவே விளங்கினர். ஆனால் ஆரம்பத்திலும் பிற்பட்ட காலத்திலும் அமெரிக்காவுடன் இணங்கிப் போக முயன்றார்கள் என்பது உண்மையே. அத்தகைய இணக்கத்தில் நம்பிக்கை கொண்ட சதாம் உசைன் வீழ்த்தப்படும் போது அமெரிக்காவுடன் இராஜதந்திர ரீதியாக கடாபி செயல்பட்டார். அத்தகைய சூழலைப் பயன்படுத்திய அமெரிக்கா தனது உளவாளிகளையும், புலனாய்வையும் ஊடுருவச் செய்து கடாபியின் நிலையை பலவீனப்படுத்திவிட்டு கிளர்ச்சியை ஊக்குவித்தது. ஆனால் சதாம் உசைனிடமோ, கடாபியிடமோ, அணுவாயுதமோ, கண்டம் விட்டு கண்டம் பாயும் ஆயுதமே இல்லாதது மட்டுமன்றி, அமெரிக்க ஆயுதங்களையே வைத்துக் கொண்டு அமெரிக்காவை எதிர்த்தனர். அப்போது லிபியாவுடனோ, ஈராக்குடனோ ஆதரவு வழங்க ஒரு நாடும் கிடையாது.

வடகொரியா சொந்தமாக அணுவாயுதத்தைத் தயாரித்து வைத்துள்ள நாடு. ரஷ்யாவும், சீனாவும் பலமான நட்பு நாடுகளாக மட்டுமன்றி அமெரிக்க எதிர்ப்புணர்வைக் கொண்டுள்ளதுடன் அவற்றின் புவிசார் அரசியல் எல்லைக்குள் உட்பட்ட நாடாக வடகொரியா காணப்படுகிறது. எனவே ஜனாதிபதி ட்ரம்ப் குறிப்பிடுவது போல் ஹிம் கடாபியாவார் என்பது ஒப்பிட முடியாத இலக்கு. சாத்தியமற்ற இலக்கு என்பதை அமெரிக்கர்கள் விளங்கிக் கொள்ளத் தவறினர். சதாமும் கடாபியும் ஹிம்முடன் ஒப்பிடும் போது மிகப் பலவீனமான தலைவர்கள். அமெரிக்காவின் விருப்புக்கு ஆடிவிட்டு அமெரிக்காவை வீம்புக்காகவே எதிர்த்தவர்கள். அப்போது அமெரிக்கா இலக்கம் ஒன்று என்பதை அறிவிக்க சதாம் உசேன் தேவைப்பட்டார். ஆனால் வடகொரியாவோ தொடர்ச்சியாக அமெரிக்க எதிர்ப்பு வாதத்தை வெளிப்படுத்தி வரும் சோஷலிஸ பாணியிலான தேசம்.

கடந்த பல ஆண்டுகளாக அமெரிக்காவினாலோ அல்லது அயல் நாடுகளாலோ வடகொரியா மீது நடவடிக்கை எடுக்க

முடியவில்லை என்றால், அதற்குக் காரணம் வடகொரியாவின் ஆயுதப்பலம் அணுவாயுத மற்றும் கண்டம் விட்டு கண்டம் பாயும் ஏவுகணை என்பன குறிப்பிடக்கூடிய பலமாகும். இதனாலேயே அமெரிக்கா வடகொரியாவுக்கு நுழைவதற்கு அச்சப்படுகிறது. அதற்காகவே காலதாமதப்படுத்தியது. மேலும் அமெரிக்கா தனித்துச் செயல்பட வேண்டிய நிலையே கொரிய விவகாரத்தில் காணப்பட்டது. மேற்காசியா போன்று கூட்டு நடவடிக்கைக்கு ஐரோப்பா தயாரில்லை என்பதுடன், ஐ.நா. பாதுகாப்பு சபையிலுள்ள நிரந்தர உறுப்புரிமையுடைய இரண்டு நாடுகள் வடகொரியாவைப் பாதுகாக்கும் நிலையில் உள்ளன.

ஆனால் வடகொரியாவோ அமெரிக்காவுடன் பேச்சுக்களை மேற்கொள்வதற்கான சூழலை தக்கவைத்துக் கொள்ளும் உத்தியை மேற்கொண்டே வந்தது. குறிப்பாக, வடகொரியா அணுவாயுத சோதனைத்தளத்தை அழிப்பதற்கான நடவடிக்கையில் ஈடுபடப்போவதாக அறிவித்தது. அதனை நேரடியாகக் கண்டு உறுதிப்படுத்த ஜப்பானிய, தென்கொரிய ஊடகங்கள் உட்பட்ட ரஷ்ய, சீன ஊடகத்தினையும் அழைத்திருந்தது. இது வடகொரியாவின் ஆபத்தான அரசியலாக அமைந்திருந்தாலும் உலகத்திற்கு ஒரு செய்தியை வெளிப்படுத்துவதன் மூலம் பேச்சுக்களில் கவனம் கொண்டுள்ளதையும் தெரியப்படுத்தியிருந்தது. மேலும் வடகொரியா –அமெரிக்காவுடன் பேசுவதற்கான கோரிக்கையை முற்றாக நிராகரிக்கவில்லை என்பதையும் இதனூடாக உணர்த்தியிருந்தது. இதில் இரு தரப்பினதும் தந்திரோபாய நகர்வை அளவிடுவது பொருத்தமானதாக அமையும்.

அமெரிக்கத் தரப்பு வடகொரியாவை மிரட்டி அடிபணிய வைக்க முயன்றதை வெளிப்படையாக காணமுடிந்தது. பேச்சுவார்த்தைக்கான விருப்பத்தை வெளிப்படுத்தி விட்டு வடகொரியாவை எரிச்சலூட்டும் செயலில் ஈடுபட்டதன் மூலம் பேச்சுவார்த்தை மேசையில் வட கொரியாவை பலவீனப்படுத்தலாம் எனக் கணக்குப் போட்டது. அதனை வடகொரியா மிக தந்திரமாக கையாண்டு சீனாவையும் ரஷ்யாவையும் துணைக்கு வைத்துக் கொண்டு அமெரிக்காவின் நோக்கத்தினைத் தோற்கடித்துவிட்டது.

அவ்வாறே தென்கொரிய ஜனாதிபதி மூன் ஜே அமெரிக்காவின் தலைமையைச் சந்திப்பதற்காக வெள்ளை மாளிகை

சென்றிருப்பதுடன் பேச்சுக்கான வாய்ப்புக்களைப் பற்றி உரையாடலை ட்ரம்புடன் மேற்கொண்டுள்ளார். ஆனால் அமெரிக்க–தென் கொரியக் கூட்டின் உத்திகள் வடகொரியா மீது அழுத்தம் கொடுப்பதன் மூலம் பேச்சுக்களுக்கு வடகொரியாவைக் கொண்டு வருதல் மற்றும் அணுவாயுத நடவடிக்கையிலிருந்து வடகொரியாவை விலக்கிக் கொள்ள பொருளாதார ரீதியில் நெருக்கடியைக் கொடுத்தல் எனும் உத்தியைக் கையாளத் திட்டமிட்டது.

அவ்வாறு இலகுவில் வடகொரியாவை வீழ்த்திவிட முடியாது. உலகத்தின் முன் சிறிய நாடான வடகொரியா அணுவாயுதத்தில் முன்மாதிரியான தேசம் என்பதனைக் காட்டுவதற்கு முயலுகின்றது. ஏற்கெனவே தென்கொரியாவையும் விட இராணுவத்தில் முன்னேறிய நாடு என வடகொரியா நிறுவியிருந்தமையைக் காணமுடிகிறது. தென்கொரிய – அமெரிக்க அணியின் உத்திகள் இலகுவில் வெல்லப்படமுடியாதது என்பதை வடகொரியா வெளிப்படுத்திவந்துள்ளது.

வடகொரியா–அமெரிக்கப் பேச்சுவார்த்தை (மே 2018 இல்) திட்டமிடப்பட்டிருந்தது. வடகொரிய அரசின் தலைவர் கிம் ஜோங் உன் சீனாவுக்கு முதல் வெளிநாட்டு விஜயத்தினை முடித்த பின்னர் தென்கொரியாவுடனும் அமெரிக்காவுடனும் மிக நெருக்கமான புரிந்துணர்வை ஏற்படுத்தியிருந்தார். இந்தச் சூழலில் அணுவாயுதங்களைக் கைவிடத் தயாராகியுள்ள செய்தியை வெள்ளைமாளிகைக்கு அறிவித்தார். இச்செய்தி உலக நாடுகளின் தலைவர்களையும் ஆய்வாளர்களையும் ஆச்சரியத்தில் ஆழ்த்தியிருந்தது. வடகொரியாவின் அணுவாயுதங்களை கைவிடுவது பற்றிய தகவல்களின் முக்கியத்துவம் புரிந்து கொள்ளப்பட வேண்டும்.

வடகொரியா அணுவாயுதங்களை குறைக்கவும் கைவிடவும் முடிவு செய்திருப்பதாகவும் இதற்காக அமெரிக்காவின் உதவியை கோரியுள்ளதாகவும் அமெரிக்க அதிகாரிகள் தெரிவித்திருந்தனர். வடகொரியத் தலைவர் கிம் ஜோங் உன்னின் செய்தித் தொடர்பாளர் வெள்ளைமாளிகைக்கு அனுப்பியுள்ள கடிதத்தில் இத்தகவல் இருப்பதாக கூறப்பட்டது. தங்களிடமுள்ள அணுவாயுதங்கள் குறித்து பேச்சுவார்த்தை நடத்த வடகொரியா தயாராக இருப்பதாகவும்

வடகொரிய-அமெரிக்கத் தலைவர்கள் சந்திக்கும் போது அணுவாயுதம் பற்றிய பேச்சுவார்த்தை நடைபெறும் என்றும் தெரிவித்திருந்தது.

எது எவ்வாறாயினும், வடகொரியத் தலைவர் அணுவாயுதங்களைப் பற்றி வெளியான தகவல் உலகத்திற்கு அதிர்ச்சியானவையாக இருக்கலாம். ஆனால் வரவேற்கப்பட வேண்டிய விடயம். கொரியக் குடாவின் அமைதி மட்டுமன்றி உலகத்தின் அமைதிக்கும் அணுவாயுதமற்ற நிலை ஏற்றப்படவேண்டும். ஆனால் வடகொரியத் தலைவர் உன் செய்தி தந்திரோபாயம் அற்றதென்றாக அமைவது கடினம் என்பது விளங்கிக் கொள்ளக் கூடியதொன்றே ஆகும். உலக அரசியலில் எந்த தலைவரும் தமது தேசத்தை இழந்து போகும் அரசியல் நடத்தையை மேற்கொள்ள துணிய மாட்டார்கள்.

அமெரிக்க-வடகொரிய சந்திப்பு

யூன் 27&28, 2018 இல் நிகழ்ந்த சிங்கப்பூர் உச்சி மாநாட்டை சிறந்த உரையாடல் இராஜதந்திரமாகப் பதிவு செய்து கொள்ளலாம். இதில் பங்கெடுத்த இரு நாட்டுத் தலைவர்களும் தந்திரமாகவும் உத்திகளோடும் உலகத்தின் பார்வையை தமக்குள் ஈர்த்துள்ளனர். ட்ரம்ப் கிம் சந்திப்பு வரலாற்று நிகழ்வாகப் பதிவு செய்யப்பட்டது. இந்தச் சந்திப்புக்கான புறச்சூழலையும் தலைவர்களது நடத்தையும் அவதானிப்பது சர்வதேச அரசியலைக் கற்கும் மாணவர்களுக்குப் பயனுள்ளதாக அமையும். இரு தலைவர்களும் இச்சந்திப்பினை ஏற்படுத்துவதில் அதீத விருப்பம் கொண்டவர்களாக இருந்தனர். சிங்கப்பூரின் சென்டோசா தீவிற்கு இரு நாட்களுக்கு முன்னரே இரு தலைவர்களும் சமூகமாய் இருந்தனர். அவ்வாறே அவர்களது முதல் சந்திப்பும் பரஸ்பரம் மகிழ்ச்சியும், புரிந்துணர்வும் நம்பிக்கையும் கொண்டதாக அமைந்திருந்தது. இரண்டாவது இருவரும் சந்தித்த போது மொழிபெயர்ப்பாளர்கள் இன்றி உரையாடிக் கொண்டனர். பின்னர் நடந்த மாநாடுகளில் தீர்மானம் எடுப்பவர்களாக இரு தலைவர்களும்

விளங்கியமையும் தலையீடு இன்றி இரு நாட்டுத் தலைவர்களும் உரையாடிய போக்கும் குறிப்பிடத்தக்க அம்சங்களாக இருந்தன. மூன்றாவது ட்ரம்பை விட கிம் இளமையானவராக இருந்தாலும் அரசியல் முதிர்ச்சி அவரது நடத்தையில் தென்பட்டது. நம்பிக்கையுடன் கைலாகு கொடுத்தது மகிழ்ச்சியை வெளிப்படுத்தியதும் நண்பரோடு உலாவருவது போல் செயல்பட்டதும் ரொயிட்டர் மற்றும் பி.பி.சி தொலைக்காட்சி சேவை குறிப்பிட்டதுபோல் ஆச்சரியமானவராக காணப்பட்டிருந்தது குறிப்பிடத்தக்கதாகும்.

இதைவிட இரு தலைவர்களும் சந்தித்துக் கொண்ட போது செய்யப்பட்ட உடன்படிக்கையின் முக்கியத்துவத்தை நோக்குவோம்.

இச்சந்திப்பு அமெரிக்கா–வடகொரியா ஆகிய இரு நாடுகளுக்குமிடையில் புதிய உறவினை உருவாக்குவதற்கு இரு தலைவர்களும் இணங்கிக் கொண்டனர். அவ்வாறே கொரியத் தீபகற்பத்தில் நிலையான அமைதியான ஆட்சியினை நிலைநாட்டவும் உடன்பாடு எட்டப்பட்டது. அவ்வாறே ஏப்ரல் 28, 2012 ஏற்படுத்தப்பட்ட பிரகடனத்தின் படி கொரிய தீபகற்பத்தை அணுவாயுதங்கள் அற்ற பகுதியாக இரு நாடுகளும் இணங்கிக் கொண்டன. மேலும் அடையாளம் காணப்பட்ட போர்க் கைதிகளை மீட்டு உடனடியாக அவர்களை அவர்களது நாட்டிற்கு அனுப்பி வைக்க நடவடிக்கை எடுத்தல் எனவும் இரு நாட்டு தலைவர்களும் முடிவு எடுத்துள்ளனர்.

இதேபோன்று பேச்சுவார்த்தையில் இரு தரப்புகளும் தொடர்வது என்றும் அணுவாயுதத்தினை முற்றாக நீக்கப்படும் வரை வடகொரியா மீதான பொருளாதாரத் தடை நீடிக்கும் என்றும், இப்பிராந்தியத்தில் அமெரிக்கா தனது இராணுவத் திறன்களைக் குறைத்துக் கொள்ளாது என்றும் தென்கொரியாவுடனான இராணுவப் பயிற்சிகளையும் ஒத்திகைகளையும் நிறுத்திக் கொள்ளும் எனவும், மனித உரிமை சார்ந்து ஒப்பீட்டு அளவில் விவாதிக்கப்பட்டதாகவும் பத்திரிகையாளர் சந்திப்பில் ஜனாதிபதி ட்ரம்ப் தெரிவித்தார்.

இச்சந்திப்பு முழுமையான வெற்றி என்றும், உலக நாடுகளின் எதிர்பார்ப்பு சாத்தியமான முடிவைத் தந்துள்ளது என்றும் அமெரிக்கா உட்பட எல்லாத் தரப்புக்களும் குறிப்பிட்டிருந்தன. சீனா, தென்கொரியா, ரஷ்யா மற்றும் ஐரோப்பிய நாடுகள் பேச்சுவார்த்தையை வரவேற்றிருந்தன. அவ்வாறு உலகம்

எதிர்பார்க்கும் அளவிற்கு இச்சந்திப்பு எத்தகைய மாற்றத்தை ஏற்படுத்தியுள்ளது என்பது பிரதான கேள்வியாகும்.

அணுவாயுதப் போர் என்பதைத் தவிர்ப்பது உலகத்தின் பிரதான அவா ஆகும். யுத்தத்தின் விளிம்பில் நின்ற இரு தலைவர்களையும் சந்திக்க வைப்பதில் உலகத்திடம் பெரும் அவா காத்திருந்தது. அது வெற்றிகரமாக நிறைவேறியுள்ளது. அது பெருமளவிற்கு கொரியாக் குடாவையும் உலக நாடுகளையும் நிம்மதியடையச் செய்துள்ளது.

அமெரிக்கத் தரப்பிலிருந்து அணுவாயுத சவால்மிக்க அரசான வட கொரியாவை உரையாடல் இராஜதந்திரத்தின் ஊடாக கட்டுப்படுத்துவதாக இருந்தது. அதன் ஆரம்பப் புள்ளியே சிங்கப்பூர் சந்திப்பு ஆகும். இச்சந்திப்பில் அமெரிக்கத் தரப்பு நம்பிக்கையூட்டும் சில முடிவுகளை எடுத்துள்ளது. குறிப்பாக, அணுவாயுதமற்ற பிராந்தியமாக மாற்றுவது என்ற உறுதிமொழியை வடகொரியத் தலைவரிடம் இருந்துபெற்றுள்ளது. இது ஒருவகையில் இப்பிராந்தியம் மீதான அமெரிக்காவின் தடையற்ற நகர்வுகளுக்கு வாய்ப்பான உறுதிமொழியாகும். இதற்காக அமெரிக்கத் தரப்பு பெரிதாகஎதனையும் வடகொரியாவிற்காகவிட்டுக்கொடுக்கவில்லை என்று அமெரிக்கா கருதியது. மாறாக, வடகொரியா தரப்பில் மேலும் பல முடிவுகளுக்கான வாய்ப்புகளை வழங்கியிருப்பதோடு அதனை உலகத்திற்குக் காட்சிப்படுத்தியுமிருந்தது. இத்தகைய காட்சிப்படுத்தல் வடகொரியா மீதான வலியுறுத்தலையும் நெருக்கீடுகளையும் உலகளாவியரீதியில் அதிகரிக்கும் என எதிர்பார்க்கப்பட்டது.

வடகொரியாவைப் பொருத்தவரை இச்சந்திப்பு அரசியல், பொருளாதார, இராணுவரீதியில் அதிக வாய்ப்புக்களை வழங்கியிருந்து. குறிப்பாக, அமெரிக்காவுடனான உறவு வலுவடைதல் என்பது சர்வதேச நாடுகளுடனான உறவு வலுவடைவதோடு பொருளாதாரரீதியில் வர்த்தகம், ஒத்துழைப்பு, நேரடி முதலீடு போன்றவற்றுக்கான வாய்ப்புக்கள் அதிகரிக்கும் சூழல் ஏற்படும் என எதிர்பார்த்தது. ஆசிய ஆபிரிக்க நாடுகளுடன் மட்டுமன்றி ஐரோப்பிய நாடுகளுடன் இத்தகைய பொருளாதார உறவு வலுவடையும். இதற்கான கதவுகள் இச்சந்திப்பின் ஆரம்ப புள்ளிகளாகவே கருதப்பட்டது. இதனை உருவாக்குவதும் வளர்த்தெடுப்பதும் வடகொரியாவின் கைகளில் இருந்தது. அவ்வாறே இச்சந்திப்பு அரசியல் ரீதியில் நம்பிக்கை அளிக்கின்ற

பேராசிரியர் கே.ரீ.கணேசலிங்கம்

கட்டமைப்பை வடகொரியாவிற்கு ஏற்படுத்தியிருந்தது. வடகொரியாவின் கடந்தகால அரசியலையும் சமகால அரசியலையும் சர்வாதிகாரத் தலைமை என்ற அடைமொழிக்கூடாக வடிவமைத்த ஐரோப்பியர்களுக்கு சிங்கப்பூர் சந்திப்பு வேறுபட்ட சிந்தனையை ஏற்படுத்துமென எதிர்பார்க்கப்ட்டது. ட்ரம்ப் உடனான கிம் இன் சந்திப்பு சுமூகமான அரசியல் உறவாடலுக்கு உரியவர் கிம் என்பதை உறுதிப்படுத்தியது. இதேபோன்று உலக அரசியல் தலைவர்களாலும் அமெரிக்க அதிபர் ட்ரம்பினாலும் கிம் சிறந்த மனிதர் என்றும், திறமையான மனிதர் என்றும், நம்பிக்கையூட்டும் மனிதர் என்றும், தன் தேசத்தின் மீது அதிகபற்றுள்ள தலைவர் என்றும் வெளிப்படுத்தப்பட்டதன் மூலம் அவரின் அரசியல் தரம் உயர்ந்திருந்தது.

இராணுவரீதியில் தென்கொரிய அமெரிக்க உறவையும் பிராந்திய பாதுகாப்பையும் கரிசனை கொண்டது போன்று அணுவாயுதம் பொருத்த வடகொரிய தலைவரின் முடிவு அமைந்திருந்தது. குறிப்பாக, கொரியக்குடாவின் அமைதிக்காக அணுவாயுதத்தைக் கைவிடுதல் என்ற ஓர் எண்ணம் பகிரப்பட்டுள்ளது. அவ்வாறே தென்கொரிய–அமெரிக்கப் போர் பயிற்சி நிறுத்தி வைக்கப்படுவதற்கான முயற்சிகள் மேற்கொள்ளப்பட்டிருந்தன. அதேநேரம் இராணுவ திறன்களை மாற்றம் செய்யாத சந்திப்பாகவும் சில முடிவுகளுக்கு இச்சந்திப்பு வழிவகுத்திருந்தது. இவற்றை விட கைதிகள் பரிமாற்றம், வடகொரியா எல்லையில் நிறுத்தி வைக்கப்பட்டுள்ள அமெரிக்கத் துருப்புக்கள் விலகிக் கொள்ளப்படுதல் அமெரிக்காவிற்கு சாதகமான முடிவுகளாக அமைந்திருந்தன.

உலகம் அமெரிக்கா–வடகொரியா என்ற தளத்தில் இச்சந்திப்பினை நோக்கினால் ஒரு வெற்றிகரமான சந்திப்பாகவும் அமைந்திருந்தது. அதனால் உள்ளார்ந்த அர்த்தத்தில் பார்த்தால் சிங்கப்பூர் சந்திப்புக்கு முன் அரசியல் பொருளாதார இராணுவ மற்றும் மனித உரிமை விடயங்களில் எத்தகைய விடயங்கள் உரையாடப்பட்டனவோ அவை மட்டுமே மீளவும் உரையாடப்பட்டிருந்தன. சில அம்சங்கள் இரு தலைவர்களாலும் உடன்பாடு சார்ந்து எட்டப்பட்டுள்ளன. அத்தகைய உடன்பாடுகள் ஒப்பமிடுவதோடு நிறைவு பெறுவது இல்லை. அதன் அமுலாக்கம் மிகப்பிரதானமான ஓர் அம்சம். அமெரிக்கா எப்போதும் உடன்பாடை எட்டுவதில் வெற்றிகரமான அரசாக அமைந்துள்ளது. ஆனால்

அவற்றை அமுல்படுத்துவதைத் தவிர்ப்பதும் ஒத்திவைப்பதும் காலதாமதப்படுத்துவதும் மரபாக கொண்டுள்ளது. உடன்படிக்கை இராஜதந்திரத்தை விட அமுலாக்கலில் அதீதமான இராஜதந்திரப் பிரயோகத்தை கடந்த காலம் முழுவதும் அமெரிக்கா செயல்படுத்தியிருந்தது.

இரு தரப்புத் தலைமைகளின் சந்திப்பும் சர்வதேச அரசியலில் ஒரு திருப்புமுனையாகக் கொள்ளப்பட்டாலும் நடைமுறைசார்ந்து இது எதிர்கொள்ளப்போகும் நம்பிக்கையூட்டும் நடைமுறைகள் வெற்றிகரமான உலகத்தை ஏற்படுத்தக் கூடியதாக அமைந்திருந்தது. அதுவே ஒரு வரலாற்றின் சகாப்தாகும். ஆனால் அதற்குரிய வாய்ப்புக்களும் சூழலும் இருதலைமைகளாலும் ஒப்புவிக்கப்படுவது உலக மாறுதலாக அமையும். இதில் சுவாரசியம் என்னவென்றால் அமெரிக்க ஜனாதிபதி தனது டுவிட்டர் பக்கத்தில் சிங்கப்பூரிலிருந்து திரும்பிய உடன் அமெரிக்க மக்கள் ஏவுகணைத் தாக்குதலுக்கோ அணுவாயுத அச்சுறுத்தலுக்கோ இனி பயப்படத் தேவையில்லை எனவும், நிம்மதியாக தூங்குங்கள் எனவும் தெரிவித்துள்ள தகவல் வெளியாகியிருந்தது. இது இந்த உச்சிமகாநாட்டின் முக்கியத்துவத்தை உணர்த்துவதுடன் அதன் அவசியம் யாருக்கு முக்கியம் என்பதை தெளிவுபடுத்தியுள்ளது. கிம்ன் ஆளுமையை உலகத் தலைவர்கள் பாடமாகக் கற்றுக் கொள்ள வேண்டும். அணுவாயுதத்தை வைத்து அமெரிக்காவைப் பேச அழைத்து வெற்றி கண்ட தலைவர் என்ற பெருமை கிம்க்கு உரியதாகியது.

வட – தென் கொரியத் தலைவர்களின் சந்திப்பு

கொரியர்கள் திகைப்பூட்டும் அரசியலை அடிக்கடி வெளிப்படுத்திக் கொண்டு வருகின்றார்கள். உலக அரசியலில் 2018 அவர்களது அரசியலாகவே பதிவாகி இருந்தது. அணுவாயுதப் பரிசோதனையிலும் சரி, சமாதானத்திலும் சரி அவர்களது பங்கு உலக வரலாற்றை புதிய திசைக்கும் நகர்த்திச் செல்கிறது. இதன் வரிசையில் வட – தென் கொரியத் தலைவர்களது சந்திப்பு பல தடவைகள் நிகழ்ந்துள்ளதைக் காணமுடிகிறது. குறிப்பாக, 2000ஆம் ஆண்டு யூன் 13,15 வரையான சந்திப்பொன்று இரு நாட்டின் தலைமைகளுக்குமிடையில் நிகழ்ந்துள்ளது. மீண்டும் நிகழ்ந்துள்ளது. அப்போதைய தென்கொரிய ஜனாதிபதியான கிம்டய்ஜோங் மற்றும் வட கொரிய தலைவர் கிம்ஜோங்இல் ஆகியோருக்கிடையில் வடகொரியத் தலைநகரான பியாங்யொங்ல் நிகழ்ந்துள்ளது. மீளவும் 2007 ஆண்டு அக்டோபர் 24ஆகிய திகதிகளில் தென் கொரிய

ஜனாதிபதி ரோமூகூன் மற்றும் வடகொரியத் தலைவர் கிம்ஜோங்இல்க்கும் இடையில் வடகொரியாவின் தலைநகரிலேயே நிகழ்ந்திருந்தது. இதன் பின்னர் நீண்ட இடைவெளிக்குப் பின்னர் அமெரிக்க-வடகொரியப் பேச்சுவார்த்தை தொடர்பிலான உரையாடல் முன்வைக்கப்பட்ட போது இரு நாடுகளுக்குமான சந்திப்பு நிகழ்ந்துள்ளது. அதாவது, 2018 ஏப்ரல் 27ஆம் திகதி தென்கொரிய ஜனாதிபதி மூன்ஜோஇன் மற்றும் வடகொரியத் தலைவர் கிம்ஜோங்உன்னுக்கும் இடையில் வடதென் கொரியப் பாதுகாப்பு வளையத்தில் நிகழ்ந்துள்ளது. மீளவும் 2018 செப்ரெம்பர் 1820 ஆகிய திகதிகளில் இரு நாட்டுத் தலைவர்களுக்குமிடையில் வடகொரியத் தலைநகரில் நிகழ்ந்தது. அனைத்து சந்திப்புகளும் இரு நாட்டினது சுமூகமான உறவினை நோக்கியதாகவும் வடகொரியாவின் அணுவாயுதம் பற்றிய அமெரிக்க உரையாடலுக்கான நகர்வாகவுமே காணப்பட்டது. 2018 செப்ரெம்பர் சந்திப்பில் பல முக்கிய விடயங்கள் இருநாட்டுத்தலைவர்களாலும் உரையாடப்பட்டிருந்தன.

அதன்பிரகாரம் உலகளாவிய அரசியலில் உரையாடல் இராஜதந்திரம் (Dialog Diplomacy) அதிக தாக்கத்தினை ஏற்படுத்தக்கூடியது. இருபத்தியோரம் நூற்றாண்டில் எழுச்சி பெற்றுள்ள மென்அதிகார (Soft Power) தந்திரோபாயம் உரையாடலை மிகச்சிறந்த முதலீடாகக் கொண்டு இயங்குகிறது. உரையாடல் மூலம் அழிந்துபோன ஆட்சிகளும், ஆயுதப் போராட்டங்களும் ஏராளம். வெற்றிகரமான முறியடிக்க முடியாத தலைமைகளை எல்லாம் உரையாடல் மூலம் கட்டுப்பாட்டிற்குள் கொண்டுவர முடியும் என்பதை இந்த இராஜதந்திரம் உணர்த்துகிறது. நம்பிக்கையூட்டும் வார்த்தைகளும் உடல்மொழியும், மீள மீள உரைப்பதும் உணர்ச்சியற்று உரையாடுவதும் என பல தளத்தில் உரையாடல் இராஜதந்திரம் நாடுகளால் நகர்த்தப்படுகிறது. தனித்துவமாகவும் சுயமாகவும் ஒரு தலைமையை செயல்படவிடுவதென்பது உறுதியான நிலைத்திருக்கும் முடிவுகளுக்கு இட்டுச் செல்லும் என உரையாடல் இராஜதந்திரம் கருதுகின்றது. இதனால் இடைவிடாது தமது எண்ணத்தையும், கருத்தையும் ஊட்டிக் கொண்டிருத்தல், மீள மீள வலியுறுத்தல், பாராட்டுதல் அல்லது புகழாரம் செய்தல், அத்தகைய ஆட்சியாளன் வேகத்தை அதே திசையில் வேகப்படுத்தல் போன்ற உத்திகளை முன்னிறுத்தி நகர்வதனைக் குறிப்பதாகும். இதனையே வடகொரியா மீது அமெரிக்க – தென்கொரியக் கூட்டு வெளிப்படுத்தியிருந்தது. செப்ரெம்பர்12 ஆம் திகதியிலேயே தென் கொரியா தனது

கடற்படையில் தாக்குதல் திறனை அதிகரிக்கும் விதத்தில் திறன் கொண்ட ஏவுகணையை இணைத்துக் கொண்டது. அதற்கு முன்பு வடகொரியா – தனது எழுபதாவது சுதந்திர தினத்தில் அணுவாயுதமில்லாத அணிவகுப்பொன்றை நிகழ்த்தி தனது நல்லெண்ணத்தை வெளிப்படுத்தியது. இத்தகைய வடகொரியாவின் நகர்வு அமெரிக்க ஜனாதிபதியினால் பாராட்டப்பட்டதுடன் உலகளாவிய மட்டத்திலும் வரவேற்புக் கிடைத்தது.

மேற்குறித்த இரண்டு விடயமும் இரு நாடுகளுக்குமான உறவில் நெருக்கடியை ஏற்படுத்த ஆரம்பித்திருந்தது. வடகொரியப் பாதுகாப்பு விவகாரத்திற்கான வாராந்திரச் சந்திப்பில் தென்கொரியாவில் ஏவுகணை விவகாரம் உரையாடப்பட்டது. இது இயல்பாக விரிசலை ஏற்படுத்திவிடும் என்ற உணர்வு தென்கொரிய – அமெரிக்கத் தரப்பிடம் ஏற்பட்டது. இதனை எப்படி சரிசெய்வதென்ற உரையாடலின் விளைவாகவே தென்கொரிய ஜனாதிபதியும் அவரது துணைவியாரும் வடகொரியாவுக்குத் திடீர் விஜயத்தினை மேற்கொண்டார்.

அதுமட்டுமல்லாது அமெரிக்க ஜனாதிபதி உடனான சிங்கப்பூர் சந்திப்பிற்கு பின்னர் வடகொரிய – அமெரிக்கப் புரிதலில் சரியான வெளிப்பாடு இல்லாதிருந்தது. அதில் குறிப்பாக வடகொரியாவின் ஒரு தலைப்பட்சமான அணுவாயுதப் பரிசோதனைக்கான நிலையங்களை அழித்தமை, அதன் பின்னர் சாற்றலைட் ஒளிப்படங்களில் வெளியான காட்சிகள் இரு தரப்புகளையும் சந்தேகிக்கத் தூண்டின. அதாவது வடகொரியா அழித்ததாக குறிப்பிட்ட அணுவாயுத நிலையங்களில் வாகனங்கள் நடமாட்டத்தை தாம் அவதானித்ததாகவும் வடகொரியா அணுவாயுதத்தினைத் தயாரிப்பதாகவும் அமெரிக்கப் புலனாய்வுத் துறையான சி.ஐ.ஏ. குற்றஞ்சாட்டியது.

இத்தகைய அதிருப்தியை எப்படி குறைப்பதென்ற எண்ணமும் அமெரிக்கா – தென்கொரியாவிடம் எழுந்தது. இதன் பிரதிபலிப்பாகவே தென் கொரியத் தலைவரது வடகொரிய திடீர் விஜயம் நிகழ்ந்திருந்தது. அதனை மேலும் தெளிவுபடுத்த அவர்கள் உரையாடிய விடயங்களை நோக்குவது பொருத்தமாக அமையும்.

இச்சந்திப்பின் பிரதான நோக்கம் இரு கொரியர்களுக்கும் இடையில் மேலதிக ஒத்துழைப்பையும், நல்லிணக்கத்தையும் ஏற்படுத்துதல், அணுவாயுத ஒழிப்பு விடயத்தில் அமெரிக்காவுக்கும் வடகொரியாவிற்கும் இடையில் மத்தியஸ்தராக செயல்படுதல் என

தென்கொரிய ஜனாதிபதி தெரிவித்தார். இரு தலைவர்களும் சந்தித்து உரையாடிய பின்பு கூட்டாக செய்தியாளர் முன் இரு பிரதான அம்சங்களை வெளியிட்டனர். தென் கொரிய ஜனாதிபதி மூன் ஜே இன் குறிப்பிடும் போது, 'வடகொரியா அதன் முக்கிய அணுவாயுத ஏவுகணைச் சோதனைக்கான நிலையங்களை நிரந்தரமாக அழிப்பதற்காக ஒப்புக் கொண்டுள்ளது. அணுவாயுதம் மற்றும் அணுசக்தி பிரயோகம் இல்லாத கொரியத் தீபகற்பம் மாற வடகொரியா சம்மதம் தெரிவித்துள்ளது. வடகொரியா அதன் அணுவாயுத சோதனை நிலையங்களை வெளிநாட்டு நிபுணர்கள் முன்னிலையில் நிரந்தரமாக அழிக்க அந்நாடு ஒப்புக் கொண்டுள்ளது. மேலும் அமெரிக்காவின் பரஸ்பர நடவடிக்கையைப் பொருத்து மீதமுள்ள அணுவாயுத சோதனை நிலையங்களையும் அழிப்பதாக வடகொரியா தெரிவித்துள்ளதாக' அவர் தெரிவித்தார்.

வடகொரிய ஜனாதிபதி கிம் குறிப்பிடும் போது, 'நான் எதிர்காலத்தில் மூன் ஜோ இன் ஐ தென்கொரியாவில் சந்திப்பேன்' என்று தெரிவித்தார். இருவரது வெளிப்பாடுகளும் தெளிவற்ற நட்புறவையே காட்டுகின்றன. உடல் மொழிகள் போன்று அவர்களது உள மொழிகள் அமையவில்லை என்பதையும் உணர்தல் அவசியமானது.

இதேநேரம் அமெரிக்காவின் வெளிவிவகார அமைச்சின் செயலாளர் மைக்பாம்பியோ மீண்டும் வடகொரியாவுடன் பேசப்போவதாக அறிவித்துள்ளார். அவர் தனது அறிக்கையில் அணுவாயுதத் தயாரிப்பிற்கான நிலையங்களை அழிக்க வடகொரியா ஜனாதிபதி கிம் ஒப்புக்கொண்டதை அடுத்து வடகொரியாவுடன் தான் பேச்சு வார்த்தை ஆரம்பிக்கப்போவதாக அறிவிக்கத் தயாராக இருப்பதாகக் குறிப்பிட்டார். சிங்கப்பூர் உச்சி மாநாட்டில் அணுவாயுதங்களை முழுமையாகக் கைவிடுவதற்கு அளித்த உறுதியை எப்படி நிறைவேற்றிக் காட்டுவது என்பது தொடர்பாக வடகொரியாவுடன் பேச்சுவார்த்தை நடாத்த தாம் திட்டமிட்டுள்ளதாகவும் அவர் அப்போது தெரிவித்தார்.

மேற்குறித்த அறிவிப்புக்கள் எல்லாவற்றிலும் ஒரு தரப்பாக நகர்வதனைக் காணமுடிகின்றது. அணுவாயுதத்தைக் கைவிடுவது பற்றியோ, அதன் நிலைகளை அழிப்பது பற்றியோ, வடகொரியா ஜனாதிபதி பத்திரிகையாளர் முன்னிலையில் கருத்து எதனையும் முன்வைக்கவில்லை என்பதை அவதானிக்க முடிகிறது. மறுபக்கத்தில், தென்கொரிய – அமெரிக்க தரப்பே அத்தகைய

கருத்தினை வலியுறுத்தி உரையாடுவதாக இருந்தது. இதன் மூலம் வடகொரிய ஜனாதிபதி ஏதோ ஒரு விடயத்தை அடைய விரும்புவதனைக் காணமுடிகின்றது. அதனை எட்டும் வரை முழுமையாக பிடியை விடாது செயல்படுவது போல் அவரது கருத்துக்கள் அமைந்திருந்தன.

வடகொரியாவின் பலம் அணுவாயுதம் மட்டுமே. அதற்காகவே தென்கொரியாவும் அமெரிக்காவும் இவ்வளவு இறங்கி வந்துள்ளனர். அதனை நன்கு உணர்ந்தவராகவே கிம் காணப்படுகின்றார். அதனால் இலகுவில் அணுவாயுதத்தினை கிம் கைவிடுவார் எனக் கணக்குப் போடமுடியாது. ஆனால் அணுவாயுதத் தயாரிப்பு நிலையங்களை அழிப்பதென்பது சாத்தியமாகலாம். அதிலும் பாவனைக்கு உதவாத நிலைகளை அழித்துவிடுவதென்பது வடகொரியாவிற்கு சாதாரண விடயமாகவே அமைந்திருந்தது. எதுவாயினும் அணுவாயுதத்தினையும் அதற்கான ஏவுகணைத் தொழில்நுட்பத்தினையும் உலகம் எச்சரிக்கை விடுகின்ற போதெல்லாம் அசட்டை செய்துவிட்டு தற்போது அழிக்குமென கணக்குப் போடுவது மிகத் தவறானதாகவே அமையும். எதனை அழித்தாலும் அணுவாயுதத் தொழில் நுட்பத்திற்கான அறிவையும், திறனையும் வடகொரியர் கொண்டிருக்கும் வரை அந்நாட்டு இராணுவ சமநிலையில் பலமானதேயாகும். தென்கொரிய ஜனாதிபதியின் வடகொரிய விஜயம் மீளவும் உடல் மொழியின் அசைவுகளை உலகத்திற்குக் காட்டியுள்ளது. சந்திப்பு வடகொரியத் தலைவரை தனது திசைக்குப் போகவிடாது தடுப்பதாக அமைந்தாலும், வடகொரியத் தலைவரின் போக்கு தனித்துவமானதாகவே இருந்தது.

வடகொரியா-அமெரிக்க உரையாடல் பொருத்தமற்ற அல்லது சாத்தியமற்ற கோரிக்கையால் நெருக்கடிக்குத் தள்ளப்பட்டது. பேச்சுவார்த்தை ஆரம்பித்த மறுதினமே அதன் மீது நம்பிக்கையின்மை ஏற்பட்டுவிட்டது என்பது கவனிக்கத்தக்கது. வியட்னாமில் *(12.12.2018)* தொடங்கிய ட்ரம்ப்-கிம் இரண்டாவது பேச்சுவார்த்தை அதிக எதிர்பார்ப்பை ஏற்படுத்தியிருந்தது. அதன் காரணமாக உலகளாவிய ரீதியில் அணுவாயுதம் தொடர்பான அச்சுறுத்தலுக்குத் தீர்வு எட்டப்படும் என்ற வாதமும் மேலோங்கியிருந்தது. ஆனால் அதனை எல்லாம் இலகுவில் தகர்க்கக் கூடிய பேச்சுக்களில் மைக்கல் பாம்பியோவின் கோரிக்கை அமைந்ததாக ஊடகங்கள் குறிப்பிட்டிருந்தன. அதாவது, பேச்சுக்களை நீடிக்க வேண்டுமாயின் அதற்கான காலத்தை கையாளும் உரையாடலை வெளிப்படுத்துவது

வழமையான உரையாடல் ராஜதந்திரத்தில் பின்பற்றப்படும் உபாயமாகும். மாறாக, பேச்சுக்களை முறிக்க வேண்டுமாயின் சாத்தியமற்ற இலகுவில் நிறைவேற்ற முடியாத கோரிக்கையை முன்வைப்பது ஒரு மரபாகக் காணப்பட்டது. அத்தகைய கோரிக்கை ஒன்றையே அமெரிக்கத் தரப்பு முன்வைத்தது. இது திட்டமிடப் பட்டதாக அமைந்ததா அல்லது எதேச்சையாக நிகழ்ந்ததா என்பது இதுவரை தெரியாத ஒன்றாகவே உள்ளது. அது எவ்வாறானதாக அமைந்தாலும், சி.என்.என். செய்திச் சேவை குறிப்பிட்டது போல் கிம் ட்ரம்ப்வை வைத்து விளையாடி விட்டதாகவே தோன்றுகிறது.

கிம்மைப் பொருத்தவரை அவர் சீனாவின் ஆலோசனைக்கு அமைவாகவே செயல்பட்டவராகவே விளங்கினார். அவர் பேச்சுக்களுக்கு முன்பும் பின்பும் சீனா சென்றே தனது நாட்டுக்கு விஜயம் செய்பவராக உள்ளார். அரசியலில் அனுபவமெதுவும் இல்லாத குழந்தைத் தனமான மனிதன் உலக வல்லரசையே தனது வலிமையால் கையாளுவதென்பது பெரும் பலமான சக்தியுடனான ஆலோசனைக்கு அமைவானதேயாகும். அதனுடன் அதன் பிரதான பலம் அணுவாயுதமாகும். வடகொரியாவின் இராணுவ பலம் அணுவாயுதமாகும் என்பதில் மாற்றுக்கருத்திற்கு இடமில்லை என்றே கூறலாம். அதனால் தான் அமெரிக்கா வடகொரியா விடயத்தில் இறங்கி வந்து செயற்பட்டதென்பது புரிந்து கொள்ளப்பட வேண்டிய விடயமாகும். இதனால் அணுவாயுதத்தை முற்றாகக் கைவிடுவதென்பது வடகொரியாவால் முடியாத காரியம். அதுவே அதன் உயிர் வாழ்வாகும். அதனை இழப்பதென்பது தற்கொலைக்கு ஒப்பானதாகும்.அதனை எந்த அரசியல் தலைவனும் மேற்கொள்ள மாட்டான் என்பதற்கு வரலாற்றில் பல சம்பவங்கள் பதிவாகியிருந்தன. இதனையே கிம் எனும் தலைவன் வட கொரியருக்காக மட்டுமல்ல, உலகத்தில் சிறிய தேசங்களுக்கும் தெரியப்பத்தியுள்ளார். இத்தகைய முன் அனுபவத்தை அநேக தலைவர்கள் பின்பற்றத் தவறுவதில்லை.

கிம்மைப் பொருத்தவரை அதிக இலாபங்களை அடைந்துள்ளார். அதாவது, பேச்சுக்களை அமெரிக்கா தான் குழப்பியது என்ற செய்தியை உலகமெங்கும் பதிவாகியுள்ளார். இரண்டு, தனது சொந்த நாட்டு மக்களிடம் தமது தலைவன் மதிநுட்பமானவன் எனும் பெயரை ஈட்டியுள்ளார். எதற்கும் தயாரானவன் என்பது மட்டுமல்ல, உலக வல்லரசுடன் உரையாடும் திறன் கொண்டவன் தமது தலைவன் என்பதை உறுதிப்படுத்தியுள்ளார். மூன்று, அணுவாயுதத்தைக் கைவிடாததன் மூலம் தனது தேசத்தின்

பலத்தைக் கைவிடாத தலைவன் என்பதை ஏற்படுத்தியுள்ளார். அமெரிக்கா பேன்ற மேற்கு நாடுகள் கூறுவது போல் கிம் ஒரு சர்வாதிகாரியாக இருக்கலாம் ஆனால் தனது தேசத்திற்காக எதனையும் தேவையற்ற வித்ததில் விட்டுக் கொடுக்காதவன் என்ற பெருமையையும் நாட்டின் இறையாண்மையை காப்பாற்றியுள்ளார். அந்த மக்கள் மூச்சுவிடுவதற்கான காலத்தை அடையாளம் காட்டியுள்ளார். கிம் அரசியலில் அரிச்சுவடியாளனாக இருந்தாலும், அதிகம் சாதிக்காதவனாகக் காணப்பட்டாலும் வடகொரியாவின் இருப்பை இழக்கவிடாத தலைவனாக விளங்குகிறமை கவனிப்பிற்கு உரியது.

மறுதளத்தில் ட்ரம்பின் அரசியல் முடிபுகளை அளவிடும் போதுவடகொரியாவைப்பொருத்துகணக்குகள்தவறானவையாகவே அமைந்துள்ளன. இராணுவரீதியிலும் தவறான மதிப்பீட்டைக் கொண்டிருப்பது போல் அரசியலிலும் தவறான மதிப்பீடுகள் காணப்பட்டன. அமெரிக்காவைப் பொருத்தவரை மிக இலகுவான விடயமாக வடகொரிய விவகாரம் காணப்பட்டாலும் அது உலக அரசியலில் ஒரு அங்கம் என்பது கவனிக்கத்தக்கது. வடகொரியாவின் பின்தளத்தில் சீனா, ரஷ்யா மற்றும் ஈரான், சிரியா, பாகிஸ்தான் சார்ந்த ஒரணியொன்றைக் காணமுடிகிறது. எனவே வடகொரிய விடயம் ஒரு பூகோள அரசியல் முக்கியத்துவத்தைக் கொண்டது. அதனால் அமெரிக்கா ஒன்றும் நிரந்தரமாக தோற்றுவிட்டது என்பது அர்த்தமல்ல; மாறாக, ட்ரப்பின் அரசியல் போக்குகள் அமெரிக்காவின் இருப்பை பலவீனப்படுத்துகின்றன. அதனை இலகுவில் தடுத்துவிட முடியாது.

எனவே இப் பேச்சுக்களைக் குழப்புவதில் மைக்கல் பாம்பியோவுக்குப் பங்கிருந்ததை மறுக்க முடியாது. அதில் அமெரிக்காவின் உத்தியும் அடங்கியிருந்தது என்பதைக் கவனிக்கவேண்டும். எப்போதும் உரையாடல்கள் ராஜதந்திர செயல்பாடுகள் தான். அதனை உருவாக்கும் தரப்பாக மட்டும் வெற்றி அடைவதில்லை. இதில் அமெரிக்கர்கள் தவறிவிட்டதாகவே தோன்றுகின்றது. இதன்விளைவு எதிர்கால அமைதிக்கான வாய்ப்புகள் தகர்ந்து போகின்றனவா? அதுமட்டுமன்றி, வல்லரசுகளின் அச்சுறுத்தலுக்குள் அகப்படும் சிறிய அரசுகளின் அணுவல்லமையானது அவசியம் என்ற அனுபவத்தை ஏற்படுத்தியுள்ளது. இதனால் அணுவாயுதத்திற்கான போட்டி அதிகரிக்கவுள்ளது. பெரு வல்லரசுகள் சிறிய அரசுகளிடம் சரணடையும் நிலை எதிர்காலத்தில் ஏற்பட வாய்ப்புள்ளது. அல்லது,

அவ்வகை அரசுகளுடன் நெருக்கமான நட்பினைப் பாராட்ட வேண்டிய நிலை தவிர்க்க முடியாததாக மாற வாய்ப்புள்ளது.

வடகொரியத் தலைமை

வடகொரியாவின் விமானப்படை மற்றும் விமான எதிர்ப்புப் படைப்பிரிகள் சேர்ந்து 2019, நவம்பர் 17-20ஆம் திகதிகளில் பாரசூட் வீரர்களின் திடீர் போர்ப் பயிற்சியில் ஈடுபட்டன. எந்தவித முன்னறிவிப்புமின்றி இராணுவப் பயிற்சி நிகழ்ந்துள்ளதாக தகவல்கள் வெளியாகியிருந்தன. இத்தகைய போர்ப் பயிற்சியை அந்நாட்டின் தலைவர் கிம் நேரடியாக ஆய்வு செய்ததாகவும், அவர் அது தொடர்பில் தெரிவிக்கும் போது வடகொரியாவின் இராணுவத்தை வெல்லமுடியாததாக உருவாக்குவதுடன் போருக்குத் தயார் நிலையில் இருப்பதற்கும் இத்தகைய அறிவிப்பின்றிய போர்ப் பயிற்சிகள் அவசியம் என்று குறிப்பிட்டார்.

அமெரிக்கா தம்முடன் நிகழ்த்தும் பேச்சுவார்த்தையை எளிதாக்குவதற்கும் தென்கொரியாவுடன் அமெரிக்கா நடத்த திட்டமிட்டுள்ள இராணுவப் பயிற்சியை முடிபுக்குக் கொண்டுவர வேணடும் என வடகொரியா அமெரிக்காவிடம் விண்ணப்பித் திருந்தது. ஆனால் அமெரிக்கா 2019 இல் நடாத்தவிருந்த போர்ப் பயிற்சியைத் தள்ளிவைப்பதாக அறிவித்தது.

அமெரிக்காவுடன் பேச்சுவார்த்தை நிகழ்த்திய வடகொரியாவின் மூத்த அதிகாரி கிம் யாங் ஜோல் அமெரிக்காவுக்கு எதிராக தெரிவிக்கையில் ‘இக் கூட்டு இராணுவப் பயிற்சியை அமெரிக்கா ஒத்திவைப்பதென்பது பொருத்தமற்றதாக உள்ளது. நாங்கள் இக்கூட்டு இராணுவப் பயிற்சியை அமெரிக்கா கைவிட வேண்டும். பயிற்சியை தற்காலிகமாக நிறுத்துவதனால் கொரியத் தீபகற்பத்தில் அமைதி மற்றும் பாதுகாப்பு ஏற்படாது. இது இராஜதந்திர முயற்சிக்கு உதவாது. தந்திரமாக அமெரிக்காவுடன் இருந்து பேச்சுவார்த்தை நடாத்த வட கொரியாவுக்கு எந்த உள் நோக்கமும் இல்லை. அமெரிக்கா தனது விரோதப் போக்கு கொள்கைகளை முற்றிலுமாகத் திரும்பப் பெறும் வரை வடகொரியா பேச்சுவார்த்தைக்குத் திரும்பப் போவதில்லை’ என திட்டவட்டமாக அறிவித்தார்.

கிம் ஜோலின் அறிக்கை மிக தந்திரோபாயமிக்கதாகவும் இராஜதந்திர உரையாடலாகவும் அமைந்துள்ளது. முற்றிலும் வளர்ச்சியடைந்த தேசத்தின் தலைமைகள் உரையாடுவது போன்றே

அவ்வறிவிப்பு அமைந்துள்ளது. அமெரிக்க வல்லரசிடம் கூட தற்போது எதிர்பார்க்க முடியாத அளவுக்கு வலிமையானதும் வளர்ச்சி அடைந்ததுமான அறிவிப்பாக தெரிந்தது. இது வடகொரியாவின் முதிர்ச்சியைக் காட்டுகிறது. அது இராஜதந்திரத்திலும் உபாயங்களை வரைபதிலும் வலுமிக்க சக்திகளுக்கு நிகரானதாக மாறியிருந்தது.

அது மட்டுமன்றி, ஒரு சிறிய மக்கள் தொகையையும் சிறிய இராணுவத்தையும் கொண்டுள்ள தேசம் அமெரிக்காவுக்கு சவால்விடும் அளவுக்கு வளர்ந்துள்ளது என்பது கவனிக்கத்தக்க விடயமாகும். இங்கு சவால் என்பது அமெரிக்காவுக்கு சமதையான தேசமாக இல்லை என்பது மட்டுமல்ல பொருளாதாரத்திலும் சமூக கட்டமைப்பிலும் தொழில்நுட்ப வளர்ச்சியிலும் விஞ்ஞான ரீதியான விருத்தியிலும் மிகப் பலவீனமான அரசாகவே வடகொரியா காணப்படுகிறது. ஆனால் அத்தனை பலவீனங்களையும் கடந்து தனது இருப்பையும் மக்களது இருப்பையும் ஆட்சியையும் பாதுகாக்கும் அனைத்து உபாயங்களையும் கொண்டதாக வடகொரியாவை மாற்றியுள்ளது. அதுமட்டுமன்றி, புவிசார் அரசியல்ரீதியில் அதிக நெருக்கடியும் வாய்ப்புகளும் கொண்ட தேசமாக வடகொரியா உள்ளது. ஆனால் நெருக்கடியைக் கடந்து வாய்ப்புக்களை சரியாகவும் திட்டமிட்ட அடிப்படையிலும் வகுத்து கையாண்டுவருவது கவனிக்க வேண்டிய விடயமாகும். இதனை இலங்கைத் தமிழ்த் தலைமைகள் கற்றுக் கொள்வார்களானால் அதிக திருப்பங்களை அடைய முடியும். இதற்கு அடிப்படைக்காரணம் இலங்கைத் தமிழருக்கு வடகொரியா போன்று சிறந்த புவிசார் அரசியல் வாய்ப்புக்கள் குவிந்துள்ளன. மீளவும் ஒரு புவிசார் அரசியல் போட்டி நிகழ்ந்து கொண்டிருக்கிறது. அதனைக் கையாளவும் பிரயோகப்படுத்தவும் ஆரோக்கியமான தலைமைகளும் அதனுடன் கைகோக்கும் அறிஞர்களும் அவசியமானது. இதனால் தமிழ் மக்கள் தமது அரசியல் நெருக்கடியிலிருந்து மீண்டு கொள்ளலாம்.

குறிப்பாக, கிம் திடீரென நிகழ்த்திய போர்ப்பயிற்சியானது அமெரிக்காவின் அனைத்து நகர்வுகளுக்கும் சவாலானதாகவே மாறியுள்ளது. அமெரிக்க-தென்கொரியப் பயிற்சியை ஒத்திவைக்க வைத்ததுடன் அதனை முழுமையாகக் கைவிட கோரியுள்ளதை போர்ப்பயிற்சி மூலம் உணர்த்தியுள்ளது. அதாவது, அமெரிக்கா செய்யவேண்டிய அனைத்தையும் வடகொரியா செய்துள்ளது. இது

பெரும் மிரட்டலாகவே தென்படுகிறது. அத்தகைய மிரட்டலுக்குப் பிரதான காரணம் அணுவாயுதம் மட்டுமல்ல, அதன் புவிசார் அரசியல் பலமுமாகும். அத்தகைய இரண்டையும் கையில் வைத்துக் கொண்டு ஒரு சிறிய தேசிய இனம் அதன் தலைமையினால் திட்டமிட்டு வழிநடத்தப்படுகிறது.

எனவே வடகொரியாவின் திடீர்ப் போர்ப்பயிற்சி வெற்றிகர மானதாகவோ அல்லது பிற சக்திகளை கையாளுவதற்கானதாகவோ இருக்கலாம் அல்லது இல்லாது போகலாம். ஆனால், அமெரிக்காவின் அனைத்து வாய்ப்புகளுக்கும் இழுத்தடிப்புகளுக்கும் அதன் இராஜதந்திர உத்திகளுக்கும் முடிபு கட்டிவிட்டது. இதன் மூலம் தென் கொரியாவையும் ஏனைய நடம்புச்சக்திகளை இழப்பதா அல்லது வடகொரியாவுடன் நிரந்தரப் பகைமையை எற்படுத்துவா என்பதே அமெரிக்காவின் குழப்பமாகும்.

வடகொரிய– அமெரிக்க நெருக்கடி

இரு நாட்டுக்குமான பேச்சுக்கள் முறிந்த பின்னர் வடகொரியாவின் ஆளும் தரப்பின் முக்கிய நபரான சோரியோங்ஹே, பாதுகாப்பு அமைச்சர் ஜோங்க்லோங் தாயெக் தகவல் பரப்புத்துறையின் அதிகாரி பாக்கவாங்ஹோ ஆகிய மூவர் மீதும் அமெரிக்க மனித உரிமை மீறல் குற்றச்சாட்டை முன்வைத்துள்ளது. அமெரிக்க காங்கிரஸ் வட கொரியா தொடர்பான அறிக்கையில் வெளிவிகார அமைச்சகம் முன்வைத்திருந்தது. அத்தகைய அறிக்கையை அடுத்து வடகொரியாவின் அமைச்சு மற்றும் அதிகாரிகள் மீது தடைவிதிக்கும் நடவடிக்கைகளை அமெரிக்கா அறிவித்துள்ளது. மேலும் அவர்களது சொத்துக்களை தடை செய்யும் நடவடிக்கையையும் மேற்கொள்ளப் போவதாக அறிவித்துள்ளது.

அமெரிக்காவின் வெளியுறவுத்துறை செய்தி தொடர்பாளரான ராமர்ட் பல்லாடினோ தெரிவித்திருக்கும் விடயம் வடகொரியாவை அதிகம் பாதித்துள்ளது. அதாவது உலகில் மோசமாக மனித உரிமை மீறப்படும் நாடுகளில் ஒன்றாக வடகொரியா உள்ளது. நீதி விசாரணை இல்லாமல் கொல்வது, பலவந்தமாக வேலையில் மக்களை ஈடுபடுத்துவது, கொடுமைப்படுத்துவது, விருப்பம் போல் நீண்டகாலம் கைதிகளை அடைத்து வைப்பது, பாலியல் வன்முறைக்கு உட்படுத்துவது, கட்டாயக் கருக்கலைப்பை மேற்கொள்வது எனப் பல மனித உரிமை மீறல்கள் நிகழ்வதாக குற்றம் சாட்டியுள்ளார். இதற்குப் பதிலளித்த வடகொரியா

அமெரிக்காவின் செயல் கொரியத் தீபகற்பத்தில் அணுவாயுத ஒழிப்புக்கான பாதையை நிரந்தரமாக மூடிவிடும் என எச்சரித்தது. அமெரிக்காவின் செயல் அதிர்ச்சியையும் கோபத்தையும் ஏற்படுத்தியுள்ளதாக வடகொரியா வெளிப்படுத்தியிருந்தது.

இங்கு இரண்டு பிரதான சந்தேகங்கள் இரு நாடுகள் மீதும் ஏற்படுகின்றன. ஒன்று அமெரிக்காவின் மனித உரிமை பற்றிய வெளிப்பாடு. ஏற்கெனவே அமெரிக்கா மனித உரிமைகள் கவுன்சிலிருந்து வெளியேறிய நிலையில் மனித உரிமையை வட கொரியா பின்பற்றவில்லை எனக் கூறுவது எப்படி நியாயமானதாக அமையும்! இஸ்ரேலிய நலன்களுக்காக மனித உரிமைகள் அமைப்பிலிருந்து வெளியேறிய அமெரிக்கா அதனை மிக நீண்டகாலமாக அரசியலாகப் பயன்படுத்திய அமெரிக்கா மீண்டும் அவ்வாறு சிந்திக்க ஆரம்பித்துள்ளது. உலகத்திற்கே அமெரிக்கா மனித உரிமையையும் ஜனநாயகத்தையும் போதிகிறது. இஸ்ரேல் பலஸ்தீனத்தின் மேற்கொள்ளும் மனித உரிமை மீறல் பற்றி எந்த உரையாடலும் மேற்கொள்ளாது வடகொரியா பற்றி கூறுவது அதிக அரசியல் சார்ந்தது. அதிலும் வடகொரியாவின் ஆளும் தரப்பின் மீதான குற்றச்சாட்டு அரசியல் உள்நோக்கம் கொண்டதே.

காரணம், வடகொரியா – அமெரிக்கா – சிங்கப்பூர் மகாநாடு உலகத்தினால் உற்றுப் பார்க்கப்பட்டு வருகிற ஒன்றாகும். அதில் அமெரிக்கா வடகொரியாவின் வலையில் விழுந்துள்ளதாகவே அரசியல் விமர்சனம் உண்டு. சிங்கப்பூர் மகாநாட்டில் பரஸ்பரம் பரிமாறப்பட்ட விடயங்களிலிருந்து வட கொரியா எவ்வளவு தூரம் நகரமுடியுமென கணக்குப் போட்டதோ அதையும்விட அதிக தூரம் வடகொரியா நகரத் தொடங்கிவிட்டது. அணுவாயுதத்தை மட்டுப்படுத்தப் போவதாகக் கூறிய வடகொரியா ஏவுகணைப் பரிசோதனையை மேற்கொண்டது மட்டுமன்றி, அணு உலைகளைப் பாதுகாப்பாகப் பராமரித்து வருவதாகவே பென்டகன், மற்றும் சி.ஐ.ஏ என்பன குற்றம்சாட்டியிருந்தன. அத்தகைய குற்றச்சாட்டைக் கடந்து அமெரிக்கா வடகொரியாவுடன் பேச்சுக்களை நடாத்திவந்தது. இந்தோ-பசுபிக் பிராந்தியத்தின் அமெரிக்க உறவைப் பலப்படுத்துவதில் வெற்றி கண்டுவரும் அமெரிக்கா வடகொரியாவைக் கையாள ஆரம்பித்திருந்தது. இந்தோ – பசுபிக் வட்டகையில் உள்நாடுகளுடன் உறவைப் பலப்படுத்தும் அமெரிக்கா வடகொரியா உறவைப் படிப்படியாகக் கைவிடத் திட்டமிட்டுக் கொண்டது. இருந்தபோதும், சிங்கப்பூர்

மகாநாட்டுக்குப் பின்பு வடகொரியா மீது பாரியத் தாக்கத்தை அமெரிக்காவால் ஏற்படுத்த முடியவில்லை என்பது கவனத்திற்குரியது.

வடகொரியாவைப் பொருத்தவரை அதன் இருப்பு, பலம் அனைத்துமே அணுவாயுதமே. அதனை முன்வைத்து அமெரிக்காவை வழிக்குக் கொண்டுவந்த வடகொரியா அதனை இழக்காது பாதுகாக்க மீண்டுமொரு வாய்ப்பு கிடைத்திருந்தது. சிங்கப்பூர் மகாநாட்டுக்குப் பின்பு அமெரிக்காவின் எல்லைக்குள் நுழைந்த வடகொரியா பொருளாதார வாய்ப்புக்களையும் அரசியல் உறுதிப்பாடு பற்றியும் அதிக எதிர்பார்ப்பைக் கொண்டிருந்தது. ஜப்பான் மற்றும் தென்கொரியாவைக் கையாளும் சூழலைப் பலப்படுத்திக் கொண்ட வடகொரியா பொருளாதார வாய்ப்புக்களை எதிர்பார்த்த அளவு பெற்றுக் கொள்ளமுடியவில்லை. ஆனால் மேற்கிடமில்லாத பொருளாதார வாய்ப்பினை பிற பிராந்தியங்களில் தேடுவதில் கரிசனை கொண்டது. அதில் அதிக வெற்றியைப் பெறமுடியாது விட்டாலும், ஓரளவு பொருளாதார நெருக்கடியை வெற்றி கொண்டது எனலாம்.

ட்ரம்ப்பின் வடகொரிய விஜயம்

2019ஜூனில் சர்வதேச அரசியல் பரப்பில் மீண்டும் ஒரு இராஜதந்திர நிகழ்வு பதிவானதாக ஊடகங்கள் முதன்மைப்படுத்தின. குறிப்பாக, வடகொரிய அமெரிக்க முறுகல் நிலை புதிய திருப்பங்களை ஏற்படுத்தியுள்ளது. இராஜதந்திரமானது மேற்குலகத்தின் கலையாகப் பார்க்கப்பட்டாலும் சீனர்களும் அதில் சளைத்தவர்கள் இல்லை என்பதை பல தடவைகள் நிறுவியுள்ளனர். இங்கு சீனா, ரஷ்யா, வடகொரியா, அமெரிக்க சார்ந்த பெரும் பரப்பொன்றின் நகர்வுகள் நிகழ்ந்து முடிந்துள்ளன. ட்ரம்ப்-கிம் சந்திப்பானது வரலாற்றில் பதிவுகளாகப் பேசப்படும் அளவுக்கு நிழ்வுகள் பதிவாகியுள்ளன. வடகொரியா தொடர்பில் இரண்டு வரலாற்றுப் பதிவு ஏற்பட்டுள்ளது. அதாவது 14 வருடங்களுக்குப் பின்னர் ஜூன்20,2019அன்று சீன ஜனாதிபதியும் 66 வருடங்களுக்கு பின்னர் ஜூன்30, 2019அன்று

அமெரிக்க ஜனாதிபதியும் வடகொரியாவின் மண்ணைத் தொட்டுள்ளனர் என்பதாகும். இத்தகைய பதிவில் ட்ரம்ப்பின் விஜயம் அதிக முக்கியத்துவமுடையதாகத் தெரிகிறது. இச்சந்திப்பானது அமெரிக்க ஜனாதிபதியின் விருப்பின் பேரிலேயே நிகழ்ந்ததாகத் தகவல்கள் உறுதிப்படுத்தியிருந்தன. முதல் முதலில் அமெரிக்க ஜனாதிபதி ஒருவர் வடகொரியாவுக்குள் வருகை தந்ததாக வடகொரிய ஊடகங்கள் பெருமிதம் கொண்டுள்ளன. இதனாலேயே இச்சந்திப்பினை வரலாற்று முக்கியத்துவம் வாய்ந்ததென அவை தெரிவித்தன. இவர்களது சந்திப்பு ஏறக்குறைய ஒரு மணித்தியாலம் நீடித்ததாகவும், மீண்டும் நின்று போன பேச்சுக்களை ஆரம்பிக்க வாய்ப்பு ஏற்பட்டுள்ளதாகவும் ஊடகங்கள் தெரிவித்திருந்தன. இரு தலைவர்களும் எதிர்காலத்தில் நெருங்கிய தொடர்பில் இருக்கவும், கொரிய தீபகற்பத்தை அணுவாயுதமற்ற தேசமாக மாற்றுவதற்கும் முயற்சி ெசய் என்றும் குறிப்பிடப்பட்டது. அது மட்டுமன்றி, இரு தரப்புகளுக்குமிடையில் ஒரு புதிய முன்னேற்றம் ஏற்பட வாய்ப்பு கிடைத்துள்ளதை உணரமுடிகிறது. அதுமட்டுமன்றி, மீண்டும் பேச்சுவார்த்தையை ஆரம்பிப்பதற்கான சூழல் அமைந்துள்ளதாகவும் அதற்கான குழுவை உருவாக்குவது பற்றி பேசப்பட்டதாகவும் தெரியவந்தது. அத்துடன் இரு தலைவர்களும் பேசிக்கொண்டவற்றைப் பார்க்கும் போது விட்டுக் கொடுப்பும் நட்பும் நம்பிக்கையும் தென்பட்டன. இது ஓர் உலகத்திற்கான தருணம் என ட்ரம்ப் குறிப்பிட கடந்தகாலத்தை மறந்துவிட்டு புதிய எதிர்காலத்தை நோக்கிப் பயணத்தைத் தொடங்க அமெரிக்கா வித்திட்டுள்ளதாக கிம் குறிப்பிட உரையாடல் மிக நெருக்கமான நட்பை வெளிப்படுத்தியது. இறுதியில் இரு தலைவர்களும் தமது நாட்டுக்கு வருமாறு அழைப்பு விடுத்ததுடன் சந்திப்பு முடிபுக்கு வந்திருந்தது. ஆனால் மேற்குலக ஊடகங்கள் மிகத் தெளிவாக இது ஒரு இராஜதந்திர நிகழ்வாகவே பதிவு செய்திருந்தன.

இங்குள்ள பிரதான கேள்வி மேற்குலகம் இராஜதந்திரமாகக் கருதும் போது வடகொரிய ஊடகங்களும் கீழைத்தேச ஊடகங்களும் வரலாற்று நிகழ்வாகப் பதிவு செய்திருந்தன. அமெரிக்க ஜனாதிபதி ஒருவர் வடகொரியாவுக்குள் வருகை தருவதென்பது வரலாற்று நிகழ்வானாலும் அது ஓர் இராஜதந்திர நகர்வாகவே அமையும். காரணம், பெரும் எதிரிகளாகக் காணப்பட்ட இரு தரப்புகளும்

பேச்சுவார்த்தைக்கு வந்தது மட்டுமல்ல, அதிலும் அதிக முரண்பாட்டுடன் வெளியேறியதும் எல்லோரும் பார்த்த விடயம். ஆனால் தொடர்ச்சியாக முரண்பாட்டு தகவலும் அதேநேரத்தில் சுமுகமான டுவிட்டர் குறிப்புகளும் கடிதப்பரிமாற்றமும் நிகழ்ந்து கொண்டிருந்தது அவதானிக்க முடிந்தது. ஆனால் வடகொரியாவுக் குள்ளேயே சென்று ஒரு வல்லரசு நாட்டின் தலைவர் சந்திப்பை ஏற்படுத்தியது என்பது தந்திரமாகக் கொள்வதனை விட வேறு எதுவாகவும் அமையவாய்ப்பில்லை. அது வெள்ளையின ஆதிக்கத்தின் அடையாளம் என்பதை மறுக்க முடியாது.

அத்தகைய தந்திரத்திற்கான அடிப்படை நிச்சயமாக ரஷ்ய-சீன ஜனாதிபதிகளின் விஜயங்கள் ஏற்படுத்தியிருக்க வாய்ப்பு அதிகம். அவர்கள் இருவரும் புவிசார் அரசியல் தளத்திலும் பொருளாதார இராணுவத்தளத்திலும் மிக நெருக்கமாகவும் பாதுகாப்புத் தடுப்பு சுவராகவும் செயல்படும் போக்கு காணப்படுகிறது. அதன் அடிப்படையில் இரு தலைவர்களும் ஜப்பான் மகாநாட்டில் அமெரிக்க ஜனாதிபதியைச் சந்தித்ததன் விளைவுகளாகக் கூட அமைய வாய்ப்பிருந்தது. அதனால் தவிர்க்க முடியாது வடகொரியத் தலைவரை ட்ரம்ப் சந்திக்க வாய்ப்பிருந்திருக்கலாம்.

அமெரிக்கஜனாதிபதி தேர்தலில் போட்டியிடத்திட்டமிட்டிருந்த ட்ரம்ப் வடகொரியாவுடனான உறவை முக்கிய வரலாற்றுப் பதிவாகப் பயன்படுத்த முடிவெடுத்திருக்கவும் வாய்ப்பிருந்தது. அவரது காலத்தில் சர்வதேச அரசியலில் அமெரிக்கா அதிகமானவற்றை இழந்துள்ளதாகப் பெரும் விமர்சனம் உண்டு. அதனை முறியடிக்கும் விதத்தில் இவ்வகை நிகழ்வுகளைப் பதிவு செய்ய முயன்றதன் விளைவாக வடகொரிய விஜயம் அமையலாம். அமெரிக்க ஜனாதிபதி பதவி என்பது அமெரிக்காவுக்கானது என்பதை விட சர்வதேசத்திற்கானது என்பதே முதன்மையானதாக அமைந்திருந்தது. காரணம், அத்தகைய பதவியினாலேயே அமெரிக்காவின் அரசியல் மட்டுமல்ல பொருளாதாரமும் இராணுவபலமும் பலமடங்காக வளர்ந்தன. அதனாலேயே அமெரிக்க அரசியலமைப்பிலேயே அத்தகைய முக்கியத்துவம் கொடுக்கப்பட்டுள்ளது. அமெரிக்க ஜனாதிபதி உலகத்தலைவராக மதிக்கப்படுவதும் அத்தகைய மனோநிலையை மையப்படுத்தியே ஆகும்.

ஜப்பான் தலைநகரில் நடைபெற்ற ஜி20 மகாநாட்டில் சீன ஜனாதிபதியுடனான சந்திப்பை அடுத்து இருநாடுகளுக்குமான வர்த்தகப்போரை இலகுபடுத்த ட்ரம்ப் முடிவெடுத்துள்ளதை அறிவித்திருந்தார். அதனால் சீனாவுடனும் ரஷ்யாவுடனும் சுமுகமான உறவைக் கொண்டிருக்க முனைந்ததன் விளைவாக வடகொரியத் தலைவரை வலிந்து தேடி சந்திப்பு நிகழ்ந்திருக்க வாய்ப்பிருந்தது. ரஷ்ய ஜனாதிபதி புடினுடனான சந்திப்பின் போது அடுத்த தேர்தலில் தலையிடாது இருக்குமாறு உரையாடிக் கொண்டதாக ஊடகங்கள் சிலாகித்தார் ட்ரம்ப். அவ்வாறு செயல்பட்டதன் மூலம் ரொய்டர், சிஎன்என் போன்ற ஊடகங்களை அதிகம் விமர்சித்திருந்தமை நன்கு தெரிந்ததே. காரணம், இரு ஊடகங்களும் ட்ரம்ப்யையும் புடினையும் அதிகமாக விமர்சித்துவருகின்றன.

சீனாவுடனான வர்த்தகப் போரில் அமெரிக்காவின் வளர்ச்சியைவிட சீனாவின் வளர்ச்சி அதீதமானதாக உள்ளது என பிபிசி தெரிவித்துள்ளது. ஏறக்குறைய அமெரிக்க உலகப் பொருளாதாரம் 5.6சதவீதமாக அமைய சீனாவினுடைய வளர்ச்சி 24.56 வீதமாக உள்ளதாகத் தெரியவருகிறது. அதனால் சீனாவுடன் ஒரு சுமூக உறவை ஏற்படுத்த வடகொரிய விஜயத்தினை ட்ரம்ப் தெரிவு செய்திருக்கலாம். சீன ஜனாதிபதி ட்ரம்பைச் சந்தித்த போது வடகொரியா மீதான பொருளாதாரத் தடையைத் தளர்த்துமாறு கோரிக்கை விடுத்திருந்தார். அதற்கான பதிலாகவும் இந்நிகழ்வு அமைந்திருக்கலாம்.

இருதரப்பு சந்திப்பானது வரலாற்று நிகழ்வாக அமைந்தாலும், அடிப்படையில் அமெரிக்காவின் தந்திரோபாயமாகவே அமைந்தது ட்ரம்ப் தனது ஆட்சிக்காலத்தில் ஒரு பதிவை ஏற்படுத்தியுள்ளார். அதிலும் எதிர்தரப்பிடம் அவர் ஒரு தந்திரோபாய நகர்வை செய்துள்ளமை குறிப்பிடத்தக்க விடயமாகும்.

மைக் பாம்பியோவின் வடகொரியா விஜயம்

வடகொரியா-அமெரிக்க உறவு முற்றாகவே துண்டிக்கப் பட்டிருந்தது. அமெரிக்க வெளிவிவகாரச் செயலாளர் மைக் பாம்பியோ வடகொரியாவுடன் மீளவும் பேசுவதற்கான வாய்ப்பினை உருவாக்கும் விதத்தில் அக்டோபர்7, 2018அன்று வடகொரியாவுக்குப் பயணம் மேற்கொண்டிருந்தார். சிங்கப்பூர் உச்சி மாநாடு ஏற்படுத்திய

விளைவுகளில் ஒன்றாக அமெரிக்காவின் வடகொரியா மீதான இராஜதந்திர அழுத்தத்திற்கான திறவுகோலாக மாறியுள்ளது. அமெரிக்க வெளிவிவகாரச் செயலாளர் வடகொரியாவிற்கு மேற்கொண்ட அரசமுறைப் பயணத்தின் முக்கிய நோக்கம் வடகொரியாவின் அணுவாயுதத்தை முற்றாக அழிப்பதற்கான காலத்தை வேகப்படுத்துவதாகும். இவ்வாறு அமெரிக்கா அழுத்தம் கொடுத்து அணுவாயுதத்தினை அழிப்பதற்காக மேற்கொள்ளும் முயற்சி ஒவ்வொன்றும் வடகொரியாவின் பக்கத்தில் அதிருப்திக்கு வழிவகுக்கின்றது. அதற்குச் சான்றாக அவ்வளவு விரைவாக அணுவாயுதத்தினை அழிக்க முடியாது என அறிக்கை மூலம் தெரிவித்துள்ளது. பாம்பியோ வடகொரியா ஜனாதிபதி கிம் யோங் உன்னைச் சந்திக்காது தவிர்த்ததுடன் வடகொரியாவின் உயர் அதிகாரிகளைச் சந்தித்து உரையாடியதோடு அணுவாயுதம் பற்றிய வடகொரியாவின் நடவடிக்கையைத் துரிதப்படுத்துமாறு வேண்டிக் கொண்டார். அதுமட்டுமன்றி சிங்கப்பூர் உச்சி மாநாட்டில் இரு நாடுகளுக்குமிடையில் ஏற்பட்ட பேச்சுவார்த்தையின் போது எட்டப்பட்ட உடன்படிக்கைகள் குறித்து உரையாடியதோடு விரைவாக அணுவாயுத உற்பத்திக்கான தளங்களையும் அணுவாயுதத்தினையும் அழிக்க நடவடிக்கை எடுக்குமாறு வேண்டியிருந்தார். மேலும் வடகொரியா அணுவாயுதங்களை முற்றிலும் அழித்த பின்னரே வடகொரியா மீது விதிக்கப்பட்ட பொருளாதாரத் தடை விலக்கிக் கொள்ளப்படும் என்றும் உறுதிப்பட பாம்பியோ தெரிவித்தார்.

வடகொரியா விஜயத்தை முடித்த அமெரிக்க வெளிவிவகாரச் செயலாளர் ஜப்பான் பயணமானார். அங்கு தென்கொரியா – ஜப்பான் அமெரிக்கத் தலைவர்கள் நீண்ட நேரம் உரையாடிய பின்னர் வடகொரியா மீதான பொருளாதாரத் தடை பற்றி மீண்டும் வலியுறுத்தியிருந்தார். சிங்கப்பூர் மாநாட்டில் உரையாடியது போன்று அமெரிக்கா தனது ஒத்துழைப்பு நாடுகளுடன் இராணுவ ஒத்திகையையும் பயிற்சியையும் கைவிட்டதோடு வடகொரியாவின் மீதான அழுத்தங்களை மட்டுப்படுத்தியும் வந்தது என அவர் தெரிவித்தார். ஆனால் வடகொரியா தரப்பில் ஏவுகணைப் பரிசோதனை, அணுவாயுத பரிசோதனைக்கான நடவடிக்கைகள் போன்றவற்றில் முழுமையான விட்டுக்கொடுப்பை செய்ய

முன்வரவில்லை என்றும், அணு மற்றும் ஏவுகணைத் திட்டங்களில் உட்கட்டுமானங்களை மேம்படுத்துவதாக அமெரிக்க உளவுத்துறை அதிகாரிகளது அறிக்கை வெளிவந்துள்ளது என்றும் குறிப்பிட்டார்.

இத்தகைய குற்றச்சாட்டுக்களை மறுத்துள்ள வடகொரியா விரைவுபடுத்தும் அமெரிக்காவின் மனோநிலை வருத்தம் அளிப்பதாகவும் சந்தேகம் நிலவுதாகவும் தெரிவித்திருந்தது. வடகொரியாவின் அணுவாயுதங்களைக் கைவிடுவதற்கு தன்னிசையாக அழுத்தம் கொடுப்பதற்கு சிங்கப்பூர் உச்சி மாநாட்டின் நோக்கத்திற்கு எதிராக அமெரிக்கா சென்றுவிட்டதாகவும் அணுவாயுத ஒழிப்பிற்கு வடகொரியாவிடம் இருந்து உறுதிமொழியைப் பெற்றுக் கொள்வதே பாம்பியோவின் வடகொரியா விஜயத்தின் நோக்கம் என்றும் வடகொரியா ஊடகங்கள் தெரிவித்தன. மேலும் வடகொரியா ஜனாதிபதியுடனான சந்திப்பை பாம்பியோ தவிர்த்ததோடு அவரது நெருங்கிய அரச அதிகாரியான கிம் ஜாங் சோலை சந்திப்பு ஏவுகணை சோதனை உட்பட ஆயுத ஒழிப்புக்கான காலத்தைப் பற்றிய உரையாடலை மேற்கொண்டதோடு தீர்க்க முடியாத பிரச்சனைகளைத் தீர்த்துக் கொள்வதற்கு பாம்பியோ உரையாடல் ஒன்றை ஆரம்பித்து இருந்திருந்தார். இத்தகைய விடயங்களில் மேலும் உரையாடுவதற்கான எண்ணத்தை அமெரிக்கா வெளிப்படுத்தியதோடு வடகொரியாவின் ஒத்துழைப்பினை எதிர்பார்ப்பதாகவும் அமெரிக்க வெளியுறவுச் செயலாளர் வலியுறுத்தியிருந்தார்.

இருதரப்புகளுக்குமான உத்திகள் அடங்கிய வெளி ஒன்று உருவாகியுள்ளது. அந்த வெளி அமெரிக்காவிற்கான வாய்ப்புக்களை அதிகரித்துள்ளது என்பதை உணரமுடிகின்றது. அமெரிக்கா வடகொரியாவுடனான உரையாடலை வடகொரியா தலைமையைத் தவிர்த்து அதிகாரிகளோடு ஆரம்பிக்கத் துணிகின்றது. இம் நடைமுறை ஜனாதிபதிக்கும் அதிகாரிகளுக்குமான இடைவெளியைக் கையாளுவதற்கான வாய்ப்பை ஏற்படுத்தும். சிங்கப்பூர் உச்சி மாநாட்டுக்கு முன்னர் ஜனாதிபதி கிம் ஜோங் உன் தனது இராணுவத் தளபதிகளைப் பதவி நீக்கம் செய்தமை அவ்வகை முரண்பாட்டின் ஓர் அங்கமாகவே அமைந்திருந்தது. இதன் தொடர்ச்சி சிவில் அதிகாரக் கட்டமைப்பிலும் ஏற்பட ஆரம்பிக்கும். அது வடகொரியாவின் அரச இயந்திரத்தைப் பாதிப்புக்குள்ளாக்கும்.

இதுமட்டுமன்றி, அணுவாயுதமும் பொருளாதாரமும் என்ற இழுபறிக்குள் அமெரிக்கா வடகொரியாவைக் கையாள ஆரம்பித்திருந்தது. இது உலக நியாய ஆதிக்கத்திற்குள்ளும் செறிவான தாக்கத்தை ஏற்படுத்தக்கூடியது ஒன்று. அதாவது, சர்வதேச அரசியல் பொறிமுறையில் பொருளாதாரத்துக்குக் கொடுக்கும் முக்கியத்துவம் அதன் பாதிப்புக்கள் நாட்டின் இருப்பையும் மக்களின் பாதிப்பையும் உத்தரவாதப்படுத்தக் கூடியவை. அதனால் வடகொரியாவின் அணுவாயுதம் பற்றிய கொள்கைகள் உலகளாவிய ரீதியில் பொருளாதாரத்துக்குக் கொடுக்கும் முக்கியத்துடன் ஒப்பிடும் போது பலவீனமானதாகவே பார்க்கப்படும். அதே நேரம் அணுவாயுத பலத்தை வடகொரியா இழந்தால் அமெரிக்காவின் கால்களில் சரணடையும் அபாய நிலை தவிர்க்க முடியாததாகும். அவ்வாறாயின், ஏன் சிங்கப்பூர் உச்சி மாநாட்டுக்கு வடகொரியா உடன்பட்டது என்ற கேள்வி எழும். அதற்கான பதில் இலகுவானது. அதாவது, கொரியாக்குடாவில் ஏற்பட்ட கொதிநிலை வடகொரியா தொடர்பான சர்வதேச அபிப்பிராயத்தை மிக மோசமானது எனப் பாதித்திருந்தது. அதுமட்டுமன்றி, போரை விரும்பும் நாடாகவும் வடகொரியா மீது குற்றம் சாட்டப்பட்டு இருந்தது. அதுமட்டுமன்றி, வடகொரியாவின் அணுவாயுதம் அமெரிக்கா மீதான அச்சுறுத்தலை அதிகப்படுத்தி யிருந்தது. இத்தகைய சந்தேகங்களையும் அச்சுறுத்தல்களையும் தீர்த்துக் கொள்வதற்காகவே சிங்கப்பூர் உச்சி மாநாடு. ஆனால் அமெரிக்கா அவ்வுச்சி மாநாட்டைப் பயன்படுத்திக் கொண்டு வடகொரியாவின் எல்லைக்குள் நகரத் தொடங்கியிருந்தது. அமெரிக்காவின் இத்தகைய நடவடிக்கை வடகொரியாவின் இராணுவ ரீதியான அடிப்படையையும் பொருளாதார பலத்தையும் சமஅளவில் கண்காணிக்க ஆரம்பித்துள்ளதை உணர்த்துகிறது. வடகொரியாவின் பொருளாதாரமும் இராணுவமும் அமெரிக்காவின் பிரவேசத்திற்குப் பின்னர் ஒரே திசையில் பயணிப்பது என்பது கடினமானது. இதனைக் கட்டுப்படுத்துவதற்கு வடகொரியா அரச இயந்திரம் தனித்து இயங்குவது என்பது கடினமானது. பிராந்திய அளவிலும் சர்வதேச அளவிலும் கூட்டாகத் தொழிற்படுவது என்பது தவிர்க்க முடியாதது. அமெரிக்காவை வடகொரியா தனித்து கையாள்வது என்பது கடினமானது. சீனா, ரஷ்யா என்பவற்றின்

ஒத்துழைப்போடு அவற்றின் பிராந்திய நலன்களோடு இசைந்து வடகொரியா பயணிப்பதன் மூலம் சாதகமான முடிவுகளை எட்ட முடியும். பேச்சுவார்த்தை வரையில் சீனாவுடனான ஒத்துழைப்பு வடகொரியாவிற்கு இருந்ததோடு ரஷ்யா – சீனா – வடகொரியா இணைவு பிராந்திய அரசியலின் இருப்பை நிர்ணயித்து வந்தது. இதன் தொடர்ச்சி அவசியமானது. தொடர்ச்சி மீறப்படுகின்ற போது வடகொரியாவை அமெரிக்கா இலகுவில் வீழ்த்தி விடும்.

கிம் ஜோங் உன் உடனான சந்திப்பை பாமிபியோ தவிர்த்தாரா அல்லது கிம் ஜோங் உன் தவிர்த்தாரா என்ற சர்ச்சை பிரதான அம்சமாகும். பாம்பியோ தவிர்த்திருந்தால், வடகொரியாவின் ஜனாதிபதி கிம்ற்குப் பெரும் அவமானமாகும். கிம் ஜோங் உன் தவிர்த்திருந்தால் வடகொரியாவின் அரசியல் பொறிமுறைக்கு சரியான திட்டமிடல் ஒன்று வகுக்கப்படுவதை உணர்த்துவதாக அமையும். வடகொரியா தனித்து அமெரிக்காவைக் கையாளுவதை விடுத்து பிராந்திய நட்பு சக்திகளோடு கூட்டாகப் பயணிப்பது இலாபகரமானது.

முடிவுரை

கொரியக் குடாவும் அமைதிப் பேச்சுக்களும் எனும் பகுதி அரசுகளதும் ஆட்சியாளரதும் உபாயங்களையும் ஆளுமைகளையும் சார்ந்ததாகக் காணப்படுகிறது. இதில் வடகொரியத் தலைமையின் வியூகம் அவ்வாறே அமெரிக்காவின் உபாயம் என்பன மோதிக் கொண்டாலும் அதற்குப் பின்புலத்திலுள்ள சக்திகளின் நலன்களும் அத்தகைய உரையாடலுக்குள் அடங்கியிருந்தன. வடகொரியாவுக்கு ரஷ்யாவும் சீனாவும் சமபலத்தைக் கொடுத்தது போல் அமெரிக்காவுக்கும் ஜப்பான் தென் கொரியா இணை அனுசரணை வழங்கிய நாடுகளாக விளங்கின. இதனால் வட கொரியா எதிர் அமெரிக்கா என்பது சமவலுவுடைய தரப்புக்களுக்கிடையிலான பேச்சுவார்த்தைக் களமாக அமைந்திருந்தது. இதில் சிறிய நாடான வடகொரியா அமெரிக்காவின் பலத்துடன் ஒப்பிடும் போது அதிக அரசியல் இலாபங்களை எட்டியுள்ளது. அதன் பிரகாரம் கிம்ஜோங் உன் வடகொரியாவின் தலைவராக மதிக்கப்படுகிறதற்கு அருகதையுடையவராக விளங்குகிறார். அமெரிக்கப் பொறிக்குள் சிக்காமலும் ரஷ்ய-சீன நலன்களுக்குள் மட்டுப்படாமலும் ஆனால் அவற்றைப் பகைக்காமலும் வடகொரியாவின் அரசியலை சுமூகமாக

நகர்த்தியுள்ள தலைவராக விளங்குகிறார். சர்வாதிகார சோஷலிஸத்தைக் கொண்டுள்ள தலைமையாக விமர்சிக்கப் பட்டாலும் வடகொரியாவின் தேசியத்தைப் பாதுகாக்கும் தலைவராக உள்ளமை குறிப்பிடத்தக்கதாகும். வடகொரிய மக்களை அமெரிக்க அடிமைகளாக மட்டுமல்ல, வேறு எந்த நாட்டின் அடிமைகளாகவும் அகப்பட்டுவிடாமல் பாதுகாத்துள்ள தலைமையாக கிம் விளங்குகிறார். ஆனால் அவரது உத்தி வடகொரியாவைப் பாதுகாத்ததே அன்றி கொரியக் குடாவின் அமைதி சாத்தியமானதொன்றாக உருவாக்க முடியவில்லை. வடகொரியா மீது அமெரிக்காவும் ஏனைய நாடுகளும் விதித்த பொறியை வடகொரியத் தலைமை வென்றாலும் கொரியக் குடாவின் அமைதியை ஏற்படுத்த முடியவில்லை. இப்பகுதி போர்ப் பயிற்சிகளாலும் ஏவுகணைப் பரிசோதனைகளாலும் மற்றும் ஆயுதக் குவிப்பினாலும் தொடர்ந்தும் கொதிநிலையிலேயே உள்ளது. அமெரிக்காவின் அரசியல், பொருளாதார, இராணுவ நலன்கள் இப்பிராந்தியத்தில் மட்டுமல்ல, உலகளாவிய ரீதியில் இருக்கும் வரையும் எந்தப் பிராந்தியத்திலும் அமைதி சாத்தியமற்றது. அது அமெரிக்காவுக்கு மட்டுமானதல்ல. உலகளாவிய அனைத்து வல்லரசுகளது அணுகுமுறைக்கும் பொருந்தும். எனவே அமெரிக்க நலன்களுக்கு நெருக்கடியும் தேவைப்பாடும் ஏற்படும் போது மீளவும் பேச்சுவார்த்தை பற்றிய இராஜதந்திர நகர்வு நிகழும். வடகொரியாவின் அணுவாயுதப் பலமே அமெரிக்காவின் இலக்காகும்.

༺

இலங்கையும் வடகொரியாவும்

அறிமுகம்

இலங்கையும் வடகொரியாவும் எனும் பகுதி இரு நாட்டுக்குமான இராஜீக உறவினையும் அதனால் ஏற்பட்டுள்ள உறவினையும் விபரிப்பதாக உள்ளது. வடகொரியா ஓர் இடதுசாரி அரசாக உள்ளதனால் அதனுடனான உறவு இலங்கையில் இடது சாரிகளது கூட்டரசாங்கம் ஆட்சியின் போது ஆரம்பிக்கப்பட்டது. சோஷலிஸ முகங்களின் இருப்பு உலகத்தில் சாத்தியமானபோது உருவாக்கப்பட்ட உறவானது வர்த்தக நோக்குடன் நீடிக்கப் பட்டதைக் காணமுடிகிறது. சமகாலத்தில் மனித உரிமை பொருத்தும் வர்த்தக உறவு நிலையிலும் இரு நாடுகளுக்குமான இராஜீக உறவு நிலவுகிறது.

இராஜீக உறவு

1970, 15 யூலையில் வடகொரியா தனது தூதரகத்தினை இலங்கையின் தலைநகராக கொழும்பில் ஆரம்பித்தது. இடதுசாரி கட்சிகளின் கூட்டரசாங்கம் ஆட்சியிலிருந்த போது வடகொரியாவுடனான நெருக்கம் வலுவடைந்தது. இலங்கையின் வெளியுறவுக்கொள்கையில் இடதுசாரி மற்றும் சோஷலிஸ நாடுகளுடன் நெருக்கத்தை ஏற்படுத்திய கூட்டரசாங்கம் கிழக்கு ஜேர்மனி, வடகொரியாவுடன் உடனடியாக ராஜீக உறவை பலப்படுத்தியது. ஆனால் ஏப்ரல் 17 1971இல் இலங்கையின் பிரதர் சிறிமாவோ பண்டரநாயக்கா பின்வரும் அறிக்கையில் வடகொரியாவுக்கான தூதரகத்தினை மூடுமாறும் அதிகாரிகளை வெளியேறுமாறும் பணித்திருந்தார்.

'இலங்கையிலுள்ள வடகொரியத் தூதரகத்தில் பணியாற்றும் அனைத்துப் பணியாளர்களும், அவர்களது குடும்பத்தவர்களும் இலங்கை அரசாங்கத்தின் சொந்த நலனுக்காக வெளியேற வேண்டும் எனத் தீர்மானிக்கப்பட்டுள்ளது'.

இவ்வறிக்கையின் பிரகாரம் இரு நாடுகளுக்குமான உறவு விரிசலை நோக்கி சென்றது. 1971ஆம் ஆண்டு இலங்கையில் நிகழ்ந்த ஜே.வி.பி.-இன் (ஜனதா விமுக்தி பெரமுன) கிளர்ச்சிக்கு பின்னால் வடகொரியத் தூதரக அதிகாரிகள் செயல்பட்டதாகவும், வடகொரியா உதவியதாகவும் கருதப்பட்ட நிலையிலேயே தூதரகப் பணியாளர்களை சிறிமா அரசாங்கம் வெளியேற்றியது. இத்தகைய சந்தேகம் ஆதாரபூர்வமாக நிறுத்தப்படவில்லை. அரசாங்கம் அமைத்த விசாரணைக்கு ஜே.வி.பி. கிளர்ச்சிக்கு எந்தவொரு வெளிநாட்டு சக்தியின் உதவியும் பெறப்படவில்லை எனக் குறிப்பிட்டது. விசாரணைக்குழுவில் அங்கம் பெற்ற குற்றப் புலன் விசாரணை திணைக்களத்தைச் சேர்ந்த ஓய்வு பெற்ற மூத்த காவல்துறை கண்காணிப்பாளர் உபாலி செனவிரட்னா தெரிவித்தார். ஆனாலும் ஜே.வி.பி கிளர்ச்சியில் ஈடுபட்ட சில கிளர்ச்சித் தலைவர்களும் வடகொரியாவில் பயிற்சிகளைப் பெற்றனர் என்றும், வெளிநாட்டு நாணயங்களை இலங்கைக்குள் கொண்டு வந்து கறுப்புச் சந்தையில் மாற்றப்பட்டன என்றும் அமெரிக்காவின் வெளிவிவகார அமைச்சு குறிப்பிட்டது.

இத்தகைய முரண்பாடு இரு நாடுகளுக்கும் நிலவிய போதும் உறவு நீடிக்குமென அரசாங்கம் அறிவித்தாக சிறிமாவின் செயலாளர் எம்.டி.டிபீரிஸ் குறிப்பிட்டார். இவ்வாறே 1976 இல் கொழும்பில் இடம்பெற்ற அணிசேரா மகாநாட்டில் கொரியக் குடாவில் நிலவிய குழப்பத்தினைத் தணிப்பதற்குத் தீர்மானம் முன்மொழியப்பட்டு நிறைவேற்றப்பட்டிருந்ததும் குறிப்பிடத்தக்கது. சுதந்திரமான கொரியாவுக்காகவும் அமைதியான ஒன்றிணைவுக்குமான அழைப்பினை இலங்கை தீர்மானமாக முன்வைத்தது.

இலங்கையில் வலதுசாரி அரசாங்களின் ஆட்சியிலும் தொடர்ச்சியான புதிய உலக ஒழுங்குக்குப் பின்பான மட்டுப்படுத் தப்பட்ட உறவே காணப்பட்டது. வர்த்தகரீதியிலும், இராணுவரீதியான ஆயுத தளவாடக் கொள்வனவிலும் இரு நாடுகளுக்குமான உறவு காணப்பட்டது. ஆனால் வடகொரியாவின்

அணுவாயுதப் பரிசோதனை தொடர்பில் இலங்கை ஐ.நா. சபையின் உறுப்பு நாடு என்ற வகையில் அறிக்கைகளை வெளியிட்டது. 2006ஆம் ஆண்டு வடகொரியாவின் அணுவாயுதப் பரிசோதனை தொடர்பில் எதிர்ப்பினை வெளியிட்டது. ஆனால் 2007இல் ஐ.நா. பொதுச்சபையில் வடகொரியா தொடர்பான தீர்மானத்திற்கு ஆதரவாகவும் 2008 மற்றும் 2009இல் வடகொரியாவுக்கு எதிரான வாக்கெடுப்பில் கலந்து கொள்ளாது புறக்கணித்ததும் 2014இல் வடகொரியாவுக்கு எதிரான வாக்கெடுப்பில் தீர்மானத்தை எதிர்த்து வாக்களித்ததும் கவனத்திற்குரியவையாகும். 2015-2016 இல் வடகொரியாவுடன் மனித உரிமை மீறல்களைக் கண்டித்து முன்வைத்த தீர்மானத்தை எதிர்த்து இலங்கை வாக்களித்தது.

2014இல் வடகொரியா தொடர்பான தீர்மானத்திற்கு எதிராக வாக்களித்தமைக்கு இலங்கையின் பிரதிநிதி பின்வருமாறு விளக்கமளித்தார். 'தீர்மானங்கள் எவையும் பயனற்றவை. இந்த விவகாரத்தைப் பாதுகாப்புச்சபையானது அனைத்துலகக் குற்றவியல் நீதிமன்றத்துக்குக் கொண்டு செல்வதற்கு உந்துதல் அளிப்பது ஏற்றுக்கொள்ள முடியாது' என்றார்.

எனவே இலங்கை வடகொரியா பொருத்து தளம்பல் கொள்கைக்கான காரணம் மனித உரிமை தொடர்பாகவும் மற்றும் மனிதாபிமான சட்டங்களுக்கு எதிரான போர்க்குற்ற விடயம் இலங்கையையும் பாதிக்கும் என்றவகையில் பார்க்கப்பட்டதேயாகும். 2015 வரையும் இலங்கையில் அதிதீவிர சீனச்சார்பு ஆட்சி நிலவியதும் அக்காலப்பகுதித் தீர்மானத்திற்குக் காரணமாக அமைந்தது. அவ்வாறே அமெரிக்கச் சார்பு ஆட்சி அல்லது அமெரிக்கா சார்ந்த மேற்குலகத்தினைக் கையாளும் ஆட்சி என்ற அடிப்படையில் 2017 அறிக்கை வடகொரியாவுக்குக் காட்டமானதாக அமைந்தது. அதேநேரம் வடகொரியாவுடனான வர்த்தகத்தைத் தொடர்ந்து இலங்கை பேணி வருகிறது. ஐ.நா.வின் தடையையும் மீறி அத்தகைய நிலைப்பாட்டை இலங்கை பராமரிப்பது நெருக்கடிமிக்க அரசியலுக்கு அடிப்படையாக அமைந்தது.

வடகொரியாவிடமிருந்து இரும்பு உருக்கு நிலக்கரி உள்ளிட்ட பொருட்களை இலங்கை இறக்குமதி செய்வதாக ஐ.நா. கண்காணிப்பகம் அறிக்கை ஒன்றில் தெரியப்படுத்தியிருந்தது. குறிப்பாக, தேசிய அரசாங்கம் ஆட்சிக்கு வந்த பின்பு காலக்கிரமமாக

இறக்குமதி வர்த்தகம் வடகொரியாவுடன் மேற்கொள்ளப்பட்டுள்ளது எனவும், வடகொரியாவின் கப்பல் நவீனமயப்படுத்தும் கிறீன்பைன் கம்பனியின் இரு பிரதிநிதிகள் இலங்கைக்கு வருகை தந்ததாகவும் போர்க் கப்பல்களை விற்பனை செய்ய முயன்றதாகவும் ஐ.நா.வின் கண்காணிப்பு அறிக்கை தெரியப்படுத்தப்பட்டுள்ளது.

முடிவுரை

வடகொரிய விடத்தில் இலங்கை எப்போதும் சரியான முடிவுகளை எடுக்கத் தவறுகின்றது. முன்பின் முரணான தீர்மானங்களால் வடகொரியாவுடன் உறவு பாதிக்கும் என்பதனை விட இலங்கை வெளியுறவுக் கொள்கை ஆட்சியிலிருக்கும் அரசாங்கங்கள் சார்ந்திருக்கும் வல்லரசுகளுக்கு இசைவாக நடந்து கொள்வதால் ஏற்படுகிறது.